మంచి కంపనాలు మంచి జీవితం

మంచి

స్వీయ ప్రేమ ద్వారా

కంపనాలు

మీ గొప్పతనానికి

మంచి

ఎలా ద్వారాలు తెరుస్తుందో తెలిపే మార్గం

జీవితం

వెక్స్ కింగ్

అనువాదం:

డాక్టర్ పార్థసారథి చిరువోలు

MANJUL

మంజుల్ పబ్లిషింగ్ హౌస్

First published in India by

Manjul Publishing House

Corporate and Editorial Office
• 2nd Floor, Usha Preet Complex,
42 Malviya Nagar, Bhopal 462 003 - India

Sales and Marketing Office
• C-16, Sector 3, Noida, Uttar Pradesh 201301, India
Website: www.manjulindia.com

Distribution Centres
Ahmedabad, Bengaluru, Bhopal, Kolkata, Chennai,
Hyderabad, Mumbai, New Delhi, Pune

Copyright © Vex King

This edition has been licensed by Hay House Publishers India Ltd.

Telugu translation of
Good Vibes, Good Life: How Self-love Is the Key to Unlocking Your Greatness

This edition first published in 2022

ISBN **978-93-5543-158-5**

Translation by Dr. Pardha Saradhi Chiruvolu

Illustrations © Camissao, 2018

Printed and bound in India by Repro India Limited

అమ్మా, ఈ పుస్తకాన్ని నీకు అంకితమిస్తున్నాను. మన జీవితం కఠినమైన పరిస్థితుల్లో గడిచినా, నువ్వు అసాధారణమైన పట్టుదలతో, బలమైన నమ్మకంతో, గట్టి విశ్వాసంతో, మాకు అన్నీ అపురూపంగా అందించావు.

నీ మార్గంలో ఎలాంటి అవరోధాలు ఎదురయినా, చాలా సార్లు నీకు నేను తలవంపులు తెచ్చినా, ఎలాంటి షరతులు కోరని ప్రేమనే నువ్వు నాకు అందిస్తూ వచ్చావు. ఈ ప్రేమే నువ్వు ఎన్నో త్యాగాలు నేసేలా చేసింది. నిరంతరం చిరునవ్వుల నుంచి నేను దూరం కాకుండా కాపాడింది. నేను తప్పులు చేసినా క్షమించావు. హాయిగా నవ్వావు. మనసారా గుండెలకు హత్తుకున్నావు. నన్నుప్రోత్సహించావు. ముందుకెళ్లటానికి తగినంత ప్రేరణ

అందించావు. నేను అన్నింటి నుంచి కోలుకుని బయటపడేలా చేశావు. ఒక్క మాటలో చెప్పాలంటే, నీ ప్రేమను వ్యక్తపరచటానికి ఏదయితే సాధ్యమవుతుందో అదంతా శక్తివంచనలేకుండా చేశావు. దాని వల్లనే ఇప్పుడు నేను ఇక్కడ నిలబడగలిగాను. నా మాటల ద్వారా సాటివారికి ప్రేమను పంచగలుగుతున్నాను.

నాన్నా, నువ్వే లేకపోతే నేను ఈ భూమ్మీదకు వచ్చి ఉండను. నువ్వేలా ఉంటావనేది నాకు తెలియకపోయినా, నాకు అవసరమైనప్పుడు నీ శక్తి నన్ను ముందుకు నడుపుతోందన్న భావనకు నేను లోనవుతుంటాను. నేను పుట్టినప్పుడు నీకు నేనెంత ముఖ్యమో గుర్తుచేసుకుంటాను. ఇప్పుడు నన్ను చూసి నువ్వ గర్వపడుతుంటావు.

చివరగా ఈ పుస్తకాన్ని—కేవలం మనుగడ సాగిస్తే చాలన్న పోరాడుతున్న వారు కావచ్చు. చీకటి రోజుల నుంచి బయటపడాలని ప్రయత్నిస్తున్న వారయినా కావచ్చు-కలలు కనే వారు ఎవరయినా వారికి అంకితం చేస్తున్నాను. ప్రపంచవ్యాప్తంగా ప్రజల్లో సానుకూల మార్పులు తెచ్చే మంచి పుస్తకం రాయలనేది నా కల. అది నాకు నెరవేరింది. మరి మీకు మాత్రం ఎందుకు సాధ్యం కాదు?

విషయసూచిక

మూడో అధ్యాయం:   మిమ్మల్ని ప్రాధాన్య స్థానంలో నిలుపుకోండి

నాలుగో అధ్యాయం:   మిమ్మల్ని మీరు అంగీకరించండి

ఐదో అధ్యాయం:   మీ ఆశయాలకు రూపకల్పన—— మానసిక సన్నద్ధత

ఆరో అధ్యాయం:   మీ ఆశయాలకు రూపకల్పన—— కార్యాచరణ

అధ్యాయం ఏడు:   మీ బాధకు ఒక ప్రయోజనం ఉంటుంది

పరిచయం

నా బాల్యంలో సంగతి. మూడేళ్లపాటు అసలు మాకంటూ ఒక ఇల్లు అనేదే లేకుండా గడిపాం. బంధువుల ఇళ్లలో ఎక్కడో ఉండేవాళ్లం. కొద్ది రోజుల పాటు హౌసింగ్ షెల్టర్లలోనూ గడిపినట్టు గుర్తు. తలదాచుకోటానికి కనీసం మాకంటూ ఓ గూడు ఉందిలే అని సరిపెట్టుకునే వాడిని. షెల్టర్లలో ఉన్నప్పుడు మాత్రం ఆ అనుభవం భయానకంగా ఉండేది.

మేము లోపలకు వచ్చిపోయేటప్పుడు మమ్మల్ని అదో రకంగా చూసేవాళ్లు. ఆ చూపులు మాకు అసౌకర్యంగా ఉండేవి. నాలుగేళ్ల వయసువాడిని నేను. వాళ్లను చూడగానే భయపడిపోయేవాడిని. అన్నీ సర్దుకుంటాయి, నువ్వు తలదించుకుని నేరుగా గదిలోకి వెళ్లమని అమ్మ గట్టిగా చెప్పేది.

ఓ రాత్రి మేము ఇంటికి తిరిగివచ్చేసరికి కారిడార్ తో పాటు మెట్లమీదంతా రక్తపు చారికలు కనిపించాయి. నేల మీద గాజు పెంకులు చెల్లా చెదురుగా పడి ఉన్నాయి. అది చూడగానే, మా అక్కలు, నేను మునుపెన్నడూ లేనంతగా భయపడిపోయాం. అమ్మ కళ్లలోనూ బెరుకు కనిపించింది. అయితే ఆమె ధైర్యాన్ని కూడదీసుకుని గాజుపెంకులు గుచ్చుకోకుండా జాగ్రత్త నడిచి వెళ్లండని మమ్మల్ని హెచ్చరించింది.

గదిలోకి వెళ్లనా, భయంతో వణుకుతున్న నేను, మా అక్కలు కింద ఏం జరిగి ఉంటుందా అని ఆలోచించసాగాం. కొద్ది సేపటి తర్వాత ఏవో అరుపులు, కేకలతో పాటు కాసేపు గందరగోళం చోటుచేసుకుంది. ఆ వాతావరణం మమ్మల్ని కలవరపరిచింది. సాంత్వన కోసం అమ్మ వైపు

చూశాం. ఆమె ఎప్పటి మాదిరిగానే మమ్మల్ని గుండెలకు హత్తుకుని భయపడవద్దని ఊరడించింది. ఆమె కళ్లలో భయం ఛాయలు స్పష్టంగా కనిపించాయి. ఆమె గుండె వేగంగా కొట్టుకోవటం మేము గమనించకపోలేదు.

ఆ రాత్రి మాకు నిద్ర కరవైంది. ఆ అరుపులు చాలా సేపు కొనసాగాయి. పరిస్థితిని అదుపు చేయటానికి పోలీసుల లాంటి వాళ్లెవరూ అక్కడ అడుగుపెట్టలేదు. అక్కడ నివసిస్తున్న మనుషుల భద్రతపైన, ముఖ్యంగా మా లాంటి వాళ్లపైన వారికి కనికరం లేదనిపించింది. అంతటి క్రూరమైన ఈ లోకంలో మేము ఒకరికొకరుగా గడిపాం.

బాల్యంలో చోటుచేసుకున్న ఈ విషాద సంఘటనలను పంచుకున్నప్పుడల్లా, నా స్నేహితులు విస్మయానికి లోనయ్యేవారు. "అప్పటి విషయాలు అంత స్పష్టంగా ఇప్పటి వరకు ఎలా గుర్తున్నాయి? నువ్వు అప్పుడు చిన్నపిల్లవాడివి కదా" అని అడిగేవారు. నిజం చెప్పాలంటే, అప్పటి విషయాలు ఉన్నది ఉన్నట్టుగా అన్నీ నాకు గుర్తు లేవు. కాకపోతే నా అనుభవాల్లో కొన్ని బాగా మంచివి, అలాగే బాగా చెడ్డవి అలా నా స్మృతిపథంలో నిలిచిపోయాయి. వాటితో ముడిపడిన భావోద్వేగాలు అలాంటివి మరి. చాలా కాలం పాటు అవి నన్ను వెంటాడాయి మరి.

పధ్నాలుగు, పదిహేనేళ్లు వచ్చేసరికి, బాల్యంలో నన్ను వేదనకు గురిచేసిన ఆ సంఘటనలను సులువుగా తుడిచిపెట్టేయవచ్చు, మరిచిపోవచ్చు అని బలంగా అనుకునేవాడిని. కొన్ని సంఘటనలు గుర్తుకొచ్చినప్పుడు తెగ సిగ్గుపడిపోయేవాడిని. నా భావనలకు, మనసులో అభిప్రాయాలకు భిన్నంగా నేను వ్యవహరించానని పించేది. ప్రపంచం మాటలు, చేతలు తరచూ నన్ను గాయపరిచేవి. నేనూ దానికి అలాగే బదులు చెప్పాలని అనుకునేవాడిని.

ఇప్పుడు నాకు అవన్నీ భిన్నంగా తోస్తున్నాయి. బాల్యంలో నాకు ఎదురైన సంఘటనలను ఇప్పుడు ఆత్మీయంగా మనసుకు హత్తుకుంటున్నాను. ప్రతి అనుభవం నుంచి నేర్చుకోవలసిన పాఠాలు ఉన్నాయని అర్థమవుతోంది.

జీవితంలో నాకు ఎదురైన మంచి, చెడు, అత్యంత దుర్భరమైన సంఘటలన్నీ వ్యక్తిగా నేను ఇలా రూపుదాల్చటంలో భాగాలే అని గుర్తించాను.

కొన్ని సంఘటనలు నన్ను వేదనకు లోనుచేసి ఉండొచ్చు. కానీ అవి మరో రకంగా నాకు దీవెనలుగా మారి, నాకు చాలా విషయాలు బోధించాయి. నేను కష్టాలను అధిగమించి ఉజ్వలభవిష్యత్తును అందుకోటానికి కొత్త దారులు చూపించాయి.

నేను నా వ్యక్తిగత జీవితంలో నేర్చుకున్న పాఠాలు మీకు కూడా ఉపకరిస్తాయని, గొప్ప జీవితాన్ని అందుకోటానికి అవి మార్గదర్శిగా నిలుస్తాయన్న విశ్వాసంతో ఈ పుస్తకం రాశాను. వాటిని స్వీకరిస్తారా లేదా అనేది మీ ఇష్టం. ఇందులో కొన్ని ఆలోచనలు మీకు అసౌకర్యాన్ని కలిగించవచ్చు. మరికొన్ని అద్భుతమైనవిగా తోచి మనసును కుదిపేయవచ్చు. ఏది ఏమైనా, ఈ పుస్తకం పరిధిలో నేను అందించిన సలహాలను మీరు పాటించగలిగితే, మీ జీవితంలో సానుకూల మార్పులు చోటుచేసుకుంటాయని నేను హామీ ఇవ్వగలను.

ఇదంతా చెప్పటానికి నేనేమీ ప్రవక్తను కాను, మానసిక తత్త్వవేత్తను, శాస్త్రవేత్తను కాను. ఆధ్యాత్మికవేత్తను అంత కంటే కాను. కేవలం నేను నేర్చుకున్న విషయాలు ఇతరులతో పంచుకుంటే, అవి వారిని కష్టాలనుంచి బయటపడేసి సంతోషంగా జీవించటానికి పనికొస్తాయన్న నమ్మకం ఉన్నవాడిని అంతే.

ఈ భూమ్మీద పుట్టిన ప్రతి వ్యక్తి ఏదో రకంగా ప్రాధాన్యత కలిగేవాడే. మార్పు తేగలిగిన వాడే. మిమ్మల్ని గందరగోళపరిస్థితుల నుంచి బయపడేసి మీరు అనుకున్న గమ్యాన్ని చేరటానికి సహకరించాలనే అంకిత భావం ఉన్నవాడిని. బాధ్యతగల పౌరులుగా మీరు, నేనూ కలిసి ఈ ప్రపంచాన్ని మరింత సుందరమయంగా మారుద్దాం. మీరు పూర్తిగా సామర్థ్యాలను ప్రదర్శించగలిగినప్పుడు, అది మీ ఒక్క ప్రపంచాన్నేకాదు, మీ చుట్టూ ఉన్న వారి ప్రపంచాన్ని కూడా సమూలంగా మార్చివేయగలదు.

కొందరు చాలా మందిలా తాము ఉన్నతమైన జీవితాన్ని గడపాలని తాపత్రయపడరు. సామాన్యులుగా ఉండిపోటానికి ఇష్టపడతారు. గొప్ప జీవితం అంటే ఏమిటో అర్థం చేసుకోగలిగితే తప్ప దాన్ని అందుకోవటం ఏ మాత్రం సాధ్యం కాదు. మామూలు మాటల్లో చెప్పాలంటే, మిమ్మల్ని నియంత్రించే అన్ని శక్తుల్ని అడ్డుకుని పూర్తిస్థాయిలో మిమ్మల్ని మీరు నిరూపించుకోవటం...ఇంతకాలం మీరు ఎదగకుండా అవరోధంగా నిలచిన అన్ని హద్దుల్ని చెరిపేసి ఊహకందని ప్రపంచాన్ని సొంతం చేసుకోవటం...గొప్పతనంతో కూడిన మనస్తత్వం అంటే హద్దులేని జీవితాన్ని, విస్తృత అవకాశాలున్న ప్రపంచాన్ని అందుకోవటం. దీనికి ఏది మొదలో, ఏది అంతమో నిర్వచించి చెప్పటం కష్టం. మరింత మెరుగుపడటానికి నిత్యం మనం ప్రయత్నిస్తూ పోవటమే.

ఇతరుల మెప్పు కోసం ప్రయత్నించకు
నీకు నువ్వు నచ్చితే చాలు
నిన్ను నువ్వు విస్తరించుకుంటూ వెళ్లు
నీకు నువ్వుగా పరీక్షలకు సిద్ధపడు.

వీలయినంత అత్యుత్తమంగా ప్రపంచం ఎదుట
నిన్ను నువ్వు నిలబెట్టుకో

ఇప్పటికిప్పుడు మీరు మారాలన్న నిర్ణయం తీసుకుంటే గనక ఈ పుస్తకం అందుకు మీకు తోడ్పడుతుంది. నిన్నటి కంటే ఈ రోజు, ఈ రోజు కంటే రేపు.. ఇలా జీవితపర్యంతం ప్రతి రోజూ అన్ని విధాలా మిమ్మల్ని మీరు మెరుగుపరుచుకోటానికి అవసరమైన సాయం మీకు అందుతుంది. ప్రతిరోజూ నిద్ర లేవగానే అదే ధ్యేయాన్ని మనసులో నింపుకుని, ఎరుకతో ముందుకు సాగండి. మీకు తెలియకుండానే అనేక విషయాల్లో ప్రేరణ కలుగుతుంది. ఆశ్చర్యకరంగా అభివృద్ధి చెందాలన్న మీ ఆకాంక్షలను జీవితం ప్రతిబింబించటం మొదలుపెడుతుంది.

గొప్పతనం అనేది ఒక పార్శ్వంలో చెప్పదగిన అంశం కాదు. అది ఆత్మాశ్రయమైనేదే అయినా, ఈ పదాన్ని చాలా మంది ప్రత్యేకమైన అంశాలతో ముడిపెడతారు. అధికారికమైన హోదాలు, భౌతికమైన ఆస్తిపాస్తులు, డబ్బు, ప్రత్యేకమైన నైపుణ్యాలు, పెద్ద పెద్ద విజయాలు ఉంటే ఈ గొప్పతనం సాధ్యమవుతుందని నమ్ముతారు. కానీ నిజమైన గొప్పతనం అనే దానికి ఇంకా లోతైన అర్థం ఉంది. కానీ అది ఒక లక్ష్యం, ప్రేమ, నిస్వార్థత, వినయం, ఇతరుల గొప్పతనాన్ని గుర్తించి మనస్ఫూర్తిగా అభినందించగల తత్వం, దయ వంటి లక్షణాలు కలిగి ఉండటం. మానవ జీవితానికి పరమగమ్యంగా భావించే సంతోషం వంటి లక్షణాలు లేకుండా మనుగడ సాగించలేరు. నా వరకూ గొప్పతనం అంటే మానవ జీవితంలోని అన్ని కోణాలను అర్థం చేసుకోగల స్థాయికి చేరటం, ప్రపంచం మొత్తం మీద ఒక ముద్ర వేయటం. గొప్ప వ్యక్తులని మనం చెప్పుకునేవాళ్లెవరూ

విలాసవంతమైన జీవితాలను గడిపినవారు కాదు. ప్రపంచంలో అత్యుత్తమ జీవరాశులని వారిని మనం నెత్తి మీద పెట్టుకుంటున్నాం. గొప్పజీవితం గడపాలని మీరు కోరుకోవటంలో తప్పులేదు. ఈ పుస్తకం మీకు అందుకు దారి చూపిస్తుంది.

రోజువారీ లక్ష్యం

నిన్నటి కంటే ఈ రోజు మెరుగ్గా ఉండదలుచుకున్నాను

ఈ పుస్తకంలో కనిపించిన వివిధ అంశాలకు సంబంధించిన సూక్తులు, మెరుపుల్లాంటి వాక్యాలు, నినాదాలు, ఛాయాచిత్రాలు ఏమైనా తటస్థపడితే, సామాజిక మాధ్యమాల్లో వాటిని **#VexKingBook** అనే చోట ఉంచితే, దానిని నేను లైక్ చేయటమే కాదు, నా పేజీలో వాటినన్నింటిని ఉంచుతాను.

స్వీయప్రేమ అంటే ఏమిటి?

మానసిక ప్రశాంతత చేకూరాలంటే జీవితంలో తప్పనిసరిగా సంతులనం ఉండాలి. పనికి- విశ్రాంతికి, కార్యాచరణకి- సహనానికి, ఆదాయానికి -వ్యయానికి, హాస్యానికి-గాంభీర్యానికి, వదిలించుకోటానికి-కొనసాగ టానికి మధ్య సమతుల్యత ఉండాలి. జీవితంలోని అన్ని పార్శ్యాలలోనూ మీరు సమతుల్యతను గనక సాధించకపోతే, మీరు తీవ్రంగా అలిసిపోతారు. విపరీతమైన భావోద్వేగాలు మిమ్మల్ని కుంగదీస్తాయి. అపరాధభావన మిమ్మల్ని వెంటాడుతుంది.

ఉదాహరణకు, కార్యాచరణకు- సహనానికి మధ్య సంతులనం గురించి చెప్పుకుందాం. మీరు చివరి సంవత్సరం యూనివర్సిటీ పరీక్షలకు ప్రాజెక్టు లీడర్ గా ఉన్నారు. సామాజిక మాధ్యమాల్లో మీరు అధికంగా అభిమానించే ఆటగాడొకరు తన బృందానికి సహకరించటం లేదన్న విషయాన్ని మీరు గుర్తించారు. అదే అనేక మార్లు కొనసాగినప్పుడు తప్పనిసరిగా మీరు సంబంధిత అధికారుల దృష్టికి ఆ విషయాన్ని తీసికెళ్లాలి. అప్పుడు కూడా వారు మీ సూచనలను నిర్లక్ష్యం చేస్తుంటే, ఏ చర్య తీసుకోలేకపోయానన్న అపరాధభావన మిమ్మల్ని వెంటాడుతుందా లేదా?

మీరు దయ, జాలి గల వ్యక్తులయితే, అనవసరంగా వారి మనసును గాయపరిచి, ఇబ్బందుల్లోకి నెట్టానేమోనన్న భావనా మిమ్మల్ని ఇబ్బంది

పెడుతుంది. మీరు ఫిర్యాదు చేయటం వల్ల సంబంధిత వ్యక్తులు వారిపైన క్రమశిక్షణ చర్యలకు దిగవచ్చు. ఈ కారణంగా చివరి సంవత్సరంలో ఉన్న వాళ్ళ చదువు అర్ధాంతరంగా నిలిచిపోవచ్చు. మీ హెచ్చరికలను పెడచెవిన పెడుతూ వారు మిమ్మల్ని అగౌరవపరుస్తున్నమాట నిజం. మీ దయాపూరితమైన స్వభావాన్ని వారు తేలిగ్గా తీసుకుంటున్నారన్న బాధ మిమ్మల్ని తొలిచేస్తుంటుంది. వారిని పట్టించుకోకుండా అలాగే వదిలేసి స్వాభిమానాన్ని ప్రకటిస్తే, మిగతా సభ్యుల దగ్గర మీరు చులకన అవుతారు.

ఈ సందర్భంలో, మీరు దయ, నిజాయితీ రెండు కలవారయిన పక్షంలో, వారి పైన చర్య తీసుకోటానికి ఎంత మాత్రం వెనకాడవలసిన పనిలేదు.

మీ ఆవేదనను లెక్క చేయని వ్యక్తులను అలా వదిలేయటం అనేది అన్యాయం ఎంత మాత్రం కాదు.

ప్రాజెక్టుకు నాయకత్వం వహిస్తున్న వారిగా మీ వంతు ప్రయత్నం మీరు చేశారు, దురదృష్టవశాత్తు మీ స్నేహితుడు సానుకూలంగా స్పందించలేదు. ఇప్పుడు గనక మీరు చర్య తీసుకోకపోతే, మీరు మానసిక ప్రశాంతతను కోల్పోయే ప్రమాదం ఉంది. మీ స్నేహితుల నుంచి గౌరవాన్ని కోల్పోవటంతో పాటు చివరి సంవత్సరంలో మీ గ్రేడులపైనా దాని ప్రభావం పడొచ్చు.

సంతులనం లేదా సమతుల్యత పాటించటం వల్ల మీకు మనశ్శాంతిగా ఉంటుంది. అపరాధ భావన లాంటి వాటి నుంచి దూరం కాగలుగుతారు. కార్యాచరణ– సహనం రెండింటినీ మీరు ప్రదర్శించిన వారవుతారు.

స్వీయప్రేమ లేదా ఆత్మానురాగం అంటే,
యథాతథంగా మిమ్మల్ని మీరు అంగీకరించటం.
అదే సమయంలో మరింత మెరుగయిన జీవితాన్ని
సొంతం చేసుకోవాలనుకుని గ్రహించి ఆ దిశగా
అడుగులు వేయటం.

మీరు అర్థం చేసుకోగలిగిన వారు, క్షమాగుణం ప్రదర్శించగలిగి నవారు అని ఒక పక్క చాటుతూనే దృఢంగా, అధికార దర్పంతో వ్యవహరించగలరని వారికి అర్థమయ్యేలా మీరు వ్యవహరించవచ్చు. అలా చేయటం వల్ల ముందు వారు కలత చెందినా, తమకు వీలైనంత అవకాశం ఇచ్చారని మీ పట్ల గౌరవభావాన్ని చూపుతారు.

'స్వీయప్రేమ'కి దీనితో సంబంధం ఏముంది అంటారా? తరచూ ఈ పదం అపార్థానికి లోనవుతూంటుంది. స్వీయప్రేమ ఆమోదాన్ని కోరుకుంటుంది. చాలా మంది తాము సవాళ్లను ఎదుర్కోకుండా అలాగే ఉండిపోవటానికి దీన్ని ఓ సాకుగా చూపిస్తూంటారు. సౌహార్దమైన జీవితం గడపాలంటే స్వీయప్రేమలో రెండు అవసరమైన అంశాలు జోడించవలసిన అవసరం ఉంటుంది.

మొదటిది ఎలాంటి షరతులు పెట్టుకోకుండా మిమ్మల్ని మీరు ప్రేమించుకోగలగాలి. ఇందుకు మీ ఆలోచనా విధానంపైన దృష్టి పెట్టాలి. మీరు బరువు కోల్పోయినా, విపరీతంగా బరువు పెరిగినా లేకపోతే ముఖం వన్నె లీనటానికి శస్త్రచికిత్స అవసరమైనా అంతగా మిమ్మల్ని మీరు ప్రేమించుకోలేరు. స్వీయప్రేమ అంటే మీరెవరయినా, ఎక్కడున్నా ఎలాంటి మార్పులను ఆశించకుండా యథాతథంగా మిమ్మల్ని మీరు ప్రోత్సహించుకోగలగాలి. ఆత్మవిశ్వాసాన్ని ప్రదర్శించగలగాలి.

రెండో అంశం మీ అభివృద్ధి, ఎదుగుదల. మీరు అభివృద్ధి చెందటానికి అవసరమైన చర్యలు తీసుకోటానికి సంసిద్ధులు కావటం కూడా స్వీయప్రేమ కిందకే వస్తుంది. సామాన్య జీవితం గడపటం కంటే అభివృద్ధి చెందటానికి ఆస్కారం ఉందన్న విషయాన్ని మీరు గుర్తించగలగటం ఇందులో ఉంటుంది.

స్వీయప్రేమ విషయంలో, ఇతరులను నిస్వార్థంగా ప్రేమించటం ఎలాగో ఆలోచించండి. ఉదాహరణకు మీ జీవిత భాగస్వామి అలవాట్లు కొన్ని మీకు కోపం, చికాకు, అసహ్యం తెప్పించేలా ఉన్నాయి. అంత మాత్రాన వారిపైన తక్కువ ప్రేమ చూపుతున్నారని కాదు. వాటిని మీరు యథాతథంగా అంగీకరిస్తున్నారు. కొన్ని సందర్భాల్లో వారు చేసిన తప్పుల నుంచి పాఠాలు నేర్చుకుంటున్నారు. అత్యుత్తమ వ్యక్తులుగా వారు నిలబడటానికి ఏం చేయాలా అని కూడా మీరు ఆలోచిస్తారు. దీని వల్ల ఏదైనా అలవాటు వారి ఆరోగ్యానికి విపరీతంగా భంగం కలిగించేదయితే, వారిలో సానుకూల మార్పులకు మీరు అవసరమైన చేయూతనందిస్తారు. మీ నిస్వార్థమైన ప్రేమకిది మచ్చుతునకగా నిలుస్తుంది. అదే సమయంలో మీరు వారి పట్ల కర్కశంగా వ్యవహరించి తీర్పు చెప్పరు. వారు అత్యుత్తమ వ్యక్తులుగా నిలబడాలని మాత్రం కోరుకుంటారు. ఆత్మానురాగం ప్రదర్శించటం అంటే హృదయగతంగా మంచి ఆసక్తులు కలిగి ఉండటమే.

మీ ఆహార అలవాట్లు కావచ్చు, ఆధ్యాత్మికమైన ఆచార వ్యవహారాల్లో కావచ్చు, ఇతరులతో మీరు వ్యవహరించే తీరు కావచ్చు, స్వీయప్రేమ అనేది మీ జీవితానికి విలువను పెంచుతుంది. ఉన్న దానితో సంతృప్తి చెందుతూ ఉన్నది ఉన్నట్టు మిమ్మల్ని మీరు అంగీకరించటం ఇందులోకే వస్తుంది.

కానీ దీనిని మరింత లోతుగా అర్థం చేసుకుంటే, ఆలోచనా విధానానికి, కార్యాచరణకు మధ్య సంతులనం అవసరమనే విషయాన్ని గుర్తించగలుగుతాం. ఈ సమతుల్యత కొరవడినప్పుడు, మనం తొత్రుపాటుకు లోనయి తప్పులు చేస్తాం. కొన్ని సార్లయితే మనం పడిపోయి దెబ్బతింటాం. మిమ్మల్ని మీరు సంపూర్ణంగా ప్రేమించుకుంటే, జీవితం మిమ్మల్ని తిరిగి ప్రేమిస్తుంది.

ఆలోచనా విధానానికి, చర్యకు మధ్య సమతూకం ఉన్నప్పుడు మరింత ఉన్నత స్థితికి మీరు ఎదగటానికి వీలవుతుంది. అదెలాగో వచ్చే అధ్యాయాలలో అన్వేషించి చూద్దాం.

మొదటి అధ్యాయం

కంపనల కథాకమామీషు

పరిచయం

యూనివర్సిటీలో చదివే రోజుల్లో నేను చాలా ఆర్థిక ఇబ్బందులను ఎదుర్కొనేవాడిని. విద్యార్థిగా నాకు రుణం లభించినా, అందులో ఎక్కువ మొత్తం వసతికే సరిపోయేది. మిగతా అవసరాల కోసం కాస్త మొత్తమే నిల్వ ఉండేది. నా పాఠ్యాంశాలకు సంబంధించిన పుస్తకాలు కొనటానికి కూడా తగినంత స్తోమత ఉండేది కాదు. నేను అడిగితే మా అమ్మ ఏదో రకంగా తెచ్చి ఇస్తుంది. జీవితాంతం తను చేస్తూ వస్తున్నట్టుగా అవసరమయితే తిండి తినకుండానైనా కూడబెడుతుందన్న విషయం నాకు తెలుసు. ఆమెను ఇబ్బంది పెట్టటం ఇష్టంలేక నేను సొంత దారులు వెతుక్కున్నాను.

చాలా సందర్భాల్లో నేను ఉన్న డబ్బునే పొదుపుగా వాడుకుంటూ స్నేహితులతో కలసి పార్టీలకు హాజరయ్యేవాడిని. అయితే అవే దుస్తులు ఎక్కువ కాలం పాటు ధరించిన సందర్భాలు, ఆకలితో పస్తులుండిన రోజులు దాదాపుగా లేవు. ఆన్ లైన్ లో ఏదో ఒక ప్రయత్నం చేసి డబ్బులు సంపాదించేవాడిని. మై స్పేస్ విభాగంలో లేఅవుట్లు లాంటివి చేసేవాడిని.

వేసవి సెలవలకు ఓ సారి ఇంటికొచ్చాను. నా దగ్గర దాచుకున్న డబ్బంతా అయిపోయింది. ప్రతిదీ కష్టం కావటం మొదలు పెట్టింది. కాలేజీకి తిరిగివెళ్లి నా అధ్యాపకులు అప్పగించిన పనులు పూర్తిచేయటానికి ఏ మాత్రం ఆసక్తిగా అనిపించలేదు. ఏడాదిలో ఎక్కువ భాగం చదువులతో గడిపేయటం వల్ల, ఏదయినా సమ్మర్ జాబ్ దొరికితే కాలేజీలో గాలిలో తేలుతూ గడిపెయ్యచ్చు అనుకున్నాను. అదే సమయంలో నా స్నేహితులంతా

ఎప్పుట్నించో అనుకుంటున్న విహారయాత్రకు సిద్ధమయ్యారు. దానిని భరించే శక్తి నాకు లేకుండా పోయింది. అదే సమయంలో ఓ అమ్మాయితో నాకు సమస్యలొచ్చాయి. నా ప్రేమవ్యవహారంలో ఎదురైన ఈ ఇబ్బందులు నాలో ఆగ్రహాన్ని పెంచటమే కాదు, జీవితం పట్ల నాకు సదభిప్రాయం లేకుండా చేశాయి.

ఓ రోజు సాయంత్రం నాకు ఓ పుస్తకం కనిపించింది. దాని పేరు సీక్రెట్.[1] ఆ పుస్తకం తమ జీవితాలను అమితంగా ప్రభావితం చేసిందని, దాని నుంచి ఎవరైనా ప్రయోజనం పొందవచ్చని చాలా మంది చెప్పుకుంటుంటే విన్నాను. 'ఆకర్షణీయ సిద్ధాంతం (లాస్ ఆఫ్ అట్రాక్షన్)' అన్న సామాన్య సూత్రం ఆధారంగా చేసుకుని గమ్యాన్ని చేరటం ఎలాగో ఈ పుస్తకం విశదపరుస్తుంది.

ఆకర్షణీయ సిద్ధాంతం (లా ఆఫ్ అట్రాక్షన్) మీరు ఏదయితే ఆలోచిస్తారో, అదే పొందుతారని చెబుతుంది. మరో రకంగా చెప్పాలంటే, మన ఆలోచనలను పూర్తిగా కేంద్రీకరించగలిగితే మన జీవితంలో ఏవయితే కోరుకుంటామో వాటిని ఆకర్షించవచ్చు. ఏది కావాలనుకుంటామో అది దక్కుతుంది. మీరు కోరుకోనివి, అక్కరలేదనుకునేవి అందవు. ఆకర్షణీయ సిద్ధాంతం మీరు భయపడేవి, మిమ్మల్ని కలవరపెట్టి విషయాలు కాకుండా మీరు కోరుకున్న వాటి గురించి ఆలోచించటం గురించి చెబుతుంది.

ఆకర్షణీయ సిద్ధాంతం అనేది సానుకూల దృక్పథం కలిగి ఉండటం అనే అంశాన్ని గట్టిగా వివరిస్తుంది.

---

[1] బైరన్, ఆర్, ది సీక్రెట్ (సైమన్ అండ్ షుస్టర్, 2006)

ఇది నాకెందుకో చాలా ఆకర్షణీయంగా అనిపించింది. దీని మీద పరిశోధన ప్రారంభించాను. తమ జీవితంలో ఈ సూత్రం అద్భుతమైన మార్పు తెచ్చిందని చెప్పే వ్యక్తులను చదవటం మొదలుపెట్టాను. ఈ సూత్రాన్ని నేనూ నా జీవితానికి అన్వయించుకుంటే అన్న ఆలోచన మొగ్గ తొడిగింది.

నాకు ఏం కావాలన్న విషయం తెలుసు. స్నేహితులతో కలిసి నేను వేసవి విహారయాత్రకు వెళ్లాలి. అందుకు 500 పౌండ్లు అవసరమవుతాయి. దీనికోసం అందులో పేర్కొన్న మార్గదర్శక సూత్రాలను అనుసరించి సానుకూలంగా ఉండటం మొదలుపెట్టాను.

వారం, పది రోజులో గడిచాయి. ఓ రోజున నేను ఎక్కువ పన్ను చెల్లించానని పేర్కొంటూ ప్రభుత్వ అధికారుల నుంచి నాకు ఓ లేఖ వచ్చింది. ఇది ఆకర్షణీయ సిద్ధాంతం మహత్మ్యమా? ఏమో నాకు తెలీదు. అదనపు వివరాలు కోరుతూ వారు పంపిన దరఖాస్తును నింపి ఆఘమేఘాలమీద పంపి జవాబు కోసం ఎదురుచూడసాగాను. రోజులు గడుస్తున్నాయి గానీ నాకు ఎలాంటి సమాధానం రాలేదు. నా స్నేహితులు అన్ని ఏర్పాట్లు చేసుకుని ప్రయాణానికి సిద్ధమయి పోయారు. నేను విపరీతమైన ఆవేదనకు లోనయ్యాను. పన్ను మినహాయింపు నా మెదడును తొలిచేయటం ప్రారంభించింది.

ఆ అసహనాన్ని భరించలేక, పన్ను అధికారులకు స్వయంగా ఫోన్ చేసి అసలు నేను పంపిన లేఖ అందిందా లేదా అని వాకబు చేశాను. లేఖ చేరిందని వారు నిర్ధారించారు. త్వరలోనే తాము స్పందించగలమనీ చెప్పారు. ఈ మాటలు నాకు ఉత్సాహం కలిగించాయి. అయితే సమయం మించిపోతోంది. వేసవి సెలవులు ముగింపు దశకు వచ్చాయి. మా స్నేహితుల ప్రయాణానికి ఎన్నో రోజులు లేవు.

మరో వారం గడిచింది కానీ, నాకు ఎలాంటి సమాధానం రాలేదు. నా ఆలోచనలను పక్కనపెట్టేసి, నేను లేకుండానే టిక్కెట్లపీ సిద్ధం

చేసుకోమని నా స్నేహితులకు చెప్పేశాను. నా దృష్టిని ఇతర విషయాలపైకి మళ్లించాలనుకున్నాను. ప్రేరణ కలిగించే కొత్త పుస్తకాలు చదవటం మొదలుపెట్టాను. కనీసం దీని వల్లనయినా మనసుకు శాంతి, జీవితం పట్ల కొత్త ఉత్సాహం కలుగుతుందని అనుకున్నాను.

ఇంకా కొన్ని రోజులు అలా గడిచిపోయాయి. ఓ రోజున పన్ను కార్యాలయం నుంచి నాకు లేఖ వచ్చింది. ఒత్తిడికి గురవుతూనే కవరు తెరిచాను. అందులో 800 పౌండ్ల చెక్ కనిపించటంతో ముందు నివ్వెరపోయాను. అంత మొత్తం చూసేసరికి పొంగిపోయాను. సంతోషంతో ఉబ్బితబ్బిబ్బయ్యాను. ఒకేసారి అనేక రకాలైన భావోద్వేగాలు నన్ను చుట్టుముట్టాయి. చెక్ డిపాజిట్ చేయటానికి అప్పటికప్పుడు బ్యాంకుకి పరిగెత్తాను. సాధారణంగా చెక్ క్లియరయి, బ్యాంకులో డబ్బులు పడటానికి ఎంత లేదన్నా ఐదారురోజులు పడుతుంది. నా విషయంలో మూడు రోజులకే డబ్బులొచ్చేశాయి.

మరుసటి సోమవారమే, నేను నా స్నేహితులు చివరి నిముషంలో టిక్కెట్ బుక్ చేసుకుని, నాలుగురోజుల పర్యటనకు వెళ్లిపోయాం. అక్కడ సమయం అద్భుతంగా గడిచింది. అంత కంటే ముఖ్యంగా నేను 'ఆకర్షణీయ సిద్ధాంతం'అనే కొత్త విషయాన్ని గాఢంగా విశ్వసించే వ్యక్తిగా మారిపోయాను.

నా జీవితాన్ని సమూలంగా మార్చుకోటానికి దీనిని ఉపయోగించుకోవాలన్న నిర్ణయానికొచ్చేశాను.

ఆకర్షణ సిద్ధాంతంలో లేనిది ఇంకేదో ఉంది

'ఆకర్షణీయ సిద్ధాంతం' పనిచేయాలంటే, మీరు సానుకూల దృక్పథాన్ని కలిగి ఉండాలి. కానీ అన్నిసార్లు అతిరిక్తమైన ఆలోచనలు కలిగి ఉండటం అనేది అసాధ్యమయిన విషయం. జీవితంలో దురదృష్టకర సంఘటనలు చోటుచేసుకున్నప్పుడు లేదా అన్నీ మనకు అనుకూలంగా లేనప్పుడు, ఆశావహదృక్పథంతో ఉండటమనేది చాలా కష్టం.

నేను సానుకూల దృక్పథం ఉన్న వ్యక్తినని అందరూ అంగీకరిస్తారు. కానీ పరిస్థితులు కఠినంగా మారినప్పుడు నా మనస్తత్వం మారిపోతుంది. కోపం నాలో మంచితనాన్ని గుంజేసుకుంటుంది. కనిపించిన వస్తువునల్లా విసిరికొడతాను. ఫలితంగా నేను అత్యున్నత స్థాయి నుంచి దానికి భిన్నమైన అధమ స్థాయికి దిగజారిపోతాను. నేను రెండు విభిన్న వ్యక్తుల మాదిరిగా ప్రవర్తిస్తాను. అస్థిరమైన ఈ ప్రవర్తన నా జీవితంపైన తీవ్రప్రభావం చూపేది. మంచి సమయం, చెడ్డ సమయం అని రెండూ ఉండేవి. చెడ్డ సమయాల్లో ఉన్నప్పుడు జీవితం అందించిన అద్భుతమైన అవకాశాలను పొందలేకపోయేవాడిని. నా అసహనాన్ని తీర్చుకోటానికి వస్తువులను ధ్వంసం చేయటం, ఇతరులను నిందించటం లాంటి పనులు చేస్తూ, ఈ ప్రపంచం ఎంతటి వేదనామయమైందోనని కుమిలిపోయేవాడిని.

యూనివర్సిటీలో చివరి సంవత్సరం వచ్చే సరికి నాకు ఊహించని ఎదురుదెబ్బ తగిలింది. ప్రాజెక్టు వర్కు విషయంలో అనుకోని అవాంతరం వచ్చింది. అందులో వచ్చే మార్కుల ఆధారంగానే చివరి గ్రేడు లభిస్తుంది. అప్పటి వరకూ ప్రాజెక్టులో కలిసికట్టుగా ఉన్న బృందం అంతా ఎవరికి వారుగా విడిపోవలసిన పరిస్థితి ఎదురుకావటం నాకు అనుకోని విఘాతం. ఏదో రకంగా అన్నీ సర్దుకుంటాయని నేను అనుకున్నాను గానీ, అది అలా కాకపోగా రాన్రానూ కంగాళీగా తయారయింది.

ఆకర్షణీయ సిద్ధాంతం అన్ని సందర్భాల్లో ఫలితాలను ఇవ్వదన్న విషయం అప్పుడు నాకు వ్యక్తిగతంగా అనుభవంలోకొచ్చింది. నా బృందం పూర్తిగా విడిపోయింది. మునుపటి స్నేహాన్ని మరిచిపోయి అప్పటి వరకూ మేం చేసిన పనిమీద తరచూ తగువు పడుతూండేవాళ్లం. పరుషమైన పదజాలంతో ఒకరినొకరు నిందించుకునేవాళ్లం. దాంతో పరిస్థితి మా చేతుల్లో నుంచి జారిపోయింది. ఎలా దాన్ని చక్కదిద్దుకోవాలో తెలియని అయోమయస్థితికి చేరాం. మా పట్ల మిగతావాళ్లంతా ఉదాసీనంగా ప్రవర్తించటాన్ని నేను నా స్నేహితుడు డేరీ జీర్ణించుకోలేకపోయాం. ఇక కష్టపడి పనిచేయటం ఒక్కటే మా చేతిలో మిగిలింది. అప్పటికే మోయలేనంత పనిభారం ఉండేది. పది రెట్లు కష్టపడందే మేము నిర్ణీత సమయానికి పనులు పూర్తి చేయలేం. అది మాటలతో అయ్యే పని కాకపోవటంతో, ఇక మేము ప్రాజెక్టు వర్కు పూర్తిచేయలేం, పరీక్ష తప్పటం ఖాయం, గ్రాడ్యుయేషన్ కూడా చేతికి రాదు అన్న నిర్ధారణ కొచ్చేశాం. యూనివర్సిటీ చదువుల పేరుతో ఇన్నాళ్లూ సమయమంతా వృథా అయిందన్న భావనకు లోనయ్యాం.

నేను యూనివర్సిటీలో చేరింది నాకు అది చాలా అవసరమనిపించటం వల్లనే. మంచి ఉద్యోగని, ఆశించే. బాల్యంలో నేను అనుభవించని సుఖవంతమైన జీవితం కావాలనుకుంటే తప్పనిసరిగా చదువుకుని

తీరాలి. అంతరాంతరాల్లో మాత్రం దీని పట్ల నాకు విముఖత ఉండేది. అంతగా ఆనందించేవాడిని కాను. సాంప్రదాయబద్ధమైన ఉద్యోగాల్లో నేను కుదురుకోనన్న విషయం నాకు తెలుసు. కానీ ఇదంతా మా అమ్మ కోసం చేశాను. జీవితాంతం మా కుటుంబం కోసం ఆమె కష్టపడటం నాకు తెలుసు. ఆమె త్యాగాలు ఏ మాత్రం వృథా పోలేదని చూపించాలని తాపత్రయపడేవాడిని.

ఇప్పుడు నా చరిత్ర ముగింపు దశకొచ్చింది. అన్నీ నా నుంచి దూరం కాబోతున్నాయి. నా ఆలోచనలన్నీ మా అమ్మను నిరాశపరచటం, ఇప్పటి వరకూ ఖర్చుపెట్టిన డబ్బంతా వృథా కావటం అన్న విషయం మీదనే సాగేవి. తరచూ ప్రతికూలమైన ఆలోచనలు నన్ను వెంటాడేవి.

ఆ పరిస్థితుల్లో నేను యూనివర్సిటీలో ఉండటం వల్ల ఎలాంటి ప్రయోజనం లేదనిపించింది. మా అమ్మకి అదే విషయం చెప్పేశాను. నేను ఎదుర్కొంటున్న పరిస్థితుల వల్ల ఏహ్యభావం మరింతగా పెరిగింది. ఆ సమయంలో నాకు వచ్చే కోపం నుంచి బయటపడటానికి ఓ వ్యక్తి అవసరమయ్యారు. మా అమ్మ అందుకు బలిపశువుగా మారింది. దీనికంతటికే తనే కారణమని నిందించాను. ఆమె ప్రేమగా నాకు నచ్చచెప్పే ప్రయత్నం చేసింది. అక్కడే ఉండి ఏదయితే మెరుగ్గా చేయగలనో అది చేయమని బతిమాలేది. ఆగ్రహంతో నేను చెలరేగిపోయేవాడిని. మరింతగా ఆమెను తిట్టిపోసేవాడిని.

ఒక ముగింపు అంటూ లేని అనేక సమస్యల్లో నేను చిక్కుకుపోయి, అన్నీ వదిలించుకోవాలనే నిర్ణయం తీసుకున్నాను. నా కంటూ ఓ ధ్యేయం, జీవించాలన్న ఆశ కూడా నశించాయి. అగ్నికి ఆజ్యం తోడయినట్టు నా హీనస్థితి గతంలో ఎదురైన చేదు అనుభవాలను మళ్ళీ మళ్ళీ గుర్తుచేసేది. నా జీవితం నిరర్థకమన్న భావనను కలిగించేది. నిజం చేసుకోగలిగిన పరిస్థితే లేనప్పుడు ఇక కలలు కనటం వల్ల ప్రయోజనం ఏముంది?

నేను పెద్ద పెద్దవి సాధించగలనని తమాషాగా అనుకుంటూ నన్ను నేను మోసపుచ్చుకుంటున్నాననిపించేది. గొప్ప విషయాలతో నాకు ఎలాంటి సంబంధం లేదన్న నిర్ధారణకొచ్చేశాను. నాకు తగినన్ని అర్హతలు లేవన్న విషయం తెలిసినా, రకరకాల వెబ్ సైట్లు పరిశీలిస్తూ మంచి వేతనం, ఆకర్షణీయమైన హోదా ఉన్న ఉద్యోగాలకు దరఖాస్తు చేసేవాడిని.ఏదో ఒక ఉద్యోగంలో కుదురుకుంటే, నెలనెలా వేతనం వస్తుంది. నా కుటుంబం నెలవారీ ఖర్చులు, బిల్లులు, అప్పులు తీర్చుకోవటంతోపాటు మా అక్కల పెళ్లిళ్లకు ఉపయోగపడుతుందని అమాయకంగా అనుకునేవాడిని. అంతకంటే మించి పూర్తిగా నేను వైఫల్యం చెందిన వ్యక్తి కాదు అన్న భావన కలుగుతుందని భావించేవాడిని. నేను దరఖాస్తులను జత చేసి పంపే ముందటి లేఖ (కవరింగ్ లెటర్)లో నేను స్పష్టంగా ఓ విషయం ప్రస్తావించేవాడిని. మీరు కోరిన అర్హతలు నాకు లేవన్న విషయం నాకు తెలుసు. కానీ మీ ఉద్యోగానికి తగిన వాడిని అని చెప్పేవాడిని. అయితే ఒక్కరూ నా లేఖలకు సానుకూలంగా స్పందించింది లేదు.

వీటన్నింటి కింద నేను యూనివర్సిటీని వదలలేనన్న వాస్తవాన్ని గ్రహించాను. అప్పటికే చాలా దూరం వచ్చేశాను. ఇందులో నుంచి బయట పడే మార్గాన్ని అన్వేషించేందుకు చాలా శక్తిని వెచ్చించాను. ఇక భవిష్యత్తు మెరుగవుతుందని నమ్ముతూ దానిని ఎదుర్కోవలసిన సమయం దగ్గర పడింది.

ముందు మా అక్క వివాహానికి హాజరుకావాలి. అలా చేయాలంటే మిగతా అందరి కంటే రెండు నెలల ముందు అస్సైన్ మెంట్లు పూర్తి చేసి యూనివర్సిటీ నుంచి కదలాలి. దీని వల్ల ఒత్తిడి మరింత పెరిగిపోయింది. ఆ పనిచేయటం వల్ల జీవితాంతం పశ్చాత్తాప పడవలసి వస్తుందని తెలిసినా నేను పెళ్లికి రానని ఇంట్లో వాళ్లకు చెప్పేశాను. చివరకు అనుకోకుండా ఆఖరి నిముషంలో అయిష్టంగానే పెళ్లికి హాజరయ్యాను.

నేను అక్కడకు చేరుకునేసరికి, ఊహించని పరిణామాలు చోటుచేసుకున్నాయి. నేను ప్రశాంతంగా, విశ్రాంతి భావనకు లోనయ్యాను. పెళ్లి జరిగింది భారతదేశంలోని గోవాలో. ఆ ప్రదేశం సుందరంగా ఉంది. అంతే కాదు. పెళ్లికొచ్చిన వ్యక్తులు సంతోషంతో నవ్వుతూ, తుళ్లుతూ ఉల్లాసంగా కనిపించారు. మా సోదరిని, ఆమె పెళ్లి చేసుకోబోయేవాడిని ఆదరంతో ప్రేమగా చూశారు. నిజాయితీగా ఆ నిముషంలో నేను సానుకూలదృక్పథంతో ఉండాలని ఎలాంటి ప్రయత్నం చేయలేదు. నా పరిస్థితికి నేనే జాలిపడతూ, మిగతావాళ్లంతా నా పైన సానుభూతితో ఉండాలని కోరుకుంటున్నాను. కానీ ఆ వాతావరణం నాలో అనూహ్యమైన ఆహ్వానించదగిన మంచి మార్పును తెచ్చింది. మొట్టమొదటిసారిగా నేను గొప్ప భావనలకు లోనయ్యాను.

నేను ఎప్పుడూ నా సోదరి వివాహాన్ని గుర్తు చేసుకుంటూ ఉంటాను. ఈ విశ్వం ఎలా పనిచేస్తుందన్న అవగాహన కలగటానికి ఆ సంఘటన ఎంతగానో దోహదం చేసింది.

ఆ సానుకూలభావనలను మోసుకుని ఇంటికి తిరిగివచ్చాను. నా బయట గందరగోళం చోటుచేసుకుంటున్నా నేను మంచిగా, ప్రశాంతంగా ఉండగలిగాను. నేను తిరిగి సొంతం చేసుకున్న స్థిరత్వం నేను చేయవలసిన పనులు పూర్తిచేయటానికి అవసరమైన ప్రేరణను ఇచ్చింది.

నా పేరుతో ఒక నామమాత్రమైన (డమ్మీ) మార్కుల జాబితాను రూపొందించుకుని ఒక డిగ్రీ సర్టిఫికెట్ తయారు చేసుకున్నాను. అందులో నాకు తోచిన మార్కులు వేసుకున్నాను. దానిని గదిలో నా కంటికి ఎదురుగా కనిపించేలా అతికించుకుని, ప్రతి రోజూ కొద్ది క్షణాల పాటు దాని వంకే చూస్తూ గడిపేవాడిని. అది నిజమైన మార్కుల జాబితా అన్న భావనతో చూసేవాడిని. ఖచ్చితంగా అంతే వస్తాయని నేను నిశ్చయంగా అనుకునేవాడిని కాదు గానీ, మంచి ఫలితాలు సాధించగలనని బలంగా నమ్మేవాడిని.

అలాగే కొన్ని రోజుల పాటు ప్రతి రోజూ తప్పనిసరిగా గ్రంథాలయానికి వెళ్లి తీరాలని మనసులో గట్టిగా నిర్ణయించుకున్నాను. నా గ్రూపు ఎస్సైన్ మెంటు పూర్తిచేయటానికి గంటల కొద్దీ అదనపు సమయం వెచ్చించాను. నేను నా గురించి మంచి భావనకు లోనుకావటానికి, సానుకూల వ్యక్తులతో అప్పుడప్పుడు సంభాషించేవాడిని. అందులో ఒక మహిళతో జీవితకాలం ప్రేమలో పడిపోయాను.

పరీక్షల సమయం వచ్చేసరికి, ఎస్సైన్ మెంట్లు, చివరి సంవత్సరం ఇతర ప్రదర్శనలను తేలిగ్గా ఎదుర్కోగలనన్న ధైర్యం వచ్చేసింది. నేను తగినంత సన్నద్ధతలో ఉన్నానన్న విశ్వాసం కలిగింది. దానివల్ల నేను అంతకు ముందు నామమాత్ర మార్కుల జాబితాలో పేర్కొన్న అంకెలను సొంతం చేసుకోలేదు గానీ, సునాయాసంగా పరీక్షలను గట్టెక్కగలిగాను. అత్యంత కఠినమైన పాఠ్యాంశంలో కూడా ఎక్కువ మార్కులు తెచ్చుకోగలగటం నన్ను ఆశ్చర్యపరిచింది.

తర్వాత కాలంలో 'ఆకర్షణీయ సిద్ధాంతం' ఆధారంగా మరిన్ని విజయాలు సొంతం చేసుకున్నాను. ఫలితాలు మాత్రం కొన్ని సార్లు తగలటం, తప్పిపోవటం లాగా అటూఇటూ అవుతూండేవి. ఇందులో ఏదో చిన్న అంశం లోపిస్తోందని అనుకునేవాడిని. అదేమిటనేది గ్రహించిన తర్వాత ఇక స్థిరంగా విజయాలు అందుకోగలిగాను. నేను కనుక్కున్న అంశాలను ఫలితమిస్తాయా లేదా అని ఇతరుల మీద ప్రయోగించి చూశాను. అది పనిచేసింది. ఒకప్పుడు అసాధ్యంగా భావించిన అనేక అంశాలు విజయవంతం కావటం నిరూపితమైంది.

నేను కోరుకున్నవన్నీ దీని ద్వారా సాధించుకోవటం సాధ్యం కాలేదు. ముందు దురదృష్టంగా భావించిన అంశాలన్నీ చివరకు ఊహించని విధంగా మంచి ఫలితాలను ఇచ్చేవి. చాలా సార్లు అంతకంటే ఎక్కువ కావాలనే కోరుకునేవాడిని.. అవి నాకు తగనవని తెలిసినా. కొంత కాలం

అయ్యేసరికి దీనిపైన స్పష్టత వచ్చి ఊపిరిపీల్చుకున్నాను. నాకు దక్కనివి నిజానికి నాకు తగినవి, అవసరమైనవి కావని గుర్తించాను. తరచూ నేను అనుకున్నది అందకపోయినా, అంతకు మించి మరేదో వరంగా నాకు లభించేది.

కంపన సిద్ధాంతం (ది లా ఆఫ్ వైబ్రేషన్)

విశ్వం కంపనాల(వైబ్రేషన్)కు ప్రతిస్పందిస్తుంది.
నువ్వెంత శక్తినయితే వెచ్చిస్తావో దాన్ని అది తిరిగి నీకు
అందచేస్తుంది.

ఆకర్షణీయ సిద్ధాంతానికి ఆవల ఉండేదే కంపన సిద్ధాంతం. గొప్పజీవితం గడపటానికి అది మూలాధారం. ఒక్కసారి దాని గురించి అర్థం చేసుకుని అన్వయించుకోగలిగితే, అది మీ జీవితాన్ని సమూలంగా మార్చేస్తుంది. దీనర్థం మీరు సమస్యలన్నింటినీ అధిగమించగలుగుతారని ఎంత మాత్రం కాదు. కానీ, మీరు పరిస్థితులను మీ స్వాధీనంలోకి తెచ్చుకుని మంచి జీవితాన్ని సృష్టించుకోగలుగుతారు.

స్వీయపరివర్తన సాహిత్యాన్ని అందించే తొలి తరం రచయితల్లో ప్రసిద్ధుడయిన వారిలో ముఖ్యుడు నెపోలియన్ హిల్. 1937లో ఆయన వెలువరించిన 'థింక్ అండ్ గ్రో రిచ్'[2] పుస్తకం అన్ని కాలాల్లోనూ అద్భుతమైన ప్రాచుర్యాన్ని పొందింది. ప్రపంచంలో ఉన్నతస్థాయికి చేరిన వ్యాపారవేత్తలందరూ ఈ రచన అందించిన మార్గదర్శకత్వంతో రాణించామని చెప్పుకున్నారు. హిల్ తన పుస్తక రచనలో భాగంగా విజయవంతమైన 500 మంది స్త్రీ, పురుషులను ఇంటర్వ్యూ చేసి, వారి

---

[2] హిల్, ఎన్. థింక్ అండ్ గ్రో రిచ్, అన్ ఎడిటెడ్ ఎడిషన్ (నెపోలియన్ హిల్ ఫౌండేషన్, 2012)

గెలుపునకు దోహదం చేసిన అంశాలేమిటో తెలుసుకున్నారు. వాటన్నింటిని ఒక చోట పొందుపరిచారు.

ఇవన్నీ పరిశీలించిన తర్వాత, అతను తేల్చిచెప్పిన విషయం ఏమిటంటే, "చుట్టూ ఉన్న వాతావరణంలో ఉద్దీపనల ద్వారా మనం ఎంపిక చేసుకుని స్వీకరించే ఆలోచనల కంపనల వల్లనే మనం మనలాగా ఉండగలుగుతున్నాం. హిల్ పుస్తకంలో కంపనంపైన చాలా సూచనలు కనిపిస్తాయి. ఈ పుస్తకంలోనూ కంపనం (వైబ్రేషన్- దీన్ని సాధారణ పరిభాషలో వైబ్ గా వ్యవహరిస్తారు) అన్న పదం చాలా వరకూ మీకు కనిపిస్తుంది.

హిల్ పుస్తకం తర్వాత ముద్రణల్లో ప్రచురణకర్తలు దీన్ని పరిహరించారు. హిల్ ప్రతిపాదించిన సూత్రాలకు అది వర్తించదని వారు భావించటమే దీనికి కారణంగా చెప్పుకోవాలి. కంపనం గురించి వివరించే సూత్రాల (మెటాఫిజికల్ లాస్)కు ఏ మాత్రం శాస్త్రీయ ఆధారాలు లేవని కొట్టిపారేశారు. అయితే ప్రముఖ శాస్త్రవేత్త డాక్టర్ బ్రూస్ లిప్టన్, రచయిత గ్రెగ్ బ్రాడెన్ లు, సైన్సుకు, ఆధ్యాత్మికతకు మధ్య వంతెనలా నిలబడ్డారు.[3] కంపన సిద్ధాంతాన్ని కొందరు బూటకం (సూడో సైన్స్)గా తోలగించాలి అభివర్ణించినా, అది ప్రధానంగా మన ఆలోచనలు మన జీవితాలను ఎలా ప్రభావితం చేస్తున్నాయో విశదీకరిస్తుంది. వీటితో వేటితో సంబంధం లేకుండా 'కంపన సిద్ధాంతం' నా మనసు అంతరాంతరాల్లో ప్రతిధ్వనించేది. నా జీవితానికి అర్థాన్ని కల్పించింది. దీనివల్ల ప్రయోజనం పొందిన మరికొంత మంది కూడా నాకు తెలుసు.

---

[3] లిప్టన్ బి.హెచ్., 'ది బయాలజీ ఆఫ్ బిలీఫ్, అన్ లీషింగ్ ది పవర్ ఆఫ్ కాన్సస్ నెస్, మేటర్ అండ్ మిరకిల్స్ (హే హౌస్, 2015), బ్రూస్ లిప్టన్.కామ్, గ్రెగ్ బ్రాడెన్. కామ్ 'శాక్రుడ్ నాలెడ్జి ఆఫ్ వైబ్రేషన్ అండ్ వాటర్ (గ్రెగ్ బ్రాడెన్ ఆన్ పెరియడ్ విడ్ వర్స్, యూ ట్యూబ్, ఆగస్టు 2012)

మీరు విశ్వసించినా, విశ్వసించకపోయినా, కంపన సిద్ధాంతాన్ని అన్వయించుకోవటం వల్ల జీవితంలో అద్భుతాలు చోటుచేసుకుని తీరతాయి. దీని వల్ల ఎలాంటి విపరిణామాలు చోటుచేసుకోవన్న సంగతి ఈ పుస్తకం చివరి వరకూ చదివితే మీకు అర్థం అవుతుంది. ఒక్కోసారి గణాంకాలు, ఇతర ఆధారాల కంటే మన స్వీయ అనుభవమే ఎక్కువ నమ్మకాన్ని పెంచుతుంది.

ఇంతకీ, కంపన సిద్ధాంతం అంటే ఏమిటి?

మీకు తెలుసు కదా? అణువుల సముదాయం వల్ల పదార్థం ఏర్పడుతుంది. ప్రతి అణువుకు కంపనాలు ఉంటాయి. దీనివల్ల పదార్థం, శక్తి కూడా ప్రకృతిపరంగా కంపించేవే.

స్కూలులో చదువుకునే రోజుల్లో ఉపాధ్యాయులు మీకు చెప్పిన విషయాలు గుర్తున్నాయా? ఘన పదార్థం, ద్రవ పదార్థం, వాయుపదార్థం... ఇవన్నీ పదార్థాల వేర్వేరు రూపాలని వారు చెప్పలేదూ? అణువుల స్థాయిలో వాటి కంపనాల పౌనపున్యత అవే ఏ స్థాయిలో ఉండేలా నిర్దేశించటమే కాదు. అలాగే మనకు కనపడేలా చేస్తాయి.

ఆ కంపనాలను అందుకోగలిగిన స్థాయి మనకు ఉన్నప్పుడు, దానికి సరితూగగలిగినప్పుడు వాస్తవాన్ని గ్రహించగలుగుతాం. ఉదాహరణకు, ధ్వనితరంగాల్లో మానవ చెవి సెకనుకు 20 నుంచి 20 వేల కంపనాలను మాత్రం వినగలుగుతుంది. దీనర్థం అంతకు మించిన కంపనాలు ఉనికిలో ఉండవనేది ఎంత మాత్రం కాదు. కుక్కలకు శిక్షణ ఇచ్చే ఈలను ఉపయోగించినప్పుడు, దాని పౌనపున్యం మానవ చెవి వినగలిగేతంత కంటే ఎక్కువ ఉంటుంది. దాన్ని చెవి గ్రహించలేదు.

మన ఇంద్రియాలు, మన ఆలోచనలు, పదార్థం, శక్తి అన్నీ కూడా కంపనాలేనని 'వైబ్రేషనల్ యూనివర్స్'[4] అన్న తన పుస్తకంలో ఆధ్యాత్మిక రచయిత కెనెత్ జేమ్స్ మైకల్ మెక్ లియాన్ వివరించారు. కంపనాలను గురించి అవగాహన కలిగించుకోవటమే వాస్తవికత అన్న విషయాన్ని గట్టిగా చెప్పారు. కంపనాల్లో ఉండే మార్పుల ప్రతిస్పందన (వైబ్రేషన్ ఈథర్) అన్నింటికి కారణమని చెప్పారు.

విశ్వం మన ఆలోచనలు, మాటలు, భావనలు, చర్యలకు ప్రతిస్పందిస్తుంది అంటే, అదంతా కంపనాల వల్లనే అనేది మెక్ లీన్ అభిప్రాయం. కంపన సిద్ధాంతం ప్రకారం వాస్తవంలో మనం వాటిని నియంత్రించవచ్చు

ఒక సారి మీరు ఆలోచించే, అనుభూతి చెందే, మాట్లాడే, పనిచేసే తీరుల్లో మార్పు చేసుకుని చూడండి. మీ ప్రపంచం ఎంత విభిన్నంగా మారిపోతుందో మీకు అర్థమవుతుంది.

ఈ భావనలు, లేదా ఆలోచనలను ఉనికిలోకి తేవాలంటే, వాటి కంపన పౌన పుణ్యత (వైబ్రేషనల్ ఫ్రీక్వెన్సీ)కి దగ్గరగా వెళ్ళాలి. మీరెంత 'వాస్తవం'గా, దృఢంగా ప్రయత్నిస్తారో, కంపనాల పరంగా అంత దగ్గరకు వెళ్ళగలుగుతారు. అందుకే మీరు నిజంగా కొన్ని విషయాలు నమ్మి, అది నిజమన్న పూర్తి విశ్వాసంతో పనిచేయటం మొదలుపెడితే, భౌతిక వాస్తవంలో మీరు దాన్ని అందుకునే అవకాశాలు ఎక్కువగా ఉంటాయి.

మీరు కోరుకున్నది అందుకోవాలన్నా, లేదా దానిపైన అవగాహన చేసుకోవాలన్నా మీరు పూర్తిగా ఆ అంశంతో శక్తివంతంగా అనుసంధానమై (ఎనర్జిటిక్ హార్మొనీ) ఉండాలి. మన ఆలోచనలు, ఉద్వేగాలు, మాటలు, చర్యలు అన్నీ మీ కోరికను నిలబెట్టేవిగా ఉండాలి.

---

[4] మెక్ లియన్,కె.జె.ఎం. ది వైబ్రేషనల్ యూనివర్స్ (ది బిగ్ పిక్చర్, 2005)

ఉదాహరణకు సంగీతకారులు ఉపయోగించే ఒకే పౌనపున్యత ఉన్న రెండు టర్నింగ్ ఫోర్కులను తీసుకోండి. మీరు ఒక దాని మీద దెబ్బకొడితే అది కంపించటం మొదలుపెడుతుంది. ముట్టుకోకుండా రెండోది కూడా కంపిస్తుంది. రెండూ ఒకే ఫ్రీక్వెన్సీతో పనిచేసేవే గనక, మొదట టర్నింగ్ ఫోర్కు, కంపనాన్ని రెండో దానికి బదిలీ చేస్తుంది. అవి రెండూ కంపన సామరస్యం (వైబ్రేషనల్ హార్మొనీ)తో ఉంటాయి. అలా అవి సామరస్యంతో లేనప్పుడు కంపనం రెండో ఫోర్కుకు బదిలీ కావటం అనేది ఉండదు.

ఉదాహరణకు, రేడియోలో మీరు కోరుకున్న స్టేషను రావాలంటే, దాని ఫ్రీక్వెన్సీ మేరకు మీరు ట్యూన్ చేయగలగాలి. అలా చేసినప్పుడు మాత్రమే మీరు ఆ స్టేషను నుంచి కార్యక్రమాలు వినటం సాధ్యమవుతుంది. మరో వేరే ఫ్రీక్వెన్సీది ట్యూన్ చేసినప్పుడు మరో స్టేషను తగులుతుంది తప్ప మీరు కోరుకున్నది ఎంత మాత్రం కాదు.

మీరుగనక ఏదైనా వస్తువుతో కంపన అనునాదం (ఫ్రీక్వెన్సీ రిజొనెన్స్) కలిగి ఉన్నప్పుడు వాస్తవంలోనూ దానిని ఆకర్షించగలుగుతారు. భావోద్వేగాలపరంగా మీరెంతపౌనపున్యతతో వ్యవహరించగలుగుతున్నారు అనే విషయం మీ శక్తి సామర్థ్యాలను ప్రతిబింబిస్తుంది. కొన్ని సార్లు మనం సానుకూల దృక్పథంతో ఉన్నాం, మంచి చర్యలు తీసుకుంటున్నాం అనుకుంటాంగానీ, లోతుగా చూస్తే మనం నటిస్తుంటాం తప్ప అందులో చిత్తశుద్ధి కనిపించదు. మన భావోద్వేగాలపైన దృష్టిపెడితే, కంపనాల వాస్తవిక స్వభావాన్ని అర్థం చేసుకోగలుగుతాం. జీవితంలో మనం వేటిని ఆకర్షించాలో తెలుసుకోగలుగుతాం. మనం మంచిగా అనుభూతి చెందితే, మంచి ఆలోచనలు వస్తాయి. దాని ఫలితంగా మనం మంచి కార్యాచరణకు దిగగలుగుతాం.

మంచి కంపనాలు మాత్రమే

మిమ్మల్ని ఉచ్చస్థితికి చేర్చేవి మంచి కంపనాలు

మనం ఆశించే కొన్ని విషయాల గురించి వివరించటానికి మంచి, సానుకూల అన్న రెండు మాటలను మార్చి మార్చి వాడతాం. ఉదాహరణకు, గతంలో తలెత్తిన కొన్ని సంఘటనలను మంచి, సానుకూల అనుభవాలుగా మనం పేర్కొంటున్నాం అంటే, అవి మనం కోరుకున్న విధంగా సాగటం లేదా అవి చెడ్డగా మిగలకపోవటం వంటివి కారణంగా చెప్పాలి.

మీరు మంచిగా అనుభూతి చెందుతారు కాబట్టే, వాటిని సొంతం చేసుకోవాలని మీరు ఆశిస్తారు. జీవితంలో కోరికలనేవి సంతోషకరమైన మానసికస్థాయిని అందిస్తాయి. విచారం, కోపం లేదా అసంతృప్తి వంటి వాటి నుంచి దూరంగా ఉంచుతాయి. కోరికలు తీరితే సంతోషం మనకు దక్కి తీరుతుందని మనలో చాలా మందిమి అనుకుంటాం.

భావోద్వేగాలనేవి శక్తివంతమైన కంపనలు అన్న విషయం మనకు తెలుసు కాబట్టి, సానుకూలమైన భావోద్వేగాల కోసం మనం అన్వేషిస్తాం. ఈ మంచి భావోద్వేగాల కోసం జీవిత పర్యంతం వెతుకులాడుతూనే ఉంటాం. మనం మంచిగా అనుభూతి చెందితే, మన జీవితం కూడా మంచిగా ఉంటుంది. మనం నిరంతరం సానుకూల కంపనాలను అనుభవించగలిగితే, మన జీవితం కూడా సానుకూల వెలుగులను ప్రసరింపచేస్తుంది.

డాక్టర్ హేన్సు జెన్నీ అనే వైద్యుడు 'సైమాటిక్సు' అనే పదాన్ని సృష్టించారు. అది కంటికి కనిపించే ధ్వని, కంపనాల అధ్యయనం గురించి చెబుతుంది. బల్లబరుపుగా ఉన్న పళ్లెం పైన ఇసుకను వెదచల్లి దాని కొసకు వయొలిన్ ను విల్లుగా ఉంచి ధ్వని ప్రభావాన్ని గుర్తించటం అనేది జెన్నీ ప్రయోగాల్లో అత్యంత విశిష్టమైంది. అది ఒక్కొక్క ఫ్రీక్వెన్సీలో ఒక్కో రకమైన నమూనాను ఏర్పరస్తుంది. కంపనం ఎక్కువగా ఉన్నప్పుడు అందమైన నమూనాలుంటే, తక్కువ కంపనం ఉన్నప్పుడు అంత ప్రభావవంతం కాని నమూనా ఏర్పడుతుంది. అత్యధికమైన కంపనంలో ఆనందకరమైన ప్రభావం కనిపిస్తుంది.

జీవితంలో మనం సాధ్యమైనంత వరకూ సంతోషకరంగా, ఆనందకరంగా ఉండాలని కోరుకుంటాం. అవి అత్యధికమైన కంపన భావనలు, అవి మనం కోరుకున్నవాటిని సిద్ధింపచేస్తాయి. వాటిని కొనసాగిస్తే మరిన్ని మంచి కంపనలవుతాయి. దీనికి భిన్నంగా కోపం, ద్వేషం, నైరాశ్యం అనే అనుభూతులు చెడ్డవి, తక్కువ కంపనస్థాయి కలిగిఉండేవి. మనం కోరుకోనివాటిని అవి ఆకర్షిస్తాయి.

కంపన సిద్ధాంతం ఆధారంగా చేసుకుని, మంచి కంపనాలు పొందాలంటే మనం మంచి కంపనాలను ప్రదర్శించగలగాలి. లేదా సంకల్పించాలి. ఇక్కడ పంపించేవాడు (ట్రాన్సుమిటర్), స్వీకరించేవాడు (రిసీవర్) పాత్రలను మనమే పోషిస్తుండటం వల్ల, మనం బయట పెట్టే కంపనాలు అదే పౌనఃపున్యతతో తిరిగి మనకు చేరతాయి. దీనర్థం అంటే మనం విశ్వంలోకి వెదచల్లే భావోద్వేగాలు దానిని సరిపోలే తరచుదనంతో తిరిగి మీకు వచ్చి చేరతాయి. మీరు గనక ఆనందం అన్న భావనలు పంపితే, మీరు సంతోషంగా ఉండగల వస్తువులు మీ దరిచేరతాయి.

మనం ప్రదర్శించే భావాలు అచ్చుగుద్దినట్టుగా
అలాగే మన అనుభవంలోకి తిరిగి ప్రవేశిస్తాయి.

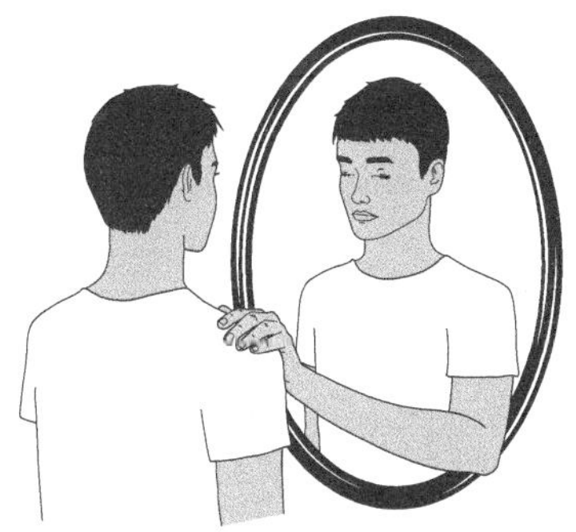

మనం కోరుకున్నది దొరికినప్పుడు మాత్రమే మనం సంతోషంగా ఉండగలుగుతామనే తప్పుడు అభిప్రాయంలో ఉంటాం. వాస్తవం ఏమిటంటే, మనం ఇప్పటికిప్పుడు కూడా సంతోషంగా ఉండగలం.

చివరకు చెప్పొచ్చేదేమిటంటే, స్వీయప్రేమ, కంపనల స్థాయి పెంచుకోవటం అనేవి ఒకదానికొకటి పెనవేసుకుని ఉంటాయి. మీ కంపనస్థాయిని పెంచుకోవాలని ఎప్పుడయితే ప్రయత్నించారో, మీరు ఆశించే ప్రేమ, సంరక్షణను పొందగలుగుతారు. మీరు మంచిగా అనుభూతి చెందుతారు. మంచిని ఆకర్షించగలుగుతారు. సానుకూలమైన కార్యాచరణ, మానసికస్థితిని మార్చుకోవటం ద్వారా ఉన్నతమైన అంశాలను మీరు సిద్ధింపచేసుకోగలుగుతారు. మిమ్మల్ని మీరు ప్రేమించుకోవటం ద్వారా, మీరు ప్రేమించే జీవితాన్ని మీరు సొంతం చేసుకోగలుగుతారు.

రెండో అధ్యాయం

సానుకూల జీవనశైలి అలవాట్లు

పరిచయం

ఉన్నతస్థాయి కంపనాలు మీరు మంచిగా
ఉండేందుకు దోహదం చేస్తాయి.
దీనర్థం మీరు జీవితంలో మరిన్ని మంచి
అంశాలను రూపకల్పన చేసుకోగలరు.

మరింత ఉన్నతంగా కంపించి మంచిగా ఉండాలనేది మీ లక్ష్యం. ఇందుకు ఉపకరించి మిమ్మల్ని ఆనందకరమైన, ప్రేమాస్పదమైన స్థాయికి చేర్చగల జీవనశైలి అలవాట్లు చాలానే ఉన్నాయి.

వివిధ చర్యల ద్వారా మీ భావోద్వేగాల స్థాయిని ఎప్పటికప్పుడు మార్చుకుని కంపనాలను ఉన్నతంగా మలుచుకోవచ్చు. ఇందులో కొన్ని దీర్ఘకాల ప్రభావాన్ని చూపితే, మరికొన్ని తాత్కాలికమైన ప్రభావాన్ని చూపుతాయి.

ఉదాహరణకు, ఒక స్నేహితుడి కారణంగా మీరు కలత చెందారనుకోండి. మీ భావోద్వేగస్థితిని మార్చుకోటానికి ఇతర స్నేహితులతో ఆడుతూపాడుతూ హుషారుగా గడపొచ్చు. అలాగే భావోద్వేగాలను మార్చుకోటానికి మరో మార్గం మనం ప్రేమించే వ్యక్తిని ఆత్మీయంగా దగ్గరకు తీసుకోవటం, వారితో నవ్వుతూ, తుళ్లుతూ గడపటం. అలాగే ఇష్టమైన సంగీతం వింటూ సమయం గడపటం, గాఢంగా నిద్రపోవటం, ఇతరులపైన కరుణ చూపటం, ఆనందించే వ్యాపకంలో నిమగ్నం కావటం వంటివి ఏదయినా చేయవచ్చు. ఆ తర్వాత విచారాన్ని ఎదుర్కోటానికి

సిద్ధపడొచ్చు. మీ మనసులో ఏదీ మారలేదు గానీ తాత్కాలికంగా దాని ప్రభావం నుంచి మీరు బయటపడగలిగారు.

ఇందుకు ప్రత్యామ్నాయంగా ధ్యానాన్ని అభ్యాసం చేయవచ్చు. ధ్యానం అలవాటయితే మీ మెదడు పనితీరు పూర్తిగా మారిపోతుంది. ధ్యానం, తక్కువ స్థాయి కంపనాలున్న భావోద్వేగాలను ఆత్మపరిశీలన చేసుకోవటం ద్వారా వీటిని ఉన్నత స్థాయి కంపనాలున్న ఉద్వేగాలుగా మలుచుకోవచ్చు. మీ స్నేహితునితో దెబ్బతిన్న సంబంధాన్ని సానుకూలంగా చూడటానికి ధ్యానం దోహదపడుతుంది. (రాబోయే అధ్యాయాల్లో ధ్యానం గురించి మరింత లోతుగా చర్చించుకుందాం).

అన్నీ శక్తి (ఎనర్జీ)తో ముడిపడి ఉన్నవే గనక, మీరు చేసే ప్రతి చర్య మీ కంపనాలను ఏదో ఒక రకంగా ప్రభావితం చేస్తూనే ఉంటుంది. ఇప్పుడు కొత్తగా మీరు చేపట్టిన పనులు, సానుకూలంగా మార్చుకున్న మీ మానసిక పరిస్థితి స్వీయప్రేమలో భాగంగా మిమ్మల్ని వీలయినంత అత్యుత్తమంగా, సంతోషంగా ఉంచగలుగుతాయి.

మనం మంచి భావనలకు లోనుకావటానికి కొత్తగా చేపట్టే ఈ చర్యలు మొదట్లో కొద్ది సమయమే ప్రభావాన్నే చూపొచ్చు. కానీ వాటిని స్థిరంగా దీర్ఘకాలం పాటు కొనసాగిస్తూ పోతే, అవి శాశ్వత ఫలితాలను అందిస్తాయి.

సానుకూలత గల వ్యక్తుల మధ్యన గడపండి

మీ కంటే అత్యధిక కంపనం ఉండే వ్యక్తులను మీ చుట్టూ ఉంచుకోండి. మీ కంటే బాగా ఉన్నామని అనుకునే వ్యక్తులతో మసలండి. శక్తి అంటువ్యాధి లాంటిది.

మీకు అంతగా మంచిగా అనిపించకపోతే, మంచిగా ఉన్న వాళ్ల పక్కన ఉండటానికి ప్రయత్నించండి. వాళ్లు మీ కంటే ఎక్కువ చైతన్యంతో అధిక కంపనాలు కలిగి ఉంటారు. వాళ్ల నుంచి కొంత శక్తిని మీరు గ్రహించటానికి వీలవుతుంది. ఎలాగయితే గ్రీన్ ఆల్గ్ క్లమీడెమొనాస్ మొక్కలు,[5] ఇతర మొక్కల నుంచి శక్తిని గ్రహిస్తాయని పరిశోధకులు చెప్పారో, మనుషులకు కూడా ఆ తరహ సామర్థ్యం ఉంటుందన్న విషయాన్ని నా అనుభవంలో తెలుసుకోగలిగాను.

కొందరు వ్యక్తులను మొదటిసారి చూడగానే వారు సరైన వారు కాదనే అభిప్రాయం మీకు ఎప్పుడయినా కలిగిందా? అది ఎందుకు అనేది మీకు వెంటనే అర్థం కాదు, దానికి కారణాలు తెలియవు, కాని మీకు వారిని చూసినప్పుడు చెడ్డ కంపనం కలుగుతుంది. తర్వాత కాలంలో మీకు ఆ అభిప్రాయం కలగటానికి కారణం ఏమిటో

---

5 బ్లిఫినెజ్ – క్లాజెన్, ఒ. డొబ్బె, ఎ.గ్రిమ్, పి.కెరిస్టింగ్, కె. క్లాజెన్, వి.క్రూస్, ఒ. ఒబ్బె, ఎల్., 'సెల్యులోజ్ డిగ్రెడేషన్ అండ్ ఎసిమిలేషన్ బై ది యూనిసెల్యులర్ ఫొటాట్రోపిక్ యుకరైట్ క్లమీ డొమొనాస్ రీఇన్ హర్తీ (నేచర్ కమ్యూనికేషన్స్, నవంబరు 2012)

తెలియటమే కాదు, మీరు తీసుకున్న నిర్ణయం సరైనదే అన్న విషయం అర్థమవుతుంది.

దీనికి భిన్నమైన అనుభవాలూ మీకు ఎదురువుతాయి. కొందరు వ్యక్తులు సానుకూల శక్తి (పాజిటివ్ ఎనర్జీ) కలిగి ఉన్నారన్న విషయం వారిని చూడగానే తెలుస్తుంది. వారు తమ పక్కన ఉండే వ్యక్తులకు కూడా ఈ సానుకూలతను పంచుతారు. ఉల్లాసంగా ఉండే వ్యక్తుల మధ్య సంచరిస్తూ చాలా సార్లు నేను నా మానసిక శక్తిని మార్చుకోగలిగాను.

సానుకూలత ఉన్న వ్యక్తులు మనకు ఎదురయ్యే సమస్యలను సాధికారతతో పరిష్కరించుకోటానికి అవసరమైన దృక్పథాన్ని అందిస్తారు. వారికి ఉండే సకారాత్మక వైఖరితో మనం ఎలాంటి ఇబ్బందులను ఎదుర్కొంటున్నామనేది ఆశావహదృక్పథంతో చూడగలుగుతారు. అందులో ఉండే సానుకూల అంశాలను మనకు తెలియచెప్పి మన దృష్టిని మారుస్తారు. మనం కంపనాలను ఉన్నతీకరించుకోటానికి సహకరిస్తారు.

అందువల్ల మంచి వ్యక్తులు, సానుకూలత గల వారితో అర్థవంతమైన, చిరకాల స్నేహాన్ని కొనసాగించాలన్న నిబద్ధతతో మెలగండి. మీ జీవితానికి విలువను పెంచగలిగి, మీ మానసిక స్థితిని మెరుగుపరిచే వ్యక్తులతో మీరు ఎక్కువ సమయాన్ని గడిపినప్పుడు, వారి ప్రోత్సాహపూరితమైన ఆలోచనా విధానాన్ని మీరు అలవరుచుకోగలుగుతారు, వారి కంపనలు కూడా మీపైన ప్రతిఫలిస్తాయి.

కంపన సిద్ధాంతం ఏం చెబుతుందంటే, మనం మనలాగా అదే ఫ్రీక్వెన్సీతో కంపించే వ్యక్తులకు ఆకర్షితులవుతాం. క్రమం తప్పకుండా ఇతరుల మూలంగా మనలో సానుకూల కంపనలు పొందటాన్ని అలవరుచుకుంటే మన జీవితంలో ఎక్కువ మందిని ఆకర్షించగలుగుతాం, ఫలితంగా మన చుట్టూ ఉన్న వాతావరణాన్ని సానుకూల కంపనలతో బలోపేతం చేయగలుగుతాం.

మీ శరీర భాష మార్చండి

ఏదీ అనుకూలంగా లేనప్పుడు ముఖం మీద నవ్వు పులుముకోవటం అనేది అంత సులభంగా సాధ్యమయ్యే పనికాదు. కానీ సైమన్ స్కానల్, డేవిడ్ లైర్డ్ అనే వాళ్ళు 2003లో చేపట్టిన అధ్యయనంలో, బలవంతంగా తెచ్చిపెట్టుకున్న నవ్వు (కృత్రిమ నవ్వు) ద్వారా మెదడును మాయచేయవచ్చని, దాని ద్వారా మంచి అనుభూతినివ్వగల హార్మోన్లు, ఎండార్ఫిన్లు విడుదలవుతాయని స్పష్టం చేశారు.[6]

ముందు ఇది చూడటానికి అసంబద్ధంగా కనిపించవచ్చు. ఏ కారణం లేకుండా నవ్వటం కూడా వింతగా అనిపిస్తుంది. అందుకే నవ్వటానికి ఓ కారణం వెతుక్కోండి. బలవంతంగానైనా నవ్వి, మీరు ఇతరులను సంతోషపరచవచ్చు. అందుకు ప్రతిస్పందనగా వారూ మిమ్మల్ని చూసి నవ్వుతారు. అప్పుడు మీకు నవ్వటానికి సహేతుకమైన కారణం కనిపిస్తుంది.

నిజానికి మన పూర్తి శరీరం, శరీరశాస్త్రం మొత్తం మన ఆలోచనలను, అనుభూతులను ప్రభావితం చేస్తాయి. బాహ్యమైన వాటి స్థితిగతులను మార్చటం ద్వారా అంతరంగ స్థితిని కూడా మార్చుకోవచ్చు.

---

[6]లైర్డ్ డి., స్కానల్ ఎస్., కీప్ స్మైలింగ్ – ఎండ్యూరింగ్ ఎఫెక్ట్స్ ఆఫ్ ఫేసియల్ ఎక్స్‌ప్రెషన్స్ అండ్ పోశ్చర్స్ ఆన్ ఎమొషనల్ ఎక్స్‌పీరియన్స్ అండ్ మెమురీ (క్లార్క్ యూనివర్సిటీ, మసాచుసెట్లు, 2003)

ఆశ్చర్యం కలిగించే విషయం ఏమిటంటే, మనం ఇతరులకు పంపే సమాచారంలో మాట్లాడే పని లేకుండా శరీరక కదలికలతో చెప్పేదే అధికం. ముఖంలో భావాలను ప్రకటించటం, చేతులు తిప్పుతూ సంకేతాలు ఇవ్వటం వంటివి ఇందులో చోటుచేసుకుంటాయి. మాట్లాడేటప్పుడు కూడా ఇష్టమొచ్చినట్టు కాకుండా ఆలోచనలను, భావోద్వేగాలను నియంత్రించుకుంటూంటాం. ఈ కారణంగా మనం శరీరభాష ద్వారా వ్యక్తం చేసే అభిప్రాయాలపైన జాగ్రత్తలు తీసుకోవాలి.

ఎవరైనా నైరాశ్యంలో కూరుకుపోయినప్పుడు ఎలా ఉంటారో చూపమని మిమ్మల్నికోరితే, మీరు దిగులుగా తలవంచుకుని, చూడటానికి దీనంగా కనిపిస్తారు. కోపంగా ఉన్నప్పుడు ఎలా ఉంటారని అడిగితే సులువుగా ఆ విషయాన్నీ అభినయించి చూపించేయగలరు.

ఇప్పుడు జీవితంలో సంతోషంగా, మంచి అనుభూతికి లోనవుతున్నవారి గురించి ఆలోచించండి. వారి ముఖకవళికలు ఏ విధంగా ఉంటాయి? వారెలా నిలబడతారు? వారు కదలికల్లో ఏమైనా ప్రత్యేకత చూపుతారా? చేతులు ఎలా కదుపుతారు? ఏమైనా సంకేతాలు ఇస్తారా? వారి కంఠధ్వని ఎలా ఉంటుంది? ఎంత వేగంగా లేదా ఎంత నెమ్మదిగా వారు మాట్లాడతారు? వంటివి గుర్తు చేసుకోండి.

మంచి అనుభూతులున్న వ్యక్తుల మాదిరిగా మీరు
ప్రవర్తించినప్పుడు, మీ మానసికస్థాయి కూడా మారుతుంది.
మీలో కంపనాలు అధికమవుతాయి.

కంపనాలను పెంచటానికిది చాలా అనారోగ్యకరమైన విధానమని మీకు అనిపించవచ్చు. ఇక్కడ ఆలోచన ఏమిటంటే, "దాన్ని సాధించే వరకూ

మోసపుచ్చు" అనే విజయవంతమైన సూత్రం అమలు చేయమని చెప్పటమే. మహ్మద్ ఆలీ ప్రసిద్ధమైన సూక్తిని ఉదాహరణగా చెప్పుకుందాం.

"గొప్ప ఛాంపియన్ కావాలంటే, మీరు అత్యుత్తమ వ్యక్తి అని ముందు మిమ్మల్ని మీరు నమ్మాలి. అలా కానప్పుడు, లేనిది ఉన్నట్టుగా మీరు నటించాలి" అని ఆయన చెప్పేవారు. సోనీ లిస్టన్ తో ఆలీ తలపడిన పోటీని తీసుకుందాం. లిస్టన్ తో పోలిస్తే మహ్మద్ ఆలీ సామాన్యుడు. గెలవటానికి అంతగా అవకాశం లేనివాడు. కానీ అభిమానుల కేరింతల మధ్య ఆలీ అతన్ని చీల్చి చెండాడినట్టు భావించుకునేవాడు. అసలు పోటీలో చివరకు అదే జరిగింది కూడా.

శరీర భాష ఇతరులు మనల్ని చూడటానికే కాదు, మనల్ని మనం చూసుకోవటానికి కూడా ఎంత వరకూ కారణమవుతుందనే అంశంపై పరిశోధనలు చేసి అమీ కుడ్డీ అనే సామాజిక శాస్త్రవేత్త ప్రసిద్ధి పొందారు. ఆమె తన అధ్యయనంలో రోజుకు రెండు నిముషాల పాటు మూడు రకాల భంగిమలను ప్రదర్శించటం ద్వారా ఆత్మవిశ్వాసాన్ని పెంచగల టెస్టిస్టిరోన్ హార్మోనును 20 శాతం పెంచుకోవచ్చని, అదే విధంగా ఒత్తిడికి కారణమయ్యే కార్టిసాల్ అనే హార్మోనును 25 శాతం తగ్గించుకోవచ్చని ప్రతిపాదించారు.[7] ఆమె వాటికి 'పవర్ పొజెస్' అని పేరుపెట్టారు. ఇవి చాలా సులువయినవి, వేగంగా నేర్చుకోగల శక్తివంతమైన సాధనాలు అని నివేదికలో ఆమె స్పష్టం చేశారు.

కొంత మంది తమకు తాము ప్రత్యేకమైన సామర్థ్యాలు, శక్తులున్నాయని వాటి ద్వారా ఇతరులను సులువుగా ఆకర్షించగలమని, ఇవి తమ గురించి మంచి అనుభూతులిస్తాయని భావిస్తుంటారు.

---

[7] కార్నీ డి., కుడ్డీ,ఎ., యాప్. 'పవర్ పొజింగ్: బ్రీఫ్ నాన్ వెర్బల్ డిస్ప్లేస్ ఎఫెక్టు న్యూరో ఎండోక్రిన్ లెవెల్స్ అండ్ రిస్క్ టోలరెన్స్' (సైకలాజికల్ సైన్స్, 2010)

మీరు ఆత్మవిశ్వాసాన్ని పెంచుకోటానికి, మీరు ప్రవేశించే చోటులో మెరుగయిన అనుభూతికి లోనవటానికి, మీరు అందుకు అవసరమైన ప్రత్యేకమైన విధానాలు అనుసరిస్తే, అది ప్రయోజనాన్ని ఇవ్వగల కిటుకు అవుతుంది. కాల్పనికమైన ఈ ఆత్మవిశ్వాసం క్రమంగా నిజమైన ఆత్మవిశ్వాసంగా మారుతుంది. కంపనలకు సరితూగే విధంగా దాన్ని మలుచుకోగలిగినప్పుడు అది మరింత వాస్తవ రూపం ధరిస్తుంది.

మీకు విరామం అవసరం

విశ్రాంతికి సమయం కేటాయించటాన్ని ఎప్పుడూ తక్కువగా అంచనా వేసుకోకూడదు. చాలా సందర్భాల్లో మన జీవితంలో అనేక సమస్యల్లో చిక్కుకుపోయి ఒత్తిడికి, తీవ్రమైన భావోద్వేగాలకు లోనవుతుంటాం.

అలా ఆందోళనకు గురి చేస్తున్న అంశాల నుంచి దూరంగా జరగటం సరైన పరిష్కరం అవుతుంది. కొద్ది సమయం ఒంటరిగా గడపటానికి భయపడకండి. కొన్ని సార్లు మనుషుల నుంచి దూరంగా మసలటానికి మీకంటూ చోటు జరగదు. మీరు గనక అన్నింటికి లోలోపల ఆలోచించుకుని మధన పడే వ్యక్తి (ఇంట్రావర్ట్) అయితే, ఇది సాధారణంగా చోటుచేసుకునే విషయమే. ప్రతి ఒక్కరూ మిమ్మల్ని కొద్ది కొద్దిగా నంజుకు తింటున్నారన్న భావనకు లోనవుతుంటారు. అది క్రమంగా పెరిగిపోతుంది.

మీరు భార్య, కుటుంబం, స్నేహితులతో గడుపుతుంటే, వారి నుంచి దూరంగా జరగమని చెప్పటం కొంత క్రూరంగా కనపడుతుంది. మీకు వారిపైన అయిష్టం ఉందని కాదు, వారితో మీరు విసిగిపోయారనీ కాదు. కానీ మీకు కొంత విరామం అవసరం. మీరు ఊపిరి పీల్చుకోటానికి, మీ శక్తిని పునరుత్తేజం (రీ ఛార్జి) కలిగించటానికి ఇది దోహదం చేస్తుంది. కొంత సమయం ఒంటరిగా గడపటం మీకు తప్పుదు. ఇది ఆమోదయోగ్యమైదే. దీని వల్ల మీకు వారిపైన ఉన్న ప్రేమ భావం ఏ మాత్రం తగ్గదు. సామాజిక మాధ్యమాలు, మీడియా ద్వారా విపరీతమైన

ఉద్దీపన కలిగించుకోవటం సులువు. కొంత కాలం ఇలాంటి వాటి నుంచి దూరంగా ఉంటే ప్రయోజనం ఉంటుంది.

మీరు విరామం అవసరం అన్న విషయం గుర్తించటం ఎలా?

ఇదిగో ఒక ఉదాహరణ చెబుతున్నాను చూడండి. మీకు ఎవరో ఏదో మంచి చేద్దామని మీ దగ్గరకు వచ్చినా మీరు భరించలేరు. మీకు భారంగా అనిపిస్తుంది. మీ స్పేస్ ను వారు ఆక్రమించుకుంటున్నారని అనిపిస్తుంది. మిమ్మల్ని అందరూ వాడేసుకుంటారన్న చింత మిమ్మల్ని వెంటాడుతుంది. ఇదే మీకు కొండగుర్తు. మీకు కొద్దిగా బ్రేక్ అవసరం అన్న గ్రహించటానికి. అవతల వ్యక్తి ఉద్దేశ్యం మంచిదని మీకు తెలుసు. మీరు చేస్తున్నది తప్పని మీకు అర్థమవుతానే ఉంటుంది. అయినా అతన్ని మీరు నిలువరిస్తారు.

మెక్సికన్ స్పానిష్ లో 'ఎంజెన్ టాడో' అన్న పదం ప్రత్యేకమైన ఈ భావనల గురించి వివరించి చెబుతుంది. ఎక్కువ సమయం ఇతరులతో గడిపిన తర్వాత వారి నుంచి దూరంగా జరగాలనుకోవటం గురించి ఇది వివరిస్తుంది.

కానీ మీ మానసికస్థాయి మీ ప్రవర్తనను నిర్దేశించకూడదు. కొంత కాలం అందరి నుంచి దూరంగా మసలటం తప్పని మీరు అనుకోకూడదు. నిజానికి ఇది మీకొక్కరికే ప్రయోజనం కలిగించే అంశం కాదు. వారికీ మేలు చేసేదే. మీరు రీ ఛార్జి కాకుండా ఈ పరిస్థితుల్లో ఎక్కువ కాలం గడిపితే, మీ వల్ల అది అవతల వ్యక్తుల కంపనాల స్థాయి తగ్గే అవకాశం ఉంటుంది.

అలాగే ప్రకృతిలో కొద్ది సమయం గడపటం మీకు శక్తి నిస్తుంది. ఇప్పుడున్న పరిస్థితుల్లో సాంకేతికత లేకుండా గడపటం అనేది చాలా కష్టం. కానీ ప్రకృతితో గడపటం అనేది మీలో శక్తిసామర్థ్యాలను పెంచి చైతన్యాన్నికాని తెచ్చుకోటానికి సహాయకారిగా నిలుస్తుంది.

ఈ ప్రపంచం నుంచి కొద్ది సమయం
మిమ్మల్ని మీరు వేరుచేసుకుని ఉండగలిగితే,
చాలా అంశాలను సర్దుబాటు చేసుకోగలుగుతారు.

ప్రకృతిలో కొద్దిసమయం గడిపితే అది సానుకూల భావోద్వేగాలను కలిగించి మానసికమైన శ్రేయస్సుకు దోహదం చేసి, అన్నింటి నుంచి కోలుకునే శక్తిని ఇస్తుంది. 1991లో సాగిన ఓ పరిశోధనలో ఈ విషయం వెల్లడయింది.[8]

ఇందుకు మీరు అంతగా శ్రమపడవలసిన పనేం లేదు. అలా కొద్దిసేపు కాలినడకన బయటకెళ్లొచ్చు. తోటపనిలో కొద్దిసేపు గడపొచ్చు. ఓచెట్టు కింద కూర్చోండి. నక్షత్రాల వంక చూస్తూ గడపండి. సూర్యుడు వెలుగులీనుతున్నప్పుడు వాటి నుంచి వెలువడే కిరణాలు మీలో విటమిన్‌–డి ని పెంచుతాయి. దానితోపాటు హ్యాపీ హార్మోనుగా పిలిచే 'సెరటోనిన్‌' స్థాయిని పెంచుతాయి.

---

[8] ఫియోరిటో, ఇ., లోసిటో, బి., సెమన్స్, ఆర్., ఉల్ రిచ్, ఆర్., జెల్సన్.ఎం., "స్ట్రెస్ రికవరీ డ్యూరింగ్ ఎక్స్‌పోజర్ టు నేచురల్ అండ్ అర్బన్ ఎన్విరాన్ మెంట్స్ (జర్నల్ ఆఫ్ ఎన్విరాన్ మెంటల్ సైకాలజీ, వాల్యూమ్ 11, ఇష్యూ 3, సెప్టెంబరు 1991)

ప్రేరణ పొందే మార్గాలను అన్వేషించండి

ప్రేరణ కలిగినప్పుడు మనలో ఆశావహదృక్పథం పెరిగి అభివృద్ధి వైపు అడుగులు పడతాయి. ఈ రోజుల్లో ప్రేరణ తెచ్చుకోటానికి చాలా దారులే ఉన్నాయి. దినపత్రికలు, సాధికారత కలిగించే పాలోకాయిల్లో – ఆల్కెమిస్ట్ లాంటి పుస్తకాలు, పాడ్ కాస్టులు ఇలాంటి వనరులు చాలానే ఉన్నాయి. ప్రేరణ కలిగించే సినిమాలూ ఉన్నాయి. అలాంటి వాటిని తక్కువగా అంచనా వేయవద్దు. నా వరకూ విల్ స్మిత్ నటించిన 'ది పర్స్యూట్ ఆఫ్ హ్యాపీనెస్' చిత్రం నా మనసుకు దగ్గరగా నిలిచినట్టనిపిస్తుంది.

నా జీవితంలో అత్యంత దుర్భర దశను అనుభవించిన రోజులున్నాయి. సొంత వ్యాపారం చేయటం కోసం ఉన్న ఉద్యోగాన్ని వదులుకున్నాను. ప్రేరణ కలిగించే సూక్తులతో కూడిన టీ-షర్టులు అమ్మేవాడిని. నా మొత్తం డబ్బంతా పెట్టుబడిగా పెట్టాను. అయితే నేను ఆశించినట్టు అవి అమ్ముడు కాకపోవటం నన్ను తీవ్ర నిరాశకు గురిచేసింది. కొద్ది రోజుల్లోనే అన్నీ ఇట్టే అమ్ముడయిపోతాయని నేను భ్రమపడ్డాను. నాకు అందుబాటులో ఉన్న బిజినెస్ మ్యాగజైన్లు, ఫ్యాషన్ బ్లాగులన్నీ చదబోసి సంపాదించిన అవగాహనతో, నాదైన సృజనాత్మకతతో ఫ్యాషన్ ప్రపంచంలో సంచలనం సృష్టించవచ్చనిపించింది. ఆ ధైర్యంతోనే వ్యాపారంలోకి అడుగుపెట్టిన నాకు వాస్తవ ప్రపంచం భిన్నమైన అనుభవాన్నిచ్చింది.

నేను నాపైన, నా సామర్థ్యాలపైన నమ్మకం కోల్పోసాగాను. నా జీవితం ఏ దిశగా సాగుతోందో నన్ను నేను ప్రశ్నించుకోవటం మొదలుపెట్టాను. నేను ఇలా సతమతం కావటం చూసి మా అమ్మ వేరే ఉద్యోగం వెతుక్కుంటే మంచిది కదా అన్న సలహా ఇచ్చింది. కుటుంబాన్ని నడపటానికి ఇప్పుడు నిజంగా నాకు డబ్బు అవసరం. నేను అపారమైన ఒత్తిడికి గురికాసాగాను.

మీ సామర్థ్యాలపైన ఎప్పుడయితే నమ్మకం పోవటం మొదలయ్యిందో, అప్పుడు విచారమనే సముద్రంలో మునిగిపోతారు. కంపన స్థాయి తగ్గిపోయిన అనుభవం మీకు కలుగుతుంది. ఇది మీకు చాలా నష్టాన్ని తెచ్చిపెడుతుంది.

దీన్ని అధిగమించటానికి ఏదో చేయవలసిన అవసరం ఉందని నాకు తెలుసు. అందుకే నేను అనేకమైన మానసికవికాసాన్ని పెంచే పుస్తకాలు, ఆడియోపుస్తకాలు, ఆన్ లైన్ వీడియోలు, వ్యాసాలు, సూక్తులు, బ్లాగ్ పోస్టులు చదవటం ప్రారంభించాను. సామాజిక మాధ్యమాల ద్వారా స్నేహితులుగా మారిన వ్యాపారవేత్తలతో మాట్లాడటం మొదలుపెట్టాను.

ఇతరులు కష్టాలను ఎలా అధిగమించారో, పరిస్థితులు వ్యతిరేకంగా మారినప్పుడు దాని నుంచి ఎలా బయటపడ్డారో తెలుసుకోవటం మొదలుపెట్టాను. ఇవన్నీ నాకు ప్రేరణ కలిగించాయి. నామీద నాకు నమ్మకం పెరగటం మొదలయ్యింది. ఈ కథలన్నీ నా ఈ ఒక్క వైఫల్యంతో అంతా అయిపోలేదన్న భావనను కలిగించాయి. జీవితంలో గొప్పవి సాధించిన వారెవరికయినా సవాళ్లు, వైఫల్యాలు అన్నది సహజం. వైఫల్యం రాగానే వదిలిపెడితేనే అదే చిట్టచివరి ఫలితమవుతుంది.

నా టీ-షర్టుల వ్యాపారం సజావుగా సాగటం లేదనేది వాస్తవం. కానీ అది తర్వాత కాలంలో వెలుగులు విరజిమ్మి నాకు ప్రయోజనం

కలిగించింది. మీరు ప్రేరణ కలిగిప్పుడు, మీకు ఉత్సాహం వస్తుంది. మీరు నడిచే బాట మంచిగా అనిపిస్తుంది. మీరు జీవితంలో ఏదయితే సాధించగలరో దానిని అందుకోటానికి మార్గం సుగమం అవుతుంది.

పుకార్లకు, నాటకీయతకు
దూరంగా మసలండి

నాటకీయత టీవీకి. నిజజీవితానికి కాదు.
తామే హీరో పాత్ర పోషిస్తూ ఇతరులు ఆడే నాటకంలో మీరు
ఎంత మాత్రం భాగస్వామ్యం వహించవద్దు.

జీవితంలో ఏదో ఒక దశలో పుకార్లను వ్యాప్తి చేయటంలో ప్రతివారూ భాగస్వాములవుతారు. కొన్నిసార్లు వారు ఆ పని చేస్తున్నామన్న విషయం కూడా తెలుసుకోలేరు. దురదృష్టం ఏమిటంటే చాలా మంది దీనివల్ల ఆనందం పొందటమే కాదు, అదేం ప్రమాదకారి కాదన్న అభిప్రాయాన్ని కూడా ప్రకటిస్తారు. చుట్టూ ఉన్న వాళ్ల గురించి మసాలాతో కూడిన పుకార్లు వ్యాప్తి చేస్తూ, వాటికి స్పందనలు గమనిస్తూ ఉండటాన్ని ఇష్టపడతుంటారు. ఇలా పుకార్లు వ్యాప్తి చేసే అలవాటు వల్ల మీలో కంపనాలు తగ్గిపోతాయని తెలుసుకోండి.

మన అహాన్ని సంతృప్తిపరుచుకోటానికి, మన గురించి మనం మంచిగా అనుభూతి చెందటానికి, ఇతరుల కంటే గొప్పగా భావించుకోటానికి ఈ పనిచేస్తాం. చాలా సందర్భాల్లో ఇది అవతలవారి గురించి మనం తీర్పు చెప్పటమే అవుతుంది. చాలా సందర్భాల్లో ఈ తీర్పులు ద్వేషం నుంచి పుట్టుకొస్తాయి. అది తక్కువ కంపన స్థాయి కలిగి ఉంటాయి. దీనివల్ల జీవితంలో అసహ్యకరమైన అనుభవాలు చోటుచేసుకుంటాయి.

మనం ఇంతకు ముందే చెప్పుకున్నట్టు ప్రతి పదం, ప్రతి మాట శక్తివంతమైన కంపనాలను కలిగి ఉంటాయి. మనం ఇతరుల గురించి ప్రతికూలంగా మాట్లాడితే, విశ్వంలోకి నెగటివ్ ఎనర్జీని పంపుతున్నట్టు లెక్క. ఫలితంగా మనలో కంపనాలు తగ్గుతాయి. మన జీవితంలో ప్రమాదకరమైన సంఘటనలు చోటుచేసుకుంటాయి. ఇది చెడ్డభావనలను కలిగిస్తుంది. పుకార్లను వ్యాప్తి చేయటం మన శక్తి కేంద్రాలయిన 'చక్ర'లపైన ప్రభావం చూపుతుందని భారతీయ ప్రాచీన వైద్యవిధానమైన ఆయుర్వేదం స్పష్టం చేసింది.

వార్తాకేంద్రాలు (న్యూస్ అవుట్ లెట్లు) పుకార్లను బహిరంగంగా వ్యాప్తి చేస్తూ లబ్ది పొందుతాయి. కొంత మంది వాటిని ఆసక్తిగా కానే వాళ్లుంటారు. ఫలితంగా ఇతరుల గురించి చర్చించుకోవటం సామాజికంగా ఆమోదానికి నోచుకుంటోంది. అయితే ఈ పుకార్లు తమకు సంబంధించినవి అయినప్పుడు మాత్రం చాలా మంది వీటిని ఇష్టపడరు.

ఇతరుల గురించి మాట్లాడవలసివస్తే అటువంటి సంభాషణల నుంచి దూరంగా జరగండి. లేదా సానుకూల అంశాల గురించి చర్చను మరల్చండి. తరచూ ఇలా పుకార్లను వ్యాప్తి చేస్తూ గడిపేవారు ఇతరుల పైన ఫిర్యాదులు చేసేవారో, లేదా ఇతరుల కష్టాలలో ఆనందం వెతుక్కునేవారో అయ్యుండటాన్ని మీరు గమనించవచ్చు. మీకు కూడా అది అలవాటుగా మారితే, క్రమంగా మీరు కూడా జీవితంలో భ్రమల్లో బతకవలసిన పరిస్థితి వస్తుంది.

ఈ అనవసరపు నాటకాలలో భాగస్వాములయితే మీకు ఒత్తిడి, ఆందోళన పెరుగుతుంది. ఇది మిమ్మల్ని తక్కువస్థాయి భావోద్వేగాలలో నిలబెడుతుంది. ఇది మీ జీవితంపైన ప్రతికూలమైన ప్రభావాన్ని

చూపుతుంది. అసలు ఇలా సంతోషాన్ని హరించే పని చేయటం ఎందుకు?

మనకు ఏ మాత్రం ప్రయోజనం ఇవ్వదని తెలిసి, సాధారణంగా ఇలాంటి నాటకాలకు నేను దూరంగా మసలుతాను. ఓ సారి పెద్ద నాటకాలరాయుడొకరు నాకు తారసపడ్డాడు. నేను వ్యక్తం చేసిన అభిప్రాయాన్ని ఖండిస్తూ వాదన అందుకున్నాడు. దురదృష్టవశాత్తు నేను ఏమన్నానంటే, ఇలాంటి వాదనల వల్ల మనశ్శాంతి హరించుకుపోవటం తప్పించి ఎలాంటి ప్రయోజనం లేదని చెప్పాను. అతను దానికి అంగీకరించలేదు. తన అభిప్రాయాన్ని నేను గౌరవిస్తున్నానని, మనం దాన్ని అక్కడతో వదిలేద్దామని ప్రతిపాదించాను. దానితో అతను భగ్గుమన్నాడు. నా దృక్పథాన్ని వినటానికి అతను ఆసక్తిని చూపి ఉంటే, నేను దానిని వినిపించి, తనేం చెప్పదలుచుకున్నాడో వినేవాడిని. అలా కాకుండా అతను నా అభిప్రాయం తప్పంటూ నన్ను దిగజార్చటానికి ప్రయత్నించాడు.

అతను చెవులు మూసుకుని నోరు తెరిచి ఉంచుకున్నాడు. అతను ఏదీ వినటానికి సిద్ధంగా లేదు. తను చెప్పేది నేను వినితీరాలని పట్టుదలతో ఉన్నాడు. మా నమ్మకాలు భిన్నమైనవి. నేను కోపగించుకునే స్థాయికి అతను పరిస్థితిని తెచ్చేశాడు. నేను నా అభిప్రాయాన్ని ప్రజల్లోకి తీసికెళ్లటం ద్వారా చెడ్డ సమాచారాన్ని వ్యాప్తి చేస్తున్నానని, ప్రపంచంలో మరింత వేదనకు కారణమవుతున్నానని అతని వాదన. నేను తిరిగి వాదనను కొనసాగించటానికి సిద్ధం కాకపోయేసరికి, వ్యక్తిగత నిందలకు దిగటం మొదలుపెట్టాడు. నేను సాధ్యమైనంత మౌనంగా ఉండటానికి ప్రయత్నించి, చివరకు అక్కడ నుంచి వైదొలిగాను.

నిజంగా అతనికి ఈ ప్రపంచంలో వేదనను తొలగించాలని గానీ, ఇతరుల బాగోగులు పట్టించుకోవాలని గానీ ఏ కోశానా లేదు. అతని

దురుసు ప్రవర్తన తన వాదనను బలపరిచేదిగా ఎంత మాత్రం లేదు. తన అభిప్రాయం సరైనది అని, దాన్ని బలపరుచుకోవాలన్న వైఖరినే ప్రదర్శించాడు తప్ప మరొకటి కాదు. నా నమ్మకాలు అతని విశ్వాసానికి తూట్లు పొడిచాయి. మనం పొట్లాడుకోవాలి అన్న అభిప్రాయంతో ఉన్న తన ఉనికిని నేను సవాలు చేసినట్టుగా అతను భావించాడు.

ఇది అహం చేసే పని. మీ అహం అనేది ఆలోచనల వల్ల మీరు సృష్టించుకునే స్వీయచిత్రం. అది సామాజికమైన ముసుగు. తన ఉనికిని కోల్పోతానేమోనన్న ఆందోళనతో నిరంతరం ధృవీకరణను కోరుకుంటుంది. మిమ్మల్ని ఎవరైనా ఇష్టపడటంలేదని మీరు కలత చెందారంటే, దానికి అహమే కారణం. వారి ఆమోదాన్నిపొందటం ద్వారా మీ ఉనికిని ధృవీకరించుకోవాలని మీరు కోరుకుంటున్నారన్నమాట. మిమ్మల్ని వారు ఆమోదించలేదంటే, మీరెవరయినా మీ గురించి వారు మంచిగా అనుకోవటం లేదు.

మన అహం ఎల్లప్పుడూ ప్రాధాన్యతను కోరుకుంటూ
తనను ఆరాధించాలనుకుంటుంది. తక్షణ సంతృప్తిని
అది కోరుకుంటుంది. ఇతరుల కంటే తను
శక్తివంతంగా ఉండాలని భావిస్తుంది.

ప్రజలు తమకు అవసరం లేకపోయిన వస్తువులను ఎగబడికొనటానికి ఇదే ముఖ్యమైన కారణం. మనకు ఏ మాత్రం సంబంధంలేని వ్యక్తులను ఆకర్షించటం కోసమే ఇలాంటి పనులు చేస్తాం. దీని వల్ల ఇతరుల విజయాలు చూసి బాధకు లోనవుతాం. దురాశ ఉనికిలోకి వస్తుంది. ఇతరుల కంటే ఆధిక్యం సాధించాలని ఆరాటపడతాం. ప్రేమతో, అవగాహనతోనూ ఇతరులను అర్థం చేసుకోకుండా అడ్డపడేదీ అదే.

దురదృష్టవశాత్తు, జీవితపర్యంతం మన అహం సృష్టించిన భ్రమల్లో బతికేస్తుంటాం. దాన్ని భద్రంగా అలాగే కొనసాగించటానికి నానా అవస్థలు పడతాం. మన సృష్టించుకున్నస్వీయచిత్రానికి అనుగుణంగా, ఇతరులు మనల్ని ఆమోదించనప్పుడు, ఇంతకు ముందు చెప్పుకున్నమాదిరిగా గుర్తింపునకు సవాలు ఎదురవుతుంది, అహం భద్రత కోసం ఆరాటపడుతుంది. నా నమ్మకాలు నా మిత్రులు విశ్వాసాన్ని ప్రశ్నించాయి. తద్వారా అతని ఉనికి కూడా ప్రశ్నార్థకమైంది. ఇదే అతన్ని భయపెట్టింది. అందుకే అతను తనను సమర్థించుకోటానికి వేగంగా నా పై ఎదురుదాడికి సిద్ధమయ్యాడు.

జీవితంలో ఇదంతా అహం వల్లనే సంభవిస్తుంది. ప్రజలు కుతూహలాన్ని ప్రదర్శించి తమ అభిప్రాయం చెప్పరు. ఇతరులను అడగరు. కేవలం ఇతరుల అభిప్రాయం తప్పు అని నిరూపించటానికే సిద్ధమవుతుంటారు. తమ నమ్మకాలకు అనుగుణంగా ప్రజలు నడవాలని ఆశిస్తారు. అలాగని వారు ఇతరులను పట్టించుకుంటారని కాదు. తమది తప్పు అని అంగీకరించాలంటే వారికి భయం, వాళ్లేమిటో వాళ్లకు తెలియదు. ఇలాంటి విషపూరితమైన సందర్భాల్లో చిక్కుకునే నాటకాలరాయుళ్లెందరో ఈ ప్రపంచంలో ఉంటారు.

నా అభిప్రాయమే సరైనదన్న ధోరణితో కాకుండా ఇతరుల దృష్టి కోణాన్ని తెలుసుకోవాలనుకోవటాన్ని నేను ఇష్టపడతాను. ఓపెన్ మైండ్ తో వ్యవహరిస్తాను. ఇతరుల కోసం సమయాన్ని వెచ్చించటాని నేనంతగా పట్టించుకోను. నేను ఏ చెప్పదలుచుకున్నానో, ఎందుకు చెప్పాలనుకుంటున్నానో అన్న విషయాలపైన ఆసక్తి లేనివారిని నేనంతగా పట్టించుకోను. ఎట్టిపరిస్థితుల్లోనూ ఇతరుల ఆంతరంగిక యుద్ధాల్లో అనుచితంగా భాగస్వాములు కాకుండా ఉండటానికి మనం ప్రయత్నించాలి.

ఇతరులను చిన్నచూపు చూడటం, వారి కంటే అధికులమని చాటటం లాంటి ఉద్దేశ్యాలేమీ మీకు లేనప్పుడు, సమస్యలను చర్చించటం, సమాచారాన్ని పంచుకోవటం మంచిదే.

పుకార్లను వ్యాప్తి చేయటం, నాటకరాయుళ్లతో భాగస్వామ్యం వహించటం కాకుండా మేలయిన మార్గాలెన్నో ఉన్నాయి. ఇది మిమ్మల్ని తప్పుడు భావనకు లోను చేస్తుంది. దీని వల్ల మీ కంపనం తగ్గిపోతుంది. అలా కాకుండా మీ జీవితంపైన దృష్టిపెట్టి దానిని మెరుగుపరుచుకోవటానికి ప్రయత్నించండి. కాలం చాలా విలువైనది, దాన్ని ఏదైనా నిర్మాణాత్మక కార్యాల కోసం సక్రమంగా తెలివిగా పెట్టుబడిగా వాడుకున్నప్పుడు మీ జీవితం మరింత గొప్పగా మారుతుంది.

తగినంత పౌష్టికాహారం, నీరు స్వీకరించండి

ఆహారంగానీ నీరుగానీ మీరేదయితే స్వీకరిస్తారో, దాన్ని బట్టే మీ వ్యవహారం ఉంటుంది. అదే మీ జీవితాన్ని నడుపుతుంది.

మనం తినే ప్రతి ఆహారం, తాగే నీరు ముఖ్యమైనదే. అది మన కంపనాలను, వాస్తవికతను ప్రభావితం చేస్తూ ఉంటుంది. మంచి ఆహారం, మంచి ద్రావణాలు స్వీకరించకుండా మనం మంచి భావనలతో ఎలా ఉండగలమో ఆలోచించండి.

ఏదయినా ఆహారం తినగానే మనకు నిద్ర రావటమో, లేదా పనులు చేయటానికి ఉత్సాహం మందగిస్తేనో అది తక్కువ ఫ్రీక్వెన్సీతో కంపించేదని అర్థం. అందుకే తినగానే మన కంపనాల్లో మార్పు చోటుచేసుకుంటుంది. ఇందులో ఎక్కువ భాగం జంక్ ఫుడ్స్.. దురదృష్టవశాత్తు అవన్నీ అత్యంత రుచికరంగా తయారయి ఉంటాయి. ఈ కారణంగానే మనలో ఎక్కువ మంది ఈ చెత్త తినటానికి అలవాటుపడతాం. అవి మన మానసిక స్థాయిని ప్రభావితం చేయటమే కాదు. శరీరంలో పౌండ్ల కొద్దీ బరువు పెరగటానికి తద్వారా అనారోగ్యానికి హేతువవుతాయి.

1949లో, విద్యుదయస్కాంత నిపుణుడు, ఆండర్ సైమనేటన్ ఒక అధ్యయన పత్రాన్ని ప్రచురించారు. అందులో ఆయా ఆహారపదార్థాల విద్యుదయస్కాంతతత్వాన్ని వివరించారు. ప్రతి ఆహార పదార్థానికి

దానికి తగిన రసాయన శక్తి (క్యాలరీలు), దానితోపాటు కంపనాలకు కారణమయ్యే విద్యుదయస్కాంత శక్తి ఉంటుందని నిర్ధారించారు.[9]

మానవులు ఆరోగ్యకరంగా ఉండాలంటే 6,500 యాంగ్ స్ట్రామ్ ల కంపనాలను కలిగి ఉండాలని సైమనేటన్ చెబుతారు. (విద్యుదయస్కాంత తరంగాలను యాంగ్ స్ట్రామ్ లలో కొలుస్తారు. ఒక యాంగ్ స్ట్రామ్ యూనిట్ సెంటీమీటరులో వందమిలియన్ల వంతు ఉంటుంది).

సున్నా నుంచి 10వేల యాంగ్ స్ట్రామ్ ల స్కేలులో ఆయా ఆహారపదార్థాలను నాలుగు విభాలుగా వర్గీకరించారు సైమనేటన్.

మొదటిది ఎక్కువ కంపనాలను కలిగించే శక్తిగల ఆహారపదార్థాలు... తాజా పళ్లు, పచ్చి కూరగాయలు, తృణధాన్యాలు, ఆలివ్, బాదం, హాజెల్ నట్స్, పొద్దుతిరుగుడు విత్తనాలు, సోయా ఉత్పత్తులు, కొబ్బరి మొదలయినవి ఇందులోకి వస్తాయి.

రెండో విభాగం అంత కంటే తక్కువ కంపనాలు కలిగించే శక్తి గల ఆహార పదార్థాలు...ఉడకబెట్టిన కూరగాయలు, పాలు, వెన్న, గుడ్లు, తేనె, ఉడికించిన చేపలు, చెరకురసం, వైన్, పీనట్ ఆయిల్ తదితరాలు ఇందులోకి వస్తాయి.

మూడో విభాగం అత్యంత తక్కువ కంపన శక్తి కలిగి ఉండే ఆహారపదార్థాలు...ఉడికించిన మాంసం, మాంసంతో రూపొందించే సాసేజ్ లు, కాఫీ, టీ, చాక్లెట్లు, జామ్ లు, చీజ్, తెల్ల బ్రెడ్ ఈ కోవలోకి చేరతాయి.

చిట్టచివరిది నాలుగో విభాగం, ఇందులో ఎటువంటి యాంగ్ స్ట్రామ్ లు ఉండవు, బట్టర్ కు ప్రత్యామ్నాయంగా వాడే మార్గెనైను, కన్జర్వులు,

---

[9] సైమనేటన్, ఎ., రేడియేషన్స్ డిస్ ఎయిల్ మెంట్స్ ఎట్ శాంతె (లీ కొరియర్ దు లివిర్, 1971)

ఆల్కహాలుతో ఉండే స్పిరిట్లు, శుద్ధి చేసిన సుగర్, బ్లీచింగ్ చేసిన పిండి ఇందులోకి వస్తాయి.

సెమనేటన్ పరిశోధన మనం ఏం తింటే మన కంపనాలకు ఉపయోగపడుతుంది? ఏది కాదు అన్న విషయంలో అంతర దృష్టిని అందిస్తుంది.

దీనితో పాటు, సాధారణ సూత్రం ఏమిటంటే, మంచి నాణ్యమైన ఆర్గానిక్ ఉత్పత్తులు ప్రకృతిపరంగా ఇతర ఉత్పత్తులతో పోల్చి చూసుకున్నప్పుడు మంచి తేజస్సును, శక్తిని అందిస్తాయి. వాటి ధరలు ఎక్కువే కావచ్చు. అవి అందించే ఆరోగ్యంతో పోల్చి చూసుకున్నప్పుడు మనం పెద్దగా నష్టపోయేదేమీ ఉండదు. అనారోగ్య పదార్థాలు స్వీకరించి నష్టపోయేకంటే అదే నయం.

అలాగే మనం నీటి ప్రాధాన్యతను కూడా గుర్తించాలి. మన శరీరంలో 60 నుంచి 70 శాతం నీటితో నిండి ఉంటుందని అంచనా. మన శరీరం పనిచేయటానికి అది ఉపయోగపడుతుంది. అది మీ శరీరంలో తగినంత ద్రవం (హైడ్రేషన్) ఉండేలా చూడటమే కాదు, విషపదార్థాలను బయటకు వెళ్లగక్కుతుంది. దానివల్ల మీరు అత్యధిక కంపన స్థాయిలో ఉంటారు. శరీరంలో నీటిసమతుల్యత పడిపోయినప్పుడు అది ప్రతికూలంగా స్పందిస్తుంది. మీరు దృష్టి కేంద్రీకరించటంలో విఫలమవుతారు. తల తిరగటం, స్పృహ తప్పటం వంటి విపరిణామాలు సంభవిస్తాయి.

సెమనేటన్ తన పరిశోధనలో ఆల్కహాలిక్ స్పిరిట్లు తక్కువ కంపనాన్ని కలిగిస్తాయని చెప్పుకొచ్చారు. అధిక మొత్తంలో మద్యం తీసుకోవటం అలవాటయితే, కాలేయం దెబ్బతింటుంది. ప్రాణహాని కూడా సంభవిస్తుంది. మద్యపానం తప్పుడు అవగాహనను కలిగిస్తుంది. దీని వల్ల మీరు సాధారణంలా కాకుండా భిన్నంగా వ్యవహరిస్తారు. మీ

జీవితానికి నష్టం కలిగించే నిర్ణయాలు తీసుకుంటారు. దాని వల్ల లభించే ఆనందం కొద్ది క్షణాలే. అందుకే మితంగా ఎంత తీసుకోవలనేది మీరు నిర్ణయించుకోవాలి.

శుద్ధమైన, వడబోసిన తాగునీటిని ప్రాథమిక అవసరాల జాబితాలో చేర్చుకోండి.

ధన్యవాదాలు ప్రకటించటాన్ని విస్మరించవద్దు

స్కూలు గురించి ఫిర్యాదు చేసే ముందు గుర్తుపెట్టుకోండి
చదువనేదే అందని వాళ్లు కొంత మంది ఉన్నారు

బరువు పెరుగుతున్నానని ఫిర్యాదు చేసే ముందు గుర్తుపెట్టుకోండి
తినటానికి కనీసం తిండి కూడా లేనివాళ్లు కొందరున్నారు.

మీ ఉద్యోగం గురించి ఫిర్యాదు చేసే ముందు గుర్తుపెట్టుకోండి
డబ్బులు వచ్చే దారి తెలియక సతమతమయ్యే వాళ్లున్నారు

ఇల్లు శుభ్రంగా లేదని చింతించే ముందు గుర్తుపెట్టుకోండి
కొంత మందికి గూడు అనేదే ఉండదు.

గిన్నెలు శుభ్రంగా లేవని ఫిర్యాదు చేసే ముందు గుర్తుపెట్టుకో
నీళ్లనేదే ఎరగని వాళ్లు కొందరున్నారు

మీరెంత అదృష్టవంతులు అనేది ఏ మాత్రం ఆలోచించకుండా
చేతిలో ఉన్న స్మార్ట్ ఫోన్ తెరిచి సామాజిక మాధ్యమాల్లో
రకరకాల ఫిర్యాదులు చేయటానికి సిద్ధమయ్యే ముందు, ఓ
నిముషంపాటు మీరు ఇప్పటికే సొంతం చేసుకున్న వాటిని
గుర్తించి ధన్యవాదాలు చెప్పుకోవటానికి ప్రయత్నించండి.

ఇలా ధన్యవాదాలు చెప్పుకోవటం అనేది మీరు తప్పనిసరిగా అలవరచుకోవలసిన అత్యంత సులభమైన, అదే సమయంలో అత్యంత శక్తివంతమైన సాధనం. ప్రతి రోజూ మీ అదృష్టాలు లేదా దీవెనలను లెక్కించుకుంటూ పోతే, మీ మనసు ప్రతి అనుభవంలోనూ మంచినే చూడటానికి అలవాటు పడుతుంది. అతి త్వరలోనే, మీ ప్రమేయం ఏ మాత్రం లేకుండానే అన్ని అంశాల్లోనూ ప్రకాశవంతమైన అంశాల వైపు చూడటం మొదలై, జీవితం మీకు బాగా అనిపిస్తుంది.

కృతజ్ఞతాభావంతో మసలినప్పుడు, మీకు చెడ్డ భావనలనేవే కలగవు. ధన్యవాదాలు చెప్పుకోవటం తేలికగా ధ్వనించవచ్చుగానీ, చాలా మందికి ఆ విషయంలో ఒత్తిడిని ఎదుర్కొంటారు. జీవితంలో వరాల కంటే కష్టాల గురించి ఎక్కువ ఆలోచిస్తారు. ఉన్నవాటి కంటే లేని వాటి గురించి ఎక్కువ దృష్టి పెడతారు.

ఈ భూమ్మీద అత్యంత శక్తివంతులయిన వారిగా ప్రసిద్ధులయిన వారి గురించి చదువుతున్నప్పుడు ఒక వ్యాఖ్యానం నా కంట పడింది. "వ్యక్తుల గొప్పతనం గొప్పగా ఉండటం నుంచి మొదలవుతుంది"అని. అది చదివినప్పుడు ఏమంత ప్రత్యేకంగా అనిపించలేదుగానీ, ఎదుగుతున్న కొద్దీ దానిలో అంతరార్థాన్ని గ్రహించటం ప్రారంభించాను. ధన్యవాదాలు ప్రకటించకుండా సంతోషంగా ఉండటం అనేది ఎట్టిపరిస్థితుల్లో సాధ్యం కాదు. సంతోషానికి ఇది కీలకమైన అంశం.

అంతకంటే మించి, ఇలా ధన్యవాదాలు చాటటం ద్వారా, మనం కంపనస్థాయి అయస్కాంతత్వాన్ని సంతరించుకుని మంచి వైపు ఆకర్షితమవుతుంది. అనేక అంశాలను సరైన దృష్టికోణంతో చూడగలుగుతాం. ప్రతిరోజూ మనం అనేక విషయాల్లో ఇతరులతో పోల్చుకుంటూ బాధ పడుతుంటాం. అవతల వారు కోరుకునేవి

అనేకం మన దగ్గరున్నా, ఆ విషయాన్ని అంతగా పట్టించుకోం. అవి మనకు దక్కినందుకు ధన్యవాదాలు చెప్పాలని అనుకోం. మన కంటే అదృష్టవంతులని మనం అనుకుంటున్న వారితో పోల్చుకుని వారికి ఉన్నవన్నీ మన దగ్గర లేవనుకుంటాం. మన కంటే తక్కువ అదృష్టవంతులుంటారన్న ఆలోచన ఎంత మాత్రమూ చేయం. రోజు గడవటానికి నిత్యం యుద్ధం చేసే వాళ్లు మన చుట్టూ ఉన్నారు. దుర్భరమైన జీవితాలను గడిపే ఎందరివో వ్యథలు మనం వార్తల్లో వింటూ ఉంటాం. అలాంటి ఇబ్బందులకు దూరంగా మనం భద్రంగా ఉన్నాం అంటే అది సంతోషకరమైన విషయం కదూ.

మనం దాన్ని పూర్తిగా ఫీలవ్వకుండా 'ధన్యవాదాలు' చెప్పటం సులువే. పూర్తిగా మానసికంగా అనుభూతి చెంది ధన్యవాదాలను ప్రకటించవలసి ఉంది. ఈ విషయం మీకు అర్థం కావటానికి నా దగ్గర శిక్షణ కోసం వచ్చిన విల్ అనే వ్యక్తి ఉదాహరణను మీకు చెబుతాను. అప్పుడు ధన్యవాదాలు చెప్పగలస్థితికి చేరటమెలాగో తెలుస్తుంది.

విల్ తన సమస్యలు మొత్తాన్ని ఏకరువు పెట్టాడు. అంతా విన్నాక, నువ్వు అదృష్టంగా భావించి ధన్యవాదాలు చెప్పుకోవలసిన అంశాలేమిటి? అనడిగాను. అలాంటివేవీ కనిపించటం లేదని అన్నాడు.

అతను తన కారును విపరీతంగా ఇష్టపడతాడన్న విషయం తెలిసి, "మీరు దాని సంగతేమిటి?" అనడిగాను.

"అవును. నాకు ఆ కారు ఉన్నందుకు ధన్యవాదాలు చెప్పుకో వలసిందే" అన్నాడు అన్యమనస్కంగా. ఇలా ఆలోచించటం ప్రారం భించటం ఈ విషయంలో ముందడుగే, కానీ మొత్తం అది మీ స్థాయినేం మార్చివేయదు.

అప్పుడు నేను విల్ కి మరో ప్రశ్న వేశాను. "ఆ కారే లేకపోతే...?" అని నేను అడగగానే తను ఆలోచించటం ప్రారంభించాడు. "నేను

ఆఫీసుకు, స్నేహితులను కలవటానికి, సరుకులు తెచ్చుకోటానికి వెళ్లలేకపోయేవాడిని...అలాగే పిల్లలను స్కూలు నుంచి తీసుకురావటం సాధ్యమయ్యేది కాదు'' అన్నాడు.

తను వాటి గురించి మాట్లాడుతూ ఆ దృశ్యాలను కళ్ల ముందు నిలుపుకోవటం ప్రారంభించాడని నాకు అర్థమైంది. దీనితో ఇంకొంచెం ముందుకెళ్లి, ''పిల్లలను కారులో నువ్వు తీసుకురాలేకపోతే ఏమవుతుంది?'' మరో ప్రశ్న వేశాను.

''వాళ్లు నడిచి అన్నా రావలసి ఉంటుంది. లేకపోతే బస్సు పట్టుకోవాలి''.

''అలా నడిచి వస్తే ఇబ్బందులు ఏమైనా ఎదురవుతాయా?''

చల్లగాలిలో నడిచివస్తున్న తన పిల్లలు కళ్ల ముందు మెదిలినట్టున్నారు. దాని వల్ల భద్రత సమస్య ఎదురువుతుందన్న విషయం గుర్తుకొచ్చి అస్థిమితానికి లోనయ్యాడు.

కొద్ది క్షణాల తర్వాత చిన్ననాటి సంఘటనలు అతనికి గుర్తుకొచ్చాయి. బస్సులో వచ్చేటప్పుడు స్నేహితులు తనను ఎలా గెలిచేసి, వేధించారో మనసులో మెదిలింది. ఇది నిజంగా అతని హృదయంలో అలజడి రేపింది. భారంగా నిట్టూర్చాడు. ఆ తర్వాత అతని ముఖంలో కొత్తగా ప్రవేశించిన ప్రశాంతతను నేను స్పష్టంగా చూడగలిగాను. చివరికి తనకు సొంతగా కారు ఉండటం ధన్యవాదాలు చెప్పుకోవలసిన అంశమని అతను అంగీకరించాడు. కారు ఉండటమే కాదు. దాని వల్ల తాను ఎంతగానో ప్రేమించే తన సొంత మనుషుల జీవితాలను మెరుగుపరచగలుగుతున్నానని చెప్పాడు. అతని మానసికస్థితి పూర్తిగా మారిపోయింది. శారీరక భాషలోనూ పరివర్తన కనిపించింది.

మీరు ధన్యవాదాలు చెప్పే అంశానికి సంబంధించి, అది లేకపోతే మీ జీవితంలో కలిగే ప్రభావం ఎలా ఉంటుందో ముందుగా ఆలోచించుకున్న తర్వాత అందుకు సిద్ధం కండి. దాని వల్ల మీ భావాలు, ఉద్వేగాలు బలీయమవుతాయి. అప్పుడు శక్తివంతంగా మీరు ధన్యవాదాలు చెప్పగల స్థితికి చేరతారు.

ప్రపంచంలో అనేక అంశాలు మనకు వ్యతిరేకంగా ఉండొచ్చు. అదే సమయంలో మనకు అనుకూలంగా ఉన్నవీ ఉంటాయి.

మీరు ఎప్పుడయితే మీకు దక్కిన దీవెనలను లెక్క వేసుకోవటం ప్రారంభిస్తారో, మరింతగా దీవెనలు మీకు అందుతాయి.

ఇక్కడ మీకో కథ చెబుతాను. నేను ఆఫీసులో పనిచేసే రోజుల్లో మాకు ఒక మేనేజర్ ఉండేవాడు. అతనూ నేనూ ఒకరి కళ్లలోకి ఒకరు చూసుకునేవాళ్లం కాదు. దీని వల్ల పని సాగటం కరినంగా ఉండేది. నా పై అధికారి కాబట్టి అన్నింటిలోనూ అతనిది పై చేయిగా ఉండేది.

కొన్ని నెలలపాటు అతని చర్యలు మానసికంగా నాలో అశాంతిని రేపేవి. దాని ప్రకారమే నేను అడ్డగోలుగా వ్యవహరించేవాడిని. సాధారణంగా నాలో ఆగ్రహం కట్టలు తెంచుకునేది. అతని గురించి లేనిపోని పుకార్లు ప్రచారం చేసేవాడిని. పనికి వెళ్లటానికి చికాకేసేది. దీనితో ప్రతికూల భావనలను విశ్వంలోకి వదిలేవాడిని. దీని కారణంగా అన్ని ఘోరంగా, దారుణంగా తయారయ్యేవి.

అతని నుంచి దూరంగా జరగటానికి ప్రయత్నించేవాడిని. అతను నా పక్కనే కూర్చోవలసి రావటం వల్ల నాకు తప్పించుకునే దారి దొరికేది కాదు. ఎప్పుడయినా నేను అతని పక్క నుంచి తప్పుకుంటే, అతను నన్ను రెచ్చగొట్టటానికి దారులు వెతికేవాడు. అతనికి

ఎలాంటి నాయకత్వ లక్షణాలు లేవని, అతని వల్ల నేనెంత ఇబ్బంది పడుతున్నానో చెప్పాలనుకునేవాడిని. పరిస్థితులు చక్కబడటానికి ఇదేమీ ఉపయోగపడదని మానుకున్నాను.

అదే సమయంలో ప్రముఖ ఆధ్యాత్మిక బోధకుడు ఎస్తర్ హిక్స్ ఆన్ లైను వీడియోలను చూడటం తటస్థించింది. దాంతో నేను నా శక్తిని సరైన విధంగా ఉపయోగించటం లేదన్న గ్రహింపు కలిగింది. సమస్య ఉందన్న విషయం తెలిసినా, దాని పరిష్కరం గురించి నేను ఏ మాత్రం ఆలోచించకుండా, కేవలం సమస్యను పెంచి పోషిస్తూ వస్తున్నాను. ఈ విషయం నేను గుర్తించగానే, క్రమంగా అన్నీ మార్పు చెందటం మొదలయ్యాయి.

నేను చిత్తశుద్ధితో ధన్యవాదాలు చెప్పటానికి సిద్ధమయ్యాను. నాకు మంచి వేతనం అందించే ఉద్యోగం ఉంది. ఇంకో ఉద్యోగం వెతుక్కోవటం అనేది ఎంత కష్టమయిన విషయమో నాకు తెలుసు. అందులోనూ ఉదారంగా ఇంత పెద్ద మొత్తంలో వేతనం లభించటమనేది అంత తేలికయిన విషయం కాదు. ఇదే వేతనం ద్వారా జీవితంలో నేను ఎన్నో సుఖాలను సొంతం చేసుకుంటున్నాను. ఇవన్నీ తరచూ నేను గుర్తుచేసుకోవటం ద్వారా, ప్రశంసలను అందుకోగల దశ అంటే అత్యధికమైన కంపనస్థాయిని చేరుకోగలిగాను.

కొన్ని నెలల గడిచిన తర్వాత, నా మేనేజర్ కు పదోన్నతి లభించింది. మరో బృందంలోకి వెళ్లిపోయాడు. నేను పనిలో స్వేచ్చను అనుభవించటం మొదలయింది. నా వేతనం మరింత పెరిగింది. నేను మంచిగా ఉండాలని నిర్ణయించుకున్న తర్వాత, నేను మరింత మెరుగయిన భావనలకు లోనుకావటానికి ప్రతిఫలం అందటం మొదలయ్యింది.

చాలా మంది మన శక్తులను భయం వైపు మళ్లిస్తాం. మీకు సమస్యలు లేవని నేను అనటం లేదు. సమస్యలమీద కన్నా వాటి

పరిష్కారాలపైన దృష్టి సారించమని నేను మీకు చెప్పదలిచాను. విశ్వం అనేది అన్ని విభాగాల్లోనూ సమృద్ధిగా అవకాశాలను ఇస్తుంది. భయం అనే భ్రమ మనకు పరిమితులను నిర్దేశిస్తుంది.

మీ భావోద్వేగాలను అధ్యయనం చేయండి

ప్రతికూలభావనలను విస్మరించటం అనేది మీ శరీరంలో విషాన్ని అట్టిపెట్టుకోవటం లాంటిది. మీకు కలిగే ప్రతి భావనను అర్థం చేసుకోవటానికి ప్రయత్నించండి. అలాగని సానుకూల భావనలను బలవంతంగా రుద్దమని కాదు, మీ ప్రతికూల భావనలను ఆరోగ్యవంతంగా మలుచుకుంటే మీరు హాయిగా ఉండగలుగుతారు.

మన ఆలోచనల్లో ఎక్కువ భాగాన్ని ఆక్రమించే అంశాలు మన భావోద్వేగాలపైన ప్రభావం చూపుతాయి. మనం ఎలాంటి భావనకు లోనవుతున్నామో నిర్దేశించేవి అవే. సానుకూల ఆలోచనాపరులుగా మారదామనుకునే మనం ఈ మార్పుల తీరు ఎలా చోటుచేసుకుంటుందనే విషయాన్ని అంతగా పట్టించుకోం. మన భావనలను మొద్దుబారేలా చేసుకుని ప్రతికూలభావనలను అలా పక్కకు తొలగించి సానుకూల భావనలవైపు మరలిపోవాలని కోరుకుంటాం. ఇది అంతగా ప్రభావం చూపదు. కారణం ఏమిటంటే, పరిస్థితులు అన్నీ వ్యతిరేకంగా ఉన్నా, బావున్నాయని మనల్ని మనమే మాయచేసుకుంటాం. అణచివేసిన భావనలు మీ శరీరాన్ని విషపూరితం చేస్తాయి, కాలగమనంలో మీ వ్యవస్థను నాశనం చేస్తాయి.

విషపూరితమైన ఆలోచన ఏదయినా మీ మనసుపొరల్లో అలాగే ఉండిపోతే, భవిష్యత్తులో అలాంటి సందర్భమే ఎదురయినప్పుడు అది తిరిగి విజృంభించే ప్రమాదం ఉంది. ఇది మీ కంపన స్థాయిని తగ్గించటమే కాదు, ఇది అలాగే కొనసాగితే ముందు అది మీ మానసిక ఆరోగ్యం, ఆ తర్వాత శారీరక ఆరోగ్యం దెబ్బతింటుంది.

అందువల్ల మీ ప్రతికూల భావనలను అణచిపెట్టేయకండి. వాటిని రూపాంతరం చెందేలా చూడండి. అప్పుడు మీ కంపనస్థాయిని పెంచుకోగలుగుతారు. అది తక్షణమే కాదు, భవిష్యత్తులో అలాంటి సందర్భం ఎదురయినప్పుడు కూడా. మీ భావోద్వేగాలను అర్థం చేసుకోవటం అనేది పదేపదే కంపనస్థాయిని తక్కువ నుంచి ఎక్కువకు పెంచుకోవటానికి తోడ్పతుంది. వ్యక్తిగతంగా అభివృద్ధి చెందటానికి ఈ రకమైన ఆత్మపరిశీలన దోహదం చేస్తుంది.

ఉదాహరణకు, షారా కొత్తగా ప్రేమలో పడింది. అతను కొన్నిరోజులపాటు ఆమెతో ప్రేమవ్యవహారాలు కొనసాగించాడు. చరవాణిలో సందేశాలు పంపటం, ఫోను చేయటం వంటివి చేశాడు. ఎందుకో తెలియదు గానీ, ఓ రోజున అతన్నించి ఇవన్నీ ఒక్కసారే నిలిచిపోయాయి. అతను ఏమైనా ఫోన్ చేసినా, సమాచారం పంపినా దానికి బదులివ్వాలని ఆమె పరితపించేది. ఆశగా ఎదురుచూసేది. ఆమె ఆలోచనల్లో ఎక్కువ భాగం ఇదే అంశం ఆక్రమించింది. "నేను అందంగా ఉండను. అందుకే నా మీద ఎవరూ ఆసక్తి చూపరు" అని ఆమె మనసు ఎంతగానో ఘోషించేది.

షారా తన ప్రతికూల భావనలను సానుకూలంగా మార్చుకోవలసిన అవసరం ఉంది. తను ఇది సాధించాలంటే, ఇలా ఒక్కొక్క అడుగు వేసుకోవటం వెళ్లాలి.

మీ ప్రతికూలభావనలను ఎలా రూపాంతరం చేసుకోవాలి?

1. **ముందుగా సమస్యను గుర్తించండి:** మీ భావోద్వేగాలస్థితిని మార్చుకోవాలంటే, ముందుగా మిమ్మల్ని వేధిస్తున్న సమస్య ఏమిటనే విషయంలో మీకు స్పష్టత ఉండాలి. షారా విషయానికొస్తే, విచారం, భయం ఆమెను కమ్ముకున్నాయి. తను అభద్రతకు, తిరస్కారానికి గురయ్యాయనన్న భావనకు లోనయ్యిందని నాకు అర్థమైంది.

2. **దాన్ని సవాలు చేయండి:** సమస్యను గుర్తించటం పూర్తయ్యాక, మీరెందుకు అలాంటి భావనకు లోనవుతున్నారో మిమ్మల్ని మీరు ప్రశ్నించుకోండి? ఏ ఆలోచనలు ఇందుకు కారణమవుతున్నాయి?

   తన ప్రేమికుడి నుంచి మెసేజులు రాకపోవటంతో షారాకు నైరాశ్యం కలిగేది. దీని వల్ల ఆమెకు కలిగే ఆలోచనలు ఇలా ఉండేవి. "ఎవరూ నన్నుపట్టించుకోవటం లేదు, నేనంటే ఇష్టపడటం లేదు. నాకు సమయం కేటాయించటం లేదు. నేను అందవిహీనురాలిని కావటం వల్లనే ఇదంతా" ఇలాంటి భావనలు ఆమెలో పెరిగి పోవటం వల్ల తను ఒంటరిగా, అభద్రతాభావంతో గడిపేది.

   మీ ఆలోచనలను స్పృహతో పరిశీలించటం మొదలుపెట్టండి. మనకున్ననమ్మకాల్లో ఎక్కువ భాగం మనం అతిగా ఊహించుకునేవే ఎక్కువ ఉంటాయి. మన మీద మనకుండే దురభిప్రాయాల వల్లనో, ఇతరులు మన మీద వ్యక్తం చేసే అభిప్రాయాల వల్లనో ఇలాంటి భావనలకు లోనవుతాం. ఈ లోపభూయిష్టమైన, తప్పుడు అభిప్రాయాలను, తీర్పులను మనం సవాలు చేయవచ్చు. మన ఆలోచనలను విశ్లేషించుకుని, వాటిని ఒక క్రమ పద్ధతిలో ముందుకు తీసికెళ్లి, తార్కికమైన పద్ధతిలో మన ప్రతికూల భావనలను సానుకూలంగా పరివర్తన చేసుకోవచ్చు.

ఈ నమ్మకాలను సవాలు చేయాలంటే, ముందు అవి ఎంత మాత్రం చెల్లుబాటవుతాయని ప్రశ్నించుకోవాలి. ఉదాహరణకు షారా తనను తాను ప్రశ్నించుకోవటం మొదలుపెట్టింది. 'నేను అందంగా లేకపోవటం వల్ల నాకు ఎవరూ సమయం కేటాయించటం లేదన్న అభిప్రాయం సమంజసమైనదేనేనా?' ఈ ప్రశ్నకు సమాధానం కోసం లోతుగా ఆలోచించుకోవటం మొదలుపెట్టింది. తనకు ఆ రకమైన భావనలు కలగటానికి కారణమేమిటనే విషయాన్ని తెలుసుకోవటం ప్రారంభించింది. మీరు కూడా మీకున్న సమస్యలపైన పరిష్కారాల కోసం లోతుగా ఆలోచించటం ప్రారంభించినప్పుడు తీవ్రమైన ప్రశ్నలు మీ ముందుకు వస్తాయి. ఆ ప్రశ్నల వల్లనే మీకు తీవ్రమైన సమాధానాలు ఎదురవుతాయి. అందుకే నేను సంతోషంగా లేనా అని షారా ఆలోచించటం మొదలుపెట్టింది.

షారా ప్రశ్నలు వేసుకోవటం మొదలుపెట్టిన తర్వాత తను అతిగా ఆలోచిస్తున్నానన్న విషయాన్ని గ్రహించింది. ఒక వ్యక్తి ఎవరో తనకు సందేశాలు పంపనంత మాత్రాన తను సంతోషంగా ఉండకూడదా? తన సంతోషం బయట వ్యక్తి తనతో ప్రవర్తించే తీరుపైన ఆధారపడటం భావ్యం కాదని ఆమె అర్థం చేసుకోగలిగింది.

మీకై మీరు వేసుకునే ప్రశ్నలు, షారాకు మాదిరిగానే మీ ఆలోచనల్లో పరిమితులను బట్టబయలు చేస్తాయి. మీరు తప్పుడు అభిప్రాయాలు ఏర్పరచుకున్నారని, జీవితంలో ప్రతికూలమైన సందర్భాలను మాత్రమే గుర్తించుకున్నారని అర్థం చేసుకోగలుగుతారు.

ఒకసారి ప్రయత్నించి చూడండి. మీకు విచారం లేదా దుఃఖం కలిగించిన ఓ పాత అనుభవాన్ని గుర్తుకు తెచ్చుకుని నేరుగా దానికి సంబంధించిన ప్రశ్నలు సంధించుకుని దాని మూలాలను వెతికిపట్టుకోండి. గత అనుభవాలకు సంబంధించిన ప్రతికూల భావనలు మన అంతశ్చేతనలో స్థిరపడి మనలో విచారానికి కారణమయ్యాయని గుర్తించటం ముఖ్యం. పాఠాలుగా మన మనస్సులో స్థిరపడి పోయిన ఇలాంటి ఆలోచలను సవాలుచేయటం తప్పనిసరి. ప్రతికూల భావనలను మీరు సరిచేసుకోలేదూ అంటే అవి ఉపచేతన మనసులో అలా నాట్యమాడుతూ ఉంటాయి. కాలం గడిచేసరికి, ఈ పాఠాలు మీపై భారాన్నిపెంచి కుంగుబాటుకు కారణమవుతాయి.

3. **దాని గురించి అర్థం చేసుకోండి:** మీ భావోద్వేగాలకు కారణాలను వెతికిపట్టుకోవాలి. మన ప్రస్తుతం చెప్పుకుంటున్న ఉదాహరణలో షారా ఇటీవల తనకు ఎదురయిన అనుభవాల రీత్యా అభద్రతాభావానికి లోనవుతోంది. తను అంత మంచిదానిని కానే అనుకుంటోంది. ప్రేమ వ్యవహారంలో భాగంగా తనకు సందేశాలు వచ్చినన్ని రోజులు తన గురించి తాను మంచిగా అనుకునేది. ఆమె ఇతరుల నుంచి సామాజిక ఆమోదాన్ని, అంగీకారాన్ని కోరుకుంటోందని దీనిని బట్టి అర్థమవుతోంది.

మీరు కూడా మీ భావనల వెనుక అర్థాలను వెతికి పట్టుకోండి, ఎటిని మీ ఎదుగుదలకు పునాదిగా చేసుకోండి. షారాకు ఆత్మవిశ్వాసం, స్వీయగౌరవం పాలు తక్కువ కావటంతో, ఇతరుల అభిప్రాయాల ఆధారంగా తన సామర్థ్యాన్ని అంచనా వేసుకునేది. తన గురించి తాను బాగా అనుకోవాలంటే ఇతరుల ఆమోదం లభించవలసిన అవసరం ఉండేది.

4. **దాని మార్చటానికి ప్రయత్నించండి:** మనలో ఉత్సాహాన్ని నీరుగార్చే ఈ ఆలోచనల స్థానంలో, సాధికారతనిచ్చే ఆలోచనలతో భర్తీ చేయండి. మనం మన గురించి మంచి భావనలకు లోనుకావటానికి, గొప్ప జీవితం గడపటానికి ఈ విషయాన్ని కొత్తగా చూడటం ఎలా? లేదా దీన్ని కొత్తగా చేయటం ఎలా? అని ఆలోచించుకుని చూడండి.

వినాశనాన్ని కలిగించే ఆలోచనలను మార్చి, వాటి స్థానంలో మీరు మంచిగా అనుకోవటానికి వీలయ్యే కొత్త ఆలోచనలను ప్రవేశపెట్టండి. అలా చేయటం ద్వారా ఇతరులు తనతో ఎలా ప్రవర్తించినా, తాను ప్రేమించగల స్వభావం ఉన్న వ్యక్తినని షారా గ్రహించింది. ఆమె ఇలా అనుకుంది. "నేను నన్ను ప్రేమించుకుంటాను. అది చాలు. నిజంగా నన్ను ప్రేమించే వ్యక్తయితే నేను నాకిచ్చుకునే ప్రేమను తిరిగి నాకు అందించగలుగుతాడు".

సాధికారతనిచ్చే ఈ ఆలోచలనకు విలువను జోడించాలంటే, మీరు నిజంగా మీ గురించి మంచిగా ఆలోచించుకున్న సందర్భాలని గుర్తు చేసుకోండి. తాను సమర్ధురాలిగా, ఆత్మవిశ్వాసం, ప్రేమను పొందే వ్యక్తిగా గతంలో ఉన్న అనుభవాలను నెమరువేసుకుంది షారా. ఈ సన్నివేశాలను మనసులో మెదలగానే ఆమె మనసు తేలికపడింది.

ఈ కిటుకుని ప్రయోగించగలిగితే, అది మీ ఆత్మవిశ్వాసాన్ని పెంచటమే కాదు, మీకు అది మీ సమస్యను పరిష్కారాన్నికూడా అందిస్తుంది. గతంలో అలాంటి సందర్భమే ఎదురయినప్పుడు మీరేం చేశారో గుర్తుచేసుకుంటే చాలు, ఆ సమస్యను ఎదుర్కోవటం మీకు సులువవవుతుంది.

5. **దృశ్యమానం చేయండి:** ప్రస్తుతం ఈ భావోద్వేగాలను మీరెలా ఎదుర్కొంటున్నారో మనసులో పదిలంగా దృశ్యమానం చేయండి. ఇలా చేయటం వల్ల మీ కంపన స్థాయి పెరగటమే కాదు, ఆ భావోద్వేగంతో ఓ రకమైన సంబంధం మీకు ఏర్పడుతుంది. దాని వల్ల మీ మెదడు అదే రకమైన భావోద్వేగాలను భవిష్యత్తులో సునాయసంగా ఎదుర్కోగలుగుతుంది.

పదేపదే మీరు ఈ ప్రయత్నం చేస్తూండాలి. ప్రతి సారీ మీ ఊహలను, కల్పనలను మరింతగా పెంచుకుంటూ, మెదడు దృష్టిలో అది వాస్తవమేనన్న భావను కలిగించాలి. ఇలా చేయటం వల్ల దానిపైన మీకు పట్టువస్తుంది. మళ్లీ మళ్లీ అదే చేస్తూపోవటం వల్ల, అసలైన సందర్భం వచ్చినప్పుడు భావోద్వేగాన్ని ఎదుర్కోవటమెలాగో తెలిసిపోతుంది.

వర్తమానంలో జాగ్రతంగా మెలగండి

రాబోయే క్షణాల గురించి ఆలోచిస్తూ మీరు గడిపేస్తున్నారంటే,
వర్తమానాన్ని మీరు హత్తుకోనట్టే లెక్క.
జీవితం మొత్తాన్ని మనసులోనే గడిపెయ్యరాదని
నిర్ధారించుకోండి.

అంతర్జాతీయంగా సాంకేతికత వృద్ధి చెందుతున్న కొద్దీ, మన సమాజం తమ చుట్టూ ఉన్న ప్రపంచం మీద కాకుండా గాడ్జెట్లపైన ఎక్కువ ఆధారపడుతోంది. మనం ఒకరితో ఒకరం నేరుగా సంభాషించుకోకుండా ఫోన్లల్లో మాట్లాడుకోటానికి ఇష్టపడుతున్నాం. మన చుట్టూ వాతావరణాన్ని ఏ మాత్రం లెక్కచేయకుండా, మన సమయాన్ని ఎక్కువ భాగం స్క్రీన్ వైపు చూస్తూ గడిపేస్తున్నాం.

తమ కళ్ల ముందున్న అందాలను ఆస్వాదించటం మానేసి, వాటిని కెమెరాలో బంధించాలని జనం తెగ తాపత్రయపడుతుంటారు. కచేరీలకు హాజరయ్యే ప్రేక్షకులు ఈ ఫోను స్క్రీనులతో సతమతమవుతుంటారు. విలువైన ఈ క్షణాలను పదిలంగా భద్రపరచుకోటాన్ని నేను తప్పుపట్టటం లేదు గానీ ఇలా స్క్రీనలతో గడిపేయటం వల్ల ప్రస్తుత క్షణంలో మిమ్మల్ని లేకుండా చేస్తుంది.

ప్రస్తుత క్షణాల నుంచి మనల్ని మనం దూరంగా నెట్టుకుంటే, మరింత ఆందోళనగా, భయంభయంగా, ఒత్తిడితో జీవించవలసి వస్తుంది. ఇక్కడ కాకుండా మరేదో లోకంలో జీవించటానికి సిద్ధపడటం

అలవాటు చేసుకున్న మనల్ని దిగులు వెంటాడుతుంది. ఇంకా ముఖ్యంగా చెప్పాలంటే, మనం చుట్టూ ఉన్న వాళ్లను పట్టించుకోకపోవటం వల్ల మన వ్యక్తిగత సంబంధాలు కూడా దెబ్బతింటాయి.

అందుకే తరచూ మనం వేదనకు గురవుతుంటాం, ఇతరులతో సంబంధాలకు దూరమై మనల్ని మనమే కోల్పోతాం. వాస్తవ జగత్తుతో ఏ మాత్రం సంబంధం లేని కాల్పనిక ప్రపంచంలో జీవిస్తుండటం వల్ల మన కంపనాలు తగ్గిపోతాయి. గడిచిపోయిన క్షణాలను పునరుజ్జీవింపచేస్తూ, భవిష్యత్తుపై ఆందోళన చెందుతూ మన మనసులో అడ్డంకులు సృష్టించుకుంటాం. మన సృజనాత్మక శక్తులను వినాశకర ఆలోచనలకు వెచ్చిస్తున్నాం. దీని వల్ల మన జీవితాల్లో గందరగోళం తలెత్తుతోంది.

మన చేతిలో ఉన్న సమయం 'ఇప్పుడే'. ఒక్కసారి గతం జారిపోయిందంటే, అది మళ్లీ తిరిగి రాదు. మానసికంగా మీరెంత దానిని పున:సృష్టి చేయాలని ప్రయత్నించినా సరే. అలాగే భవిష్యత్తు మన ముందు అప్పుడు ప్రత్యక్షం కాదు. అదే మనసుతో దానిని రప్పించుకోవాలని చూసినా. రేపు ముసుగు వేసుకుని ఈ రోజులా వస్తుంది. మనలో చాలా మందిమి ఆ విషయాన్ని గుర్తించం. వర్తమాన క్షణాల కంటే ఏదీ విలువైనది కాదు. దాన్ని మీరు తిరిగి పొందలేరు. మీరు దృశ్యమానం చేసి ప్రయత్నించినా సరే, భౌతికంగా దాన్ని అనుభవంలోకి తెచ్చుకోలేరు.

మీరు మీ చేతిలో ఉన్న ఫోనును గానీ, గడియారాన్ని గానీ పట్టించు కోకుండా స్నేహితులతో గడిపిన సమయాన్ని గుర్తుకు తెచ్చుకోండి. బహుశా మీరు ఆ సమయంలో మీరు బాగా ప్రేమించే, ఇష్టపడే పనిలో నిమగ్నమయి ఉంటారు. మీరు ఆ క్షణాల్లో ఎంతగా లీనమై ఉన్నారంటే, గతం గురించి గానీ, వర్తమానం గురించి గానీ మీకే మాత్రం చింత

ఉండదు. మీరెక్కడున్నారో దానిని ఆనందిస్తున్నారు. వర్తమానంలో జీవించటం అంటే అదే.

మీరు కోరుకున్న గమ్యాన్ని అందుకోటానికి, భవిష్యత్తుకు ప్రణాళికలు రూపొందించుకోవటం అనేది కీలకమైన విషయమే. రాబోయే అధ్యాయాల్లో దాని గురించి సవివరంగా తెలుసుకుందాం. కానీ దానిపైన ఎక్కువ సమయం వెచ్చించటం మాత్రం మంచి పనికాదు. దాని గురించి ఆలోచిస్తే, వర్తమానం అనేది 'ఇప్పుడు' రూపం ధరించిన భవిష్యత్తు అవుతుంది. పదేళ్ల క్రితం భవిష్యత్తు ఎలా ఉండాలని మీరు కోరుకున్నారో, ఆ భవిష్యత్తు 'ఈ రోజు' రూపంలో మీ కళ్లముందుంది.

ఇరవైల వయసుకు చేరుకున్న రోజుల్లో, శనివారం రాత్రి నేను అవుటింగ్ కు వెళ్లటంపైన ఆసక్తి చూపేవాడిని. మిగతా అన్ని రోజులు చకచకా జరిగిపోయి శనివారం వచ్చేసెయ్యాలని ఆత్రుత పడేవాడిని. అప్పుడలా చేసి ఉండవలసింది కాదు అనుకునేవాడిని కాదు. శనివారం వచ్చేది వెళ్లేది, కొన్ని వారాల తర్వాత ఉత్సాహవంతమైన విషయం మరేదో దాని గురించి ఆలోచిస్తూ నేను గడిపేసేవాడిని.

మనం పుట్టాం అంటే, ప్రతి 24 గంటలకు ఒక సారి మృత్యువుకు ఒక రోజుకు దగ్గరగా వచ్చినట్టు లెక్క. మనం ఎదురుచూసే భవిష్యత్తు ఏదో ఒక రోజున మన కళ్లముందు ముందు ప్రత్యక్షమవుతుంది. అది ప్రవేశించిన విషయాన్ని కూడా మనం గుర్తించం. అలా వచ్చి ఇలా వెళ్లిపోతుంది. మన తదుపరి క్షణాలపైన దృష్టి పెడుతూంటాం. అవీ అంతే, వస్తాయి, వెళ్లిపోతాయి.. ఇదీ జీవితం చెప్పే సత్యం.

మనలో ఎక్కువ మంది ఇలాగే జీవిస్తాం. మన నిద్రలేచి అన్ని పనులు పూర్తి చేసుకుని రాత్రికి మళ్లీ నిద్రపోతున్నాం. ఏడాదిలో 365 రోజులు మన దినచర్య అలాగే కొనసాగుతుంది. మన విజయం కోసం, ప్రేమ కోసం, సంతోషం కోసం ఆరాటపడుతూంటాం. వర్తమానంలో

సాంకేతిక అనేది మంచి సాధనమే
కానీ అది జీవించటానికి
ప్రత్యామ్నాయం ఎంత మాత్రం కాదు

మన చేతిలో ఉన్న విషయాలను ఏ మాత్రం పట్టించుకోం. నిజంగా మనం జీవించలేదని విషయం చివరకు మనకు అర్థమవుతుంది. ఒకవేళ మనం కోరుకున్న విధంగా సంపద మన దరి చేరినా, దానిని ఆనందించలేం. అప్పుడు మరేదో సాధించవలసింది ఎదురుగా కనిపిస్తుంది.

మన కళ్ల ముందు జరిగే వాటిని నిర్లక్ష్యం చేస్తూ,
కేవలం ఊహల్లో మాత్రమే మనుగడ సాగించే
భవిష్యత్తు విషయంలో మాత్రం
జీవితాన్ని ఎలా నిర్మించుకోవాలా అని ఆలోచిస్తాం.

గతం గురించి కూడా అదే విషయాన్ని చెప్పొచ్చు. మనకు మంచి అనుభూతులు మిగిల్చిన సంఘటనలు, సందర్భాలను పదేపదే గుర్తుకు తెచ్చుకోవచ్చు గానీ, గతం గత: అన్న విషయాన్ని మన తెలుసుకోవాలి. గతం గడిచిపోయింది అంటే దానిని ఏ మాత్రం మార్చలేం. కేవలం మన మనసులో దానిని పునర్నిర్మించవచ్చు, మార్చుకోవచ్చు.

మనం తర్వాత అధ్యాయంలో చర్చించే ధ్యానం, మీరు వర్తమానంలో జీవించటమెలా అన్న విషయాన్ని మీకు నేర్పుతుంది. ప్రస్తుత క్షణాల పైన అవగాహన కలిగించుకోవటం ద్వారా మన అత్యధిక కంపనాలను ప్రదర్శించవచ్చు. గతం తాలూకు వేదన, వర్తమానం తాలూకు భయాలు మనల్ని ఎంత మాత్రం తాకవు.

ధ్యానంలో నిమగ్నం కండి

ఇటీవల కాలంలో ధ్యానానికున్న ప్రాచుర్యం మరింత పెరుగుతోంది. వృత్తిపరమైన నిపుణుల నుంచి ప్రధాన స్రవంతి మీడియా వరకూ అన్ని వర్గాలు ధ్యానం ప్రయోజనాల గురించి మాట్లాడుతున్నారు. దీనిని ప్రారంభించని వారికి ధ్యానాన్ని అభ్యాసం చేయటం, దానిపైన పట్టు సాధించటం అనేది బాగా భయపెడుతుంది. అది సమయాన్ని హరించే వ్యవహారంగా కనిపిస్తుంది. ఇదే కూడా ఇదే భావనతో చాలా కాలంపాటు వాయిదా వేస్తూ వచ్చాను.

చాలా మందిలానే ధ్యానం చేయాలని ప్రణాళికలయితే వేసుకునేవాడిని గానీ అందుకు ఎప్పుడూ సిద్ధమయ్యేవాడిని కాను. చివరకు నేను ప్రారంభించినా, నేను సరిగ్గా చేస్తున్నానా, ఫలితాలు వస్తాయా అన్న సందేహాలు ముప్పిరిగొని నన్ను గందరగోళపరిచేవి. నా అభ్యాసం కూడా క్రమం తప్పకుండా సాగేది కాదు, అస్థిరంగా ఉండేది. దాని లోతుల్లోకి వెళ్లి చూశాక, నేను మరీ సంక్లిష్టపరచుకున్నాననన్న విషయం అర్థం చేసుకున్నాను.

కచ్చితంగా 30 రోజుల పాటు వదలకుండా రోజూ ధ్యానం చేయాలన్న నిశ్చయం చేసుకున్నాక, అందులో తేడాలను నేను గుర్తించటం మొదలుపెట్టాను.

సంవత్సరాల తరబడి రోజుకు 15 నిముషాల పాటు ధ్యానం చేయటం మొదలుపెట్టిన తర్వాత, నాలో అద్భుతమైన మార్పులు చోటుచేసుకున్నాయి. అంతకు ముందుతో పోలిస్తే కోపం వచ్చే సందర్భాలు బాగా తగ్గిపోయాయి. అవే రకమైన సందర్భాలు ఎదురయినా అప్పటిమాదిరిగా విరుచుకుపడటం, విపరీతంగా భావోద్వేగాలకు లోనుకావటం తగ్గిపోయింది.

దానితోపాటు నాలో కొత్త రకమైన సామర్థ్యం నాకు అలవడింది. గందరగోళ పరిస్థితులు ఎన్ని ఎదురయినా నేను చెక్కుచెదరకుండా ప్రశాంతంగా, మౌనంగా ఉండగలుగుతున్నాను. ఫలితంగా తరచూ నాకు ఆనందం కలుగుతోంది.

ఈ మార్పులు వేటినీ నేను విస్మరించటం లేదు.

ధ్యానం అనేది మీ అహం కల్పించే ప్రతిఘటనను సులభం చేస్తుంది. ప్రశాంతంగా, స్పష్టంగా, మరింత ఓర్పుతో నడుచుకునేలా చేస్తుంది. ధ్యానం అభ్యాసం చేయటంలో సహజసిద్ధంగా వెలువడే ఆలోచలు, నా బుద్ధిపైన వెలుగులు ప్రసరింపచేసేవి. కీలకమైన ఎన్నో ప్రశ్నలకు నాకు సమాధానాలు దొరికేవి. నా కంపనాలను పెంచుకోవలసిన అవసరం ఉన్నప్పుడు, ధ్యానం మంచి ఆలోచనలు ప్రతిష్ఠిస్తాయని గుర్తించగలిగాను.

ఇది వినటానికి ఆశ్చర్యంగా అనిపించవచ్చు. మనసును ఆలోచనల గజిబిజి నుంచి దూరం చేయటం ధ్యానం అని చాలా మంది అనుకుంటారు గానీ అది నిజం కాదు. ధ్యానం అంటే నిజజీవితంలో ప్రతి భాగంలోనూ శక్తివంతమైన సాధనంగా ఉపయోగపడుతుంది.

మీ ఇంద్రియాలను సంపూర్ణంగా ఉపయోగించుకుని పూర్తిగా ప్రస్తుత క్షణాల్లో నిమగ్నమై ధ్యానాన్ని ప్రారంభించండి. ఎటువంటి తీర్పు

ఇవ్వకుండా దూరం నుంచి మీ ఆలోచనలను, ఉద్వేగాలను, శరీరం వ్యక్తం చేసే భావనలను మౌనంగా గమనించండి.

మీకు ఇప్పుడు స్వల్పంగా విశ్రాంతిని అందించగల ధ్యానాన్ని నేర్పాలనుకుంటున్నాను. ఇందుకు మీకు కావలసిందల్లా ఒక పెన్ను, పేపరు, కొన్ని నిశ్శబ్దమైన క్షణాలు.

ఇప్పుడే ధ్యానం చేయండి... వరుసగా ఇదే క్రమంలో...

1. మీ అంతరదృష్టిని ఉపయోగించుకుని మీ శక్తిని స్థాయి ఏమిటో అంచనా వేయండి. మీ కంపన స్థాయి 1 నుంచి 10లో ఎక్కడ ఉంటుందో పేర్కొనండి. నాకు పని చేయాలనిపించటం లేదు, చాలా కుంచించుకుపోయినట్టు అనిపిస్తోంది అంటే ఒకటిగానూ, నేను చాలా గొప్పభావనకు లోనవుతున్నాను, ప్రశాంతంగా, పూర్తి సంతోషంగా ఉన్నాను అంటే 10 గానూ భావించాలి. ఏ మాత్రం ఆలోచించకుండా మీ గురించి మీకు ఏం తడితే ఆ అంకెను కాగితంపైన రాసేయండి.

2. ఇప్పుడు మనం ధ్యానస్థితికి చేరుకోవటం ప్రారంభిద్దాం. మీరు పూర్తిగా విశ్రాంతిగా ఉండగల స్థలాన్ని ఎంచుకోండి. పూర్తిగా కళ్లు తెరుచుకుని కూర్చుని గానీ, నుంచుని గానీ ఇది చేయాలి. మీరెక్కడ ఉన్నా, మీ శరీరం గురించి అప్రమత్తం వహించండి.

   మీరు కూర్చున్నారా?

   మీరు నుంచున్నారా?

   మీ వెన్నెముక ఎలాంటి భావనలకు లోనవుతోంది?

   ఏ మార్పూ చేయకండి. మీ భౌతిక శరీరం గురించి స్పృహతో ఉండండి.

3. ఇప్పుడు శ్వాసపైన ధ్యాస పెట్టండి. కేవలం పరిశీలించండంతే. మీ ఊపిరితిత్తులతో గాలి ప్రవేశించటం, బయటకు రావటం అనుభూతి చెందండి. మీరు గాఢంగా శ్వాస తీసుకున్నప్పుడు, మీ ఊపిరితిత్తుల్లోకి వీలయినంతగా గాలిని పంపుతున్నామని భావించుకోండి. శ్వాస బయటకు వదులుతున్నప్పుడు పాత గాలిని బయటకు పంపండి.

ప్రతి శ్వాసకు మీ ఉదరభాగం పైకి కిందకూ కదులుతున్న భావన పొందండి. అలాగే మీ హృదయం భాగం పైకి కదులుతున్న భావన పొందండి.

4. ఒకసారి చుట్టుపక్కల చూడండి. ఎలాంటి అభిప్రాయానికి రాకుండా వాటిని, రంగుల నమూనాలను చూడండి. కేవలం పరిశీలించండి అంతే. మీ కళ్లు చుట్టూ ఉన్న వాటిని గ్రహించాలి. ఆ తర్వాత నెమ్మదిగా కళ్లు మూయండి.

మీ మనసు తెరపైన ఏం ప్రత్యక్షమయిందో చూడండి.

ఆలోచనలను అలా సాగనివ్వండి. ఎలాంటి ఒత్తిడి లేదు. మంచీ, చెడు లేదు. మీ మనసులోకి అలా వచ్చి ఇలా పోయే చిత్రాలను పరిశీలించేందుకు మీ కనుబొమలకు విశ్రాంతి ఇవ్వండి. మీ శ్వాస పీల్చుకునేటప్పుడు, విడిచేటప్పుడు అది సాగే తీరును పరిశీలించండి.

5. మీ చుట్టూ ఉన్న ధ్వనులను
అవి ఎక్కడ నుంచి వస్తున్నాయి?
వాటి స్వరం ఎలా ఉంది?
అందులో విభిన్నంగా ఉండేవి ఏమయినా ఉన్నాయా?

ధ్వనులకు సంబంధించిన నేపథ్యాన్ని, ముందును తెలుసుకోగలుగు తున్నారా?

ఇప్పుడు మీ శ్వాస చేసే చప్పుడు..లోపలకు, బయటకు వినటానికి ప్రయత్నించండి.

6. మీ శరీరం మొత్తాన్ని అవగాహనలోకి తెచ్చుకోండి. ఇప్పుడు మీకు ఒత్తిడిగా అనిపిస్తోందా? ఏదీ మార్చుకోవలసిన అవసరం లేదు. మీ శరీరంలో ఏమైనా సంవేదనలు కలుగుతున్నాయా?

ఇప్పటికప్పుడు మీలో ఏమైనా భావనలు, ఉద్వేగాలు చోటుచేసుకుంటున్నాయా? అవేమిటి? అవి ఏ భాగంలో చోటు చేసుకుంటున్నాయి?

పరిశీలించండి. అనుభూతి చెందండి. వినండి. అలాగే ఇంకో నిముషం పాటు అలాగే గడపండి. మీరు సిద్ధం కాగానే నెమ్మదిగా మీ చేతులను, కాళ్లను కదిలించటానికి ప్రయత్నించండి.

ఆ తర్వాత మెల్లగా కళ్లు తెరవండి.

7. దీనితో మన అభ్యాసం పూర్తవుతుంది. ఇప్పుడు మీ కంపన స్థాయి ఎలా ఉంది? ఆ సంఖ్యను రాయండి. అది అంతకు ముందు కంటే ఎక్కువ ఉందా? లేని పక్షంలో ఈ అభ్యాసాన్ని తిరిగి కొనసాగించండి. చిట్టచివరకు దీని వల్ల మీ కంపన స్థాయి పెరిగిందని గ్రహించగలుగుతారు.

ఈ వరుస విధానాలను గుర్తుంచుకోవటం కష్టమని మీకు అనిపిస్తే, ముందుగా మీ ఫోన్ లో రికార్డు చేసుకోండి. అప్పుడు మీ స్వరమే మీకు సూచనలిస్తుంది. నెమ్మదిగా, స్పష్టంగా మాట్లాడండి. సూచనలు చదివేటప్పుడు నిశ్శబ్దం కోసం స్వల్ప విరామం ఇవ్వండి.

ధ్యానం అనేది ఏమంత క్లిష్టమైన ప్రక్రియ కాదు. బుద్ధిస్టు మాస్టర్ యొంగే మింగ్యూర్ రిన్పోచె ఏమంటారంటే, శ్వాసపైన మీరు ధ్యాస పెడితే చాలు, ధ్యానం పూర్తయినట్టే అని చెబుతారు. మీరు అవగాహనతో శ్వాస పీల్చుకుంటే గనక,[10] మీరు ధ్యానం చేస్తున్నట్టే. అదంత సులువైన విషయం. దాన్ని బట్టి మీరు ఎక్కడయినా, ఎప్పుడయినా ధ్యానం చేయగలరన్నమాట.

బుద్ధిపూర్వకమైన అవగాహనతో చేసినది ఏదయినా,
లేదా ప్రతిదీ ధ్యానమే. చివరకు దుస్తులు శుభ్రం చేయటం
లాంటి పని కూడా.

ప్రతిరోజూ 15 నిముషాల వంతున, 30 రోజుల పాటు వరసగా ధ్యానం చేయండి. అది కష్టమని భావిస్తే, కనీసం ఐదు నిముషాలతో ప్రారంభించి సమయాన్ని పెంచుకుంటూ పోండి.

మన జీవితంలో శ్వాసపీల్చటం అనేది అత్యంత ప్రాధాన్యమైన అంశం. అంటే.. మన శ్వాస పీల్చటం లేదు అంటే ప్రాణాలతో లేనట్టు లెక్క. శ్వాస తీసుకోవటంతో ఈ భూమ్మీద పడతాం. జీవితం ముగియగానే శ్వాస విడుస్తాం. అందుకే ప్రతి శ్వాసతోనూ మనలో పరివర్తన జరుగుతూంటుందని చెబుతారు. శ్వాస తీసుకోవటం ద్వారా మనం చచ్చి మళ్ళీ పుడతాం.

మనం శ్వాస పీల్చుకోవటం ద్వారా కీలకమైన మన జీవ శక్తిని బలోపేతం చేస్తాం. ఆధ్యాత్మిక సాంప్రదాయాలను అనుసరించి వాటిని మాన, ప్రాణ, చి లేదా కి అన్న పేర్లతో పిలుస్తారు. ప్రతి శ్వాసతో జీవశక్తి

మన శరీరంలోని ప్రతి కణంలోకి ప్రవేశించి చైతన్యంతో కంపించేలా చేయగలుగుతామన్నమాట. మనం పూర్తిగా ఎక్కువ నియంత్రిత శ్వాసల్ని అందించగలిగినప్పుడు కంపన స్థాయి పెరిగి, మన నరాల వ్యవస్థ ప్రశాంతతను సంతరించుకుంటుంది.

ధ్యానం అనేది ఒకే రకమైన పద్ధతికి అలవాటుపడిన మనసు గోడలను బద్దలుకొట్టి మరింత ప్రామాణికతను సంతరించుకునేలా చేస్తుంది. తరచూ మీరు ధ్యానం చేస్తూ పోతే మీ మనసులో చెలరేగే ఆలోచనల మహాసాగరాన్ని ఎలా నియంత్రించాలన్న అంశంపైన అవగాహన పెంచుకోగలుగుతారు.

మూడవ అధ్యాయం

మిమ్మల్ని ప్రాధాన్య స్థానంలో నిలుపుకోండి

పరిచయం

మీ కంపనాలు తగ్గిపోవటానికి కారణమయ్యే వ్యక్తుల నుంచి దూరంగా జరగటం అనేది స్వార్థం కాదు, బలహీనతకు సూచిక అంత కంటేకాదు. జీవితం అంటే సంతులనం. దయను విస్తరింపచేయటం. అదే దయను ఇతరులు మీ నుంచి లాక్కోకుండా చూసుకోవటం తప్పేం కాదు.

మీకు ప్రాధాన్యం ఇచ్చుకోండి అని నేను చెబుతుంటే, స్వార్థంగా ఉండమంటున్నానని అనుకుంటున్నారా? సందర్భాన్ని బట్టి ఒక్కోసారి ఇతరుల గురించి ఆలోచించకుండా మీ గురించి ఆలోచించుకోవటం స్వార్థమే అవుతుంది. ఉదాహరణకు ఆకలితో మలమలలాడుతున్న ఎనిమిది మంది వ్యక్తులు గదిలో ఉన్నారు. రొట్టెముక్కను ఎనిమిది భాగాలు చేసి అందరినీ తలా ముక్క తీసుకోమన్నారు. మీరు అక్కడున్న వాటిల్లో నుంచి రెండు ముక్కలు గుంజుకున్నారనుకోండి, అది స్వార్థం అవుతుంది.

మీకు మీరు ప్రాధాన్యం ఇచ్చుకోవటం అనేది తరచూ ముఖ్యమైన అంశం అవుతుంది. ఇతరులతో పంచటానికి మీకు బోలెడంత శక్తి ఉండొచ్చు, కానీ అందులో కొంత మీ కోసం దాచి ఉంచుకోవలసిన అవసరం ఉంది. ఈ ప్రపంచంలోకి మీరు ఒంటరిగా వచ్చారు. ఒంటరిగానే తిరిగి వెల్లిపోతారు. జీవితంలో అత్యంత సుదీర్ఘమైన సంబంధం మీతో మీకు మాత్రమే ఉంటుంది. ఈ సంబంధాన్ని మీరు

చక్కగా నిర్వహించుకోగలిగితే, ఇతరులతో సంబంధాలను కూడా బాగా నిర్వహించుకోగలరు.

కొంత మంది తమ మాటలు, చర్యల ద్వారా మన మనసులను తరచూ గాయపరుస్తుంటారు. కానీ వాటి వల్ల మనం ఏ మాత్రం ప్రభావితం కాని స్థాయిలో ఉండాలని కోరుకుంటాం. అది అందరికీ సాధ్యమయ్యే పనికాదు. కొద్ది మంది ఆధ్యాత్మికను సాధించిన వ్యక్తులు మాత్రమే, అవతల వాళ్లు ఎలా ప్రవర్తించినా, షరతులు లేని ప్రేమను చూపగలుగుతారు. మిగిలిన వారికి మాత్రం ఎలాంటి అంచనాలు లేకుండా ప్రేమను పంచటం అంటే కష్టం. వాళ్లు చాలా ఎదగవలసిన అవసరం ఉంది.

ఆధ్యాత్మికత ద్వారా వికసించిన వ్యక్తులం మనం కాకపోతే, విషపూరిత స్వభావం కల వ్యక్తులు (టాక్సిక్ పీపుల్)తో పరస్పర సంప్రదింపులు జరపటం వల్ల మన శక్తిని వాళ్లు పీల్చేస్తారు. కొద్ది కాలం అయ్యేసరికి మనల్ని నిస్సత్తువ ఆవరిస్తుంది.

మీ చుట్టూ సానుకూల స్వభావం ఉన్న వ్యక్తులు ఉన్నప్పుడు, జీవితంలో మంచిని చూడగలగటం అనేది సులభమవుతుంది.

మీ వ్యక్తిగత అభివృద్ధి అనేది క్రమంగా సాగే విధానం. అవతల వాళ్ల ప్రవర్తన మనమీద ఎలాంటి ప్రభావం చూపకూడదు అనే దశకు మనం చేరుకోటానికి సుదీర్ఘకాలమే పడుతుంది.

మిమ్మల్ని తరచూ తక్కువ చేసే వ్యక్తులు మీ జీవితంలోకి అడుగుపెట్టకుండా కత్తిరించి పారేయాలి. వారు మీ ప్రగతికి ప్రతిబంధకంగా మారతారు. మీకు విషం ఎక్కిస్తుంటే, బలవంతంగా ముఖం మీద నవ్వు పులుముకుని పనిచేయటం అనేది చాలా కష్టం. ఉదాహరణకు ఒక మొక్క గురించి ఆలోచించండి. విషపూరిత పరిస్థితుల్లో ఉంటే అది ఎదగటం

సాధ్యమవుతుందా? కొద్ది రోజుల్లోనే తాజాదనం కోల్పోయి వాడిపోదూ. సరైన వాతావరణంలో పెంచినప్పుడు మాత్రం అది బాగా వృద్ధి చెంది అందంగా తయారవుతుంది. అది పెద్దదయి దృఢంగా మారిన తర్వాత, దాన్ని నాశనం చేయటం కష్టమవుతుంది.

విషపూరిత స్వభావం ఉన్న వారు.. మన చేసే ప్రతి పనినీ విమర్శిస్తారు. ఎప్పుడూ వాళ్లు మననుంచి ఏదో ఒకటి ఆశిస్తారు. గౌరవం ఇవ్వరు. సహకారం అందించరు. పైగా అవహేళన చేయటం, మనల్ని తృణీకరించటం, మాటలతో నిందించటం, చిన్నబుచ్చటానికి రకరకాల మతలబులు చేయటం వంటి వాటికి పాల్పడతారు. తమ విషపూరిత చర్యలనుంచి మారాలన్న దృష్టి వారికి ఏ కోశానా ఉండదు.

మీ చుట్టూ ఇలాంటి విషపూరిత స్వభావం ఉన్న వ్యక్తులు ఉన్నప్పుడు మీరు మానసిక ప్రశాంతతను కోల్పోతారు. దీనివల్ల మీరు ఈ బాధను మీరు వేరొకరికి పంచే ప్రమాదం ఉంది. ఇప్పుడు ఈ ప్రశ్న వేసుకోండి. ఇలాంటి వ్యక్తుల నుంచి దూరంగా ఉండాలని ఆలోచించుకోవటం స్వార్థం అవుతుందా? వారు తమ స్వార్థబుద్ధితో చేసే పనులను అంగీకరించి సర్దుకోవటం సరైన నిర్ణయం అవుతుందా?

విషపూరిత స్వభావం ఉన్నవ్యక్తులతో సంబంధాలను తుంచుకోవటం అనేది కష్టమైన విషయం. అందులోనూ వారు మీకు సన్నిహితులయిన వ్యక్తులయితే మరీ. ఒక్కసారి మీరు వారి నుంచి దూరంగా జరిగితే, మీలో సానుకూలత అనే నది ప్రవహిస్తుంది. మీకు ఆత్మశోధనకు సమయం, చోటు లభిస్తుంది. కోలుకోవటానికి, ఎదగటానికి వీలవుతుంది. మనం ముందు చెప్పుకున్న మొక్కలా, మీరు దృఢమవుతారు.

మీ ప్రవర్తనను పరిశీలించుకోండి

ఇతరులు మనపట్ల విషపూరితంగా వ్యవహరించకూడదు అనుకుంటాం గానీ మన ప్రవర్తన ఇతరుల విషయంలో ఎలా ఉందనేది ఎప్పుడూ పరిశీలించుకోం. మీకున్న సంబంధాల్లో అత్యంత ముఖ్యమైనది, మీతో మీకున్న సంబంధం. దానిని విషపూరితంగా ఎప్పుడూ మార్చుకోకండి. మీకు, అలాగే ఇతరులకు బాధ కలిగించే మీ విషపూరిత విధానాలను గుర్తించండి.

సాధారణంగా కోపం వచ్చినా, కలత చెందినా మనం మిగతావాళ్లంతా బానే ఉన్నారని భావించుకుంటాం. మనం చెత్తగా వ్యవహరించినప్పుడు మాత్రం, ఇతరులు మన వల్ల ఇలాంటి పరిస్థితినే ఎదుర్కొంటున్నారని అర్థం చేసుకోకుండా, మన మనసుకు బాగోలేక అలా వ్యవహరించాం అని సర్దిచెప్పుకుంటాం. ఇది ఇతరులను కుంగతీస్తుంది. దీనివల్ల మీరు బాధపడటమే కాదు, ఇతరులనూ బాధపెట్టిన వాళ్లవుతారు.

మేమే ఇతరులకు ఉదాహరణగా నిలుస్తాం అనుకునేవాళ్లు కూడా తమ అనుభవాలను గుర్తుకు తెచ్చుకుని, తమ చర్యలను విశ్లేషించుకోటానికి ప్రయత్నించరు.

మీరు నా ఇన్‌స్టాగ్రామ్ పేజీ చూస్తే అందులో చాలా సూక్తులు, సూచనలు కనిపిస్తాయి. మీకు తెలియని విషయం ఏమిటంటే, వాటిల్లో చాలా ఇతర సామాజిక మాధ్యమం పేజీల్లోకి చేరిపోతుంటాయి.

మీ ప్రవర్తనను ఎప్పటికప్పుడు విశ్లేషించుకుని, మీకు, ఇతరులకూ కూడా నష్టం చేసే విషపూరితమైన అంశాలను మార్చుకోటానికి ప్రయత్నించండి. దీని వల్ల మీరు ఎదుగుతారు. అది స్వీయప్రేమ కిందకు వస్తుంది. మీ ప్రగతినిరోధానికి కారణంగా నిలిచే ప్రవర్తనను మార్చుకుని మెరుగైన వ్యక్తి కాగలరని మీకు మీరే నిరూపించుకోగలుగుతారు.

అవి తమ సొంత సూచనలన్నట్టుగా కొందరు ప్రచారం చేసుకుంటూంటారు. అక్కడ ఉండే వాటర్ మార్కును తొలగించి, నా భావాలు, ఆలోచనలు ఇతరులకు అందరికీ వ్యాపింప చేయటం అనేది నాకెందుకో ఇబ్బందిగా అనిపిస్తుంది.

చాలా మంది సానుకూల దృక్పథాన్ని వ్యాప్తి చేసే పనిలో ఉన్నవారు కూడా ఈ తప్పును సరిచేద్దామన్న ఆలోచన ఏమాత్రం చేయకపోవటం నాకెందుకో చికాకు తెప్పిస్తూందేది. కొంత మందితో స్వయంగా నేను మాట్లాడి చూశాను. తమకున్న అనుచరులను పోగొట్టుకోవటం ఇష్టం లేక దీనిని సరిచేయటం లేదన్న అభిప్రాయాన్ని వ్యక్తం చేశారు. ఇందులో కొంత మంది నా భావాలను ప్రచారం చేయటం వల్ల బాగా లభ్ధిపొందారు కూడా. అయినా దానికి నాకు గుర్తింపు ఇవ్వటానికి వాళ్లు ఏ మాత్రం సుముఖంగా లేరు. మిగతా వాళ్లు కూడా చేస్తున్నారు, నేను చేస్తే తప్పేమిటి అన్నధోరణిలో ఉన్నారు. ఇందులో ఒక వ్యక్తి అయితే, "మీ పేరు ఉంటే ఏమిటి? లేకపోతే ఏమిటి? నిజంగా మీరు సానుకూల దృక్పథం ఉన్నవారయితే, మళ్లీ నాతో మాట్లడకండి" అని దురుసుగా మాట్లాడాడు. సానుకూల దృక్పథాన్ని, ప్రేమను ప్రచారం చేసే వాళ్లలో చాలా మంది తాము చేస్తున్న సూచనలను వారే పాటించటం లేదని నాకు అర్థమైంది.

వాళ్లను పట్టించుకోకుండా వదిలేసి నిస్వార్థంగా నా పని చేయటం మీద దృష్టిపెడితే సరిపోతుందని నిశ్చయించుకున్నాను. నా నైరాశ్యాన్ని పక్కన పెట్టి సానుకూల దృక్పథాన్ని పెంచే పెంచే పనికి సిద్ధపడ్డాను. దానితో నా మనసుకు ప్రశాంతత చేకూరింది.

అయితే ఈ అంశం ఓ కొత్త విషయాన్ని బయటపెట్టింది. అది ఇతరులను మనం నిందించటం. మనం చేసే తప్పులను అసలు పట్టించుకోకుండా ఇతరులను వేలెత్తి చూపటానికి సిద్ధమవుతుంటాం.

ఇతరులు మన చర్యల వల్ల బాధ పడితే, మనకేం సంబంధం అన్నట్టు వ్యవహరిస్తాం. వాళ్ల దృక్పథాలు, ఆలోచనల వల్లనే బాధ తప్పితే, అందులో మన ప్రమేయం ఏమీ లేదన్నట్టు వ్యవహరిస్తాం.

నేను సరిగ్గానే వ్యవహరించానననుకుంటాను.
కొందరు నాది తప్పన్న భావనలో ఉంటారు.
అప్పుడు ఇద్దరిలో ఎవరి అభిప్రాయం సరైనదంటారు?

కొందరు అతిగా స్పందిస్తున్నారని అనిపించినా, వారి బాధకి మూలమేమిటో మీరు అర్థం చేసుకోటానికి ప్రయత్నించాలి. మీరు వారి వ్యక్తిగత విలువలను ఉల్లంఘించారు. మీ ప్రవర్తన వల్ల తాము ఆవేదనకు లోనయ్యామని ఎవరయినా చెబితే, మీరు దాన్ని అంగీకరించాలి తప్ప వాళ్లు అందుకు బాధ పడలో లేదో మీరు తీర్పు చెప్పెయ్యకూడదు.

నేను నా జీవిత భాగస్వామి నుంచి ఈ విషయాన్ని తెలుసుకున్నాను. ఒక్కోసారి నేను వేసే జోకులు అతిగా మారి ఆమెను గాయపరిచేవి. తనకు జరిగిన హానిని ఆమె బయటపెట్టే ప్రయత్నం చేస్తే అప్పుడు నేను రక్షణాత్మక వైఖరి అవలంబించేవాడిని. తనే తప్పు చేసిందన్న అభిప్రాయం కలిగేలా ఆమెపై లేనిపోని నిందలు మోపేవాడిని. ఇతరుల భావనలు తప్పని మీరు ఎప్పుడూ చెప్పకూడదు. వాళ్లను అర్థం చేసుకోవటానికి ప్రయత్నించాలి. ఆ రకంగా వాళ్లు ఆలోచించటానికి అసలు కారణమేమిటనేది గుర్తించండి. ఆ తర్వాత దానిని మెరుగుపరచటానికి ఏం చేయాలో చూడాలి.

అన్ని సంబంధాల్లోనూ ఇదే ముఖ్యం. మనం అంతా ఒకరికొకరు భిన్నమైన వాళ్లం. సాటి వారు మన భావనలను గౌరవించాలని కోరుకుంటాం. ఇతరుల వేదనను గుర్తించటం, అర్థం చేసుకోవటం

అనేది వారి గురించి తెలుసుకోటానికే కాదు, మీ ఎదుగులకు కూడా ఉపయోగపడుతుంది. దోషరహితంగా ఉంటామనుకోవటం భ్రమ. మనలో తప్పులు చేయని వాళ్లంటూ ఎవరూ ఉండరు. కానీ తప్పుల నుంచి పాఠాలు నేర్చుకుని ఎదిగి గౌరవాన్ని పొందటం ముఖ్యం.

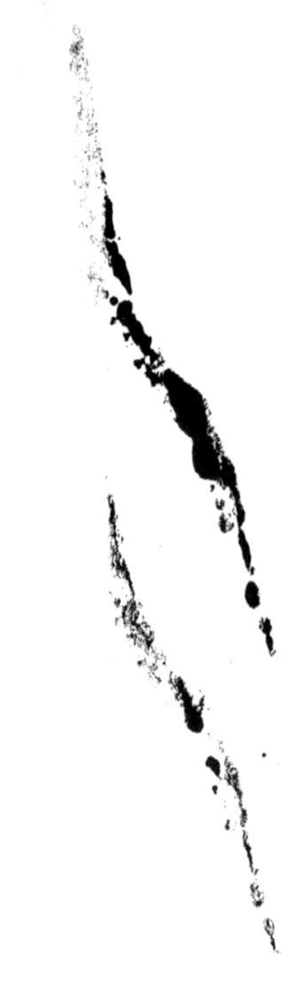

మంచి జీవిత భాగస్వామికి ఉన్న శక్తి అపారం

అనారోగ్యకరమైన వాటి నుంచి దూరంగా జరగటానికి
చాలా ధైర్యం అవసరమవుతుంది,
అందులో నుంచి బయటపడటానికి తడబడ వలసి ఉంటుంది.

తమ సొంత అభద్రత కారణంగా జీవిత భాగస్వామిని శిక్షకు గురిచేసే వాళ్ళుంటారు. తమకున్న పరిమితులను కప్పిపుచ్చుకుని, అధికారాన్నో, ఆధిపత్యాన్నో చూపించేందుకు అవతలవారిని తప్పుచేశామన్న భావ నకు లోనుచేస్తారు. ఈ సంబంధాలు తరచూ అనారోగ్యకరంగా, విషపూరితంగా ఉంటాయి. ఒకరిని శిక్షకు గురిచేసి, తమను తాము ప్రశ్నించుకునేలా మనసులో శూన్యత ఆవరించేలా చేస్తాయి.

ఉదాహరణకు, మీకు పెద్ద ముక్కు ఉందనుకోండి. మీ జీవిత భాగస్వామి చిన్న ముక్కు ఉన్న వ్యక్తితో కాస్త సన్నిహితంగా మెలుగుతోందని మీకు అనిపిస్తే, ఆ వ్యక్తితో మిమ్మల్ని పోల్చుకుని ఆకర్షణీయంగా ఉండటం వల్లనే అతని నైపు ఆమె ఆకర్షితురాలవుతోందన్న అభిప్రాయానికొచ్చేస్తారు. మీ ముక్కు కంటే అతని ముక్కు బావుందన్న అభిప్రాయం మీకు ఎప్పుడయితే కలిగిందో మీలో ప్రతికూల భావనలు మొదలవుతాయి. అసూయ, సందేహం, ద్వేషంలాంటి భావనలు కలుగుతాయి. దీని కారణంగా మీ స్వీయ సామర్థ్యం, ఆత్మవిశ్వాసంతో పాటు మీ శక్తి సన్నగిల్లుతుంది.

మీ మనసు ఇంకా వికారమైన, భయంకరమైన ఆలోచనలు చేయటం మొదలుపెడుతుంది. మీకు కలిగే నొప్పిని వాళ్ల మీదకు బదిలీ చేస్తారు. వాళ్లు ఏ తప్పూ చేయని అమాయకులు అన్న విషయం మీకు తెలిసినా కోరికను మనసులో పెట్టుకుని అవతల దగ్గరకు చేరుతున్నారని (ఫ్లర్టింగ్) నింద వేస్తారు. మీ అభద్రతను వారి పైకి ప్రసరింపచేస్తారు. వారు మీకు హాని చేస్తున్నారని, వారిలో ఏ మాత్రం ప్రేమ లేదని, మిమ్మల్ని అగౌరవపరుస్తున్నారని పరుషపదజాలంతో వ్యాఖ్యలు చేస్తారు. మీ భావోద్వేగాలకు బాధ్యత వహించటం మానేసి, వారిని శిక్షకు గురిచేయటం లేదా దురుసుగా ప్రవర్తించటం వంటివి చేస్తారు.

మీ జీవిత భాగస్వామి కూడా ఈ బాధను పంచుకుంటుందని నిర్ధారించుకోండి. వాళ్ల నిజాయితీని, నైతికతను మీరు ప్రశ్నిస్తూ, వారు పాపాత్ములని మీరు ప్రకటిస్తారు. వాళ్లలో ఉన్న ప్రతి తప్పునూ మీరు ఎత్తి చూపుతారు. ఇదే వివాదానికి దారి తీస్తుంది. మాటా మాటా పెరుగుతుంది. నష్టదాయకమైన ఫలితాలు ఎదురవుతాయి. అయితే మీ చర్యలన్నీ ఎక్కడ నుంచి పుట్టుకొచ్చాయన్నఆలోచన చేయాలి. ఇందుకు మీ అభద్రత కారణమా? లేకపోతే మీ భాగస్వామి అనుచితంగా ప్రవర్తిస్తోందా అన్నది ఆలోచించుకుంటే మీ బాధకు చాలా వరకూ పరిష్కారం లభించి తీరుతుంది.

ఇందుకు ప్రత్యామ్నాయంగా నిజంగా మీ భార్య అనైతిక పనులకు పాల్పడుతుండవచ్చు. చాలా మంది జీవితభాగస్వాముల నుంచి దీనికి ఆమోదం లభించదు. దాన్ని అంగీకరించే వ్యక్తులూ ఉంటారు. ఇతరుల నుంచి గౌరవాన్నిఅడిగి మీరు తీసుకోలేరు. మిమ్మల్ని గౌరవించని పరిస్థితుల నుంచి బయట పడటం అంత సులువేమీ కాదు.

అభద్రత మెండుగా ఉన్నా ఆరోగ్యకరమైన సంబంధాలను నెరపే జీవితభాగస్వాములు కొందరుంటారు. అవి పరస్పర సహకారం, గౌరవం ఇచ్చిపుచ్చుకునేదాన్ని బట్టి ఉంటాయి. ఒకరినొకరు బాధపెట్టుకోకుండా వాటి నుంచి బయటపడటానికి ప్రయత్నిస్తారు. ఇందుకు కొంత ప్రయత్నం అవసరమవుతుంది. దాని కోసం చాలా సమాచారం ఇచ్చిపుచ్చుకోవటం, ఒకరినొకరు గాఢంగా అర్థం చేసుకోవటం వంటివి అవసరమవుతాయి. ఇది సవాళ్లతో కూడి ఉంటుంది. వదిలేయటం అనేది ఎప్పుడూ పరిష్కరం కాదు గానీ, ఆత్మను పోగొట్టుకోవలసిన పరిస్థితి వస్తే వైదొలగటానికి కూడా సిద్ధం కావాలి.

విషపూరితమైన సంబంధాలను తుంచుకుంటేనే కొన్నిసార్లు మీరు కోలుకోగలుగుతారు

అనారోగ్యకర సంబంధాలు మనలో మంచితనాన్ని తోడేస్తాయి. ఏ మాత్రం మారాలని ప్రయత్నించకుండా, మన ప్రయత్నాలకు సరితూగని వ్యక్తులకు మనం అన్నీ ఇచ్చేయాలనుకుంటాం. మన ప్రేమ ఖాతాలో సంపద మొత్తాన్ని ఖాళీ చేసి మనం కుప్పకూలినా అవతల వారిని సంపన్నుల్లా మార్చి సంతోషపరచాలని ప్రయత్తిస్తాం. మనల్ని అంతగా గౌరవించని, తిరిగి మనకు తగినంత మర్యాద ఇవ్వని వారి కోసం మనల్ని మనం అర్పించాలనుకుంటాం.

మానవ సంబంధాలు సాధికారతగా నిచ్చేవిగా ఉన్నాయా లేదో గుర్తించటానికి మీరేం నిపుణులు కావనవసరం లేదు. తరచూ అవతల వ్యక్తులు మిమ్మల్ని తక్కువగా లేదా కుంచించుకుపోయేలా తక్కువ భావనలకు లోను చేయకూడదు. ఇతరులను పరిపూర్ణలుగా

ఉంచటానికి మీరు కొనసాగించే సంబంధాలు మీకు శూన్యమైన భావనను మిగల్చకూడదు.

కొంత మంది అప్పుడప్పుడు ప్రవర్తించేతీరు చూసి వారెలా ఉంటారో ఊహించుకుని వారి సామర్థ్యాన్ని ప్రేమిస్తాం. మాజీ జీవిత భాగస్వామితో గతంలో ఉన్న అనుభవాలను ఒకసారి తడిమి చూసుకుంటే, వారు అద్భుతమైన వ్యక్తులన్న అభిప్రాయం కలుగుతుంది. తర్వాత కాలంలో మీరు ఊహించిన విధంగా వారు లేరన్న అంశాన్ని మీరు గుర్తిస్తారు.

మనం లోపాలేమీ లేని శుద్ధమైన వాళ్లం కాం. దీని వల్ల అన్ని సంబంధాలు కచ్చితంగా ఉండవు. ఇతరుల్లో వెలుగుని, సామర్థ్యం చూసి వారు మంచి భాగస్వామి అనుకుని ఉచ్చులో పడిపోవటం చాలా సులువు. అంతరాంతరాల్లో అనవసరంగా వారిపై ఆశలు పెంచుకుంటున్నామని మన మనసు చెబుతూనే ఉంటుంది. ఏ మాత్రం మెరుగుపడని వ్యక్తులతో సంబంధాలను కొనసాగిస్తూ ఉండటం అంటే, అది సమయాన్ని వృథా చేసుకోవటమే.

మారటానికి వ్యక్తులు సంసిద్ధులు కానంత వరకూ
వారిని మార్చటం అనేది మీ తరం కాదు

నిజంగా తాము మారటానికి ప్రయత్నిస్తున్నారు, ఈ విషయంలో వారు నటించటం లేదన్న విషయాన్ని ముందుగా మీరు నిర్ధారించుకోవాలి. లేకపోతే తప్పుడు ఆశలతో ఎక్కువ కాలం వారిని అంటిపెట్టుకుని ఉంటారు. ఇది స్వార్థపూరితమైన చర్య. పూర్తి సామర్థ్యానికి చేరుకోవాలని అనుకునే వారంతా ఇలాగే ఉంటారు.

మీరు ప్రేమించే వ్యక్తులతో ఉన్న చెడ్డ, విషపూరితమైన సంబంధాన్ని వదులుచుకోవాలని చెప్పటం తేలికేగానీ, దాన్ని అమలు చేయటం చాలా

కష్టం. అందుకే చాలా మంది ఈ సంబంధాలను కొనసాగిస్తూ ఉంటారు. వీలయినంత కాలం ప్రతికూలతలను భరిస్తూ, వేదనను భరించటానికి సిద్ధపడుతుంటారు.

కొన్నిసార్లు జనం తమకు అంతగా సరిపడని సంబంధాలను స్థిరంగా కొనసాగిస్తుంటారు. అంత కంటే మంచి వాళ్లు తమకు తారసపడకపోవటం, కొత్త వారితో సంబంధాన్ని పునాది నుంచి ప్రారంభించి దానిని స్థిరపరచుకోవటంమ అనేది దీర్ఘకాల ప్రక్రియ కావటం మరో కారణం. అంతరంగం వారిని హెచ్చరిస్తూనే ఉన్నా, వారు అందులో నుంచి బయటపడే సాహసం చేయరు.

విషపూరితమైన సంబంధంలో ఉన్నామా లేదా అనేది తెలుచుకోటానికి, మీకు చిన్న ఉదాహరణ చెబుతాను. తమ వైవాహిక జీవితానికి సంబంధించిన సలహా కోసం ఒక జంట నా దగ్గరకొచ్చారు. ఇద్దరి మధ్య ఉన్న సమస్యను ఏకరవు పెట్టి, ఆ సంబంధం నుంచి బయటపడాలా వద్దా సలహా చెప్పమని నన్ను కోరారు.

కుటుంబ సంబంధాల విషయంలో సలహాల నివ్వటం నాకు నచ్చదు. దంపతుల మధ్య సంబంధాల అసలు స్వరూపం పూర్తిగా తెలియకుండా, వాళ్లు చెప్పే దాన్ని బట్టి అంచనాలు వేసుకుని సలహా ఇవ్వటం అసంబంధమనిపిస్తుంది. అందుకే తుది నిర్ణయాన్ని ఎప్పుడూ అవతలి వారికే వదిలేస్తాను.

దాంతో ఈసారి నేను ఓసారి చుట్టూ పరికించి చూసి ''మీ అమ్మాయికే గనక ఇలాంటి స్థితి ఎదురయితే, మీరేం సలహా ఇస్తారు'' అనడిగాను. వాళ్లు ఒక్క నిముషం ఆగిపోయి ఆలోచనలో పడ్డారు. తాము చేస్తున్నదేమిటో వాళ్లకు స్పష్టంగా తెలుసు అన్న విషయం నాకు అర్థమైంది. కేవలం తాము చేసేది సరైనదా కాదా అని నిర్ధారించుకోటానికి లేదా ఫలానా రకంగా చేయకుండా ఉండటానికి తగిన కారణాలు

వెతుక్కోటానికే నా సాయం కోరారు. నా నుంచి ఈ ప్రశ్న రాగానే వారికి సమాధానం తెలిసిపోయింది.

తల్లిదండ్రులుగా పిల్లల సంరక్షణ స్పృహ మీలో ఎప్పుడు మెదులుతూ ఉంటుంది. ఒకవేళ మీకు పిల్లలు లేకపోయినా, ఉన్నారన్న భావనతో ఊహించుకుని చూడండి. ఎప్పుడూ వాళ్లు సంతోషానికి దూరం కాకూడదని, బాధ పడకూడదన్న ఆలోచనతో మనం నిర్ణయాలు తీసుకుంటాం. నా సలహా అడగక ముందే వారికున్న ధైర్యం సమాధానాన్ని ముందే సిద్ధం చేసి పెట్టుకుంది. అందుకే.. మీ అంతరంగం ఇచ్చే సూచన (ఇన్ స్టింక్ట్)లతో ముందుకు వెళ్లమని నేనెప్పుడూ చెబుతూంటాను. ఒక రకంగా ఇది ఆత్మప్రబోధమే.

మనసులో లోతుగా ఆలోచించి, తార్కికంగా ముందూ వెనకా ఆలోచించకుండా అంతరంగం అందించే ప్రభోధం మేరకు మీరు సమాధానాన్ని అందిపుచ్చుకోవటం మంచి నిర్ణయం అవుతుంది.

ఏదయినా విషయం గురించి ఆలోచించే సమయంలో కడుపులో అదో రకంగా అనిపిస్తుంది. దాన్నే అంతరంగం ఇచ్చే సూచనగా నేను భావిస్తాను. అద్భుతంగా సూచనలు అందుకోటానికి ఇదో మార్గం.

మీలో కలిగే అధికమైన ఆలోచలన్నీ అంతరంగం ఇచ్చే సూచనలేం కానవసరం లేదు. అవి కోరికలు, భయాల వల్ల కలిగేవి. ఈ రెండింటికి అవినాభావ సంబంధం ఉంది. అంతరంగం ఇచ్చే సూచన ప్రశాంతమైన భావన. అది మిమ్మల్ని గుర్తించమని వెంటాడుతూంటుంది. దాదాపుగా అది భౌతికమైనది.

ఒక్క విషయం స్పష్టంగా గుర్తుంచుకోండి. ఏ సంబంధమైనా మన జీవితానికి విలువ ఇవ్వాలి, ఎక్కువ సందర్భాల్లో మంచి కంపనాలను కలిగించాలి. విషపూరితమైన సంబంధాలు మీ మానసిక ఆరోగ్యాన్ని గుంజుకుని భౌతికంగా కూడా మీ శ్రేయస్సును దెబ్బతీస్తాయి.

మొక్కుబడిగా ఏదో కొనసాగించాలన్న భావనతో సంబంధాలను పెట్టుకోకండి. వాటికి వీడ్కోలు పలకవలసిన పరిస్థితులు వస్తే, ధైర్యంగా అందుకు అడుగు వేయండి. దాని వల్ల తాత్కాలికంగా మీకు బాధ కలిగితే కలగొచ్చు. కానీ భవిష్యత్తులో గొప్పవిషయాలకు అదే పునాది అవుతుంది.

మంచి స్నేహితులను ఎంచుకోండి

ఓ సారి నాకు కుంగుబాటు, తక్కువ స్వీయగౌరవంతో బాధపడుతూ చికిత్సపొందుతున్న టీనేజర్ ఒకరి నుంచి ఈ మెయిల్ వచ్చింది. జీవితం ఆమెకు నిస్సారంగా కనిపించేది. ఆమెలో ఆత్మవిశ్వాసంపాలు తక్కువగా ఉండేది. సానుకూల వైఖరితో ప్రవర్తించటం కష్టంగా తోచేది. సానుకూలత గురించి ఆమెకు చెప్పినప్పుడల్లా, అలా ఉండటం కష్టమై పరిస్థితి మరింత దిగజారేది.

ఆమెతో మాట్లాడిన తర్వాత, నాకు అర్థమయిందేమిటంటే, చుట్టూ ఉన్న స్నేహితులు ఆమె బుర్రలోకి లేనిపోని ఆలోచనలు ఎక్కించారు. ఆమె అందంగా ఉండదని, మూర్ఖురాలిగా ప్రవర్తిస్తుందని, ఆమె షక్కన ఎవరికీ ఉండబుద్ధి కాదని ఇలా ఏవేవో పనికి మాలినవంతా నూరిపోశారు. ఆమెలో ఉన్న సామర్థ్యాలను వారు గుర్తించలేదు. దీని వల్ల ఆమె తనను తాను చూసుకునే తీరు మారిపోయింది.

ఇతరులు మిమ్మల్ని గౌరవించకపోయినా, మీలో లోపాలను ఎత్తి చూపినా, ఆ అభిప్రాయాలను స్వయంభావనలోకి తీసుకునే అవకాశాలున్నాయి. మన మనసులో చేరే ఆలోచనల్లో సింహభాగం మన సొంతవి కావు. మన చిన్నప్పుడు జీవితంలో కొన్ని అంశాల్లో ముందుకు వెళ్లటానికి మనం తగిన వారం కామని పెద్దలు చెబుతుంటారు. అవే మనం నమ్ముతూ పెరిగి పెద్దవాళ్లం కావటం వల్ల ఆ దృక్పథాలే వాస్తవంగా

మనకు స్థిరపడిపోతాయి. వారు ఒకసారి చేసి వదిలేసే విమర్శలు, సోషల్ ప్రోగ్రామింగ్ వల్ల మనం మొత్తం జీవితం రూపుదిద్దుకుంటుంది.

మీ చుట్టూ ఉండే వ్యక్తుల వల్ల మీలో మార్పు సాధ్యం కానప్పుడు, భిన్నమైన వ్యక్తుల మధ్య తిరగటం సులువైన పరిష్కారం అవుతుంది. నాకు ఈ- మెయిల్ పంపి అమ్మాయి పాత స్నేహితులను వదిలేసి, ఎప్పుడయితే కొత్త వారిని ఎంచుకోగలిగిందో, అప్పుడు తెలియకుండానే ఆమెలో ఆత్మవిశ్వాసం, నమ్మకం బలపడ్డాయి.

మీ చుట్టూ ఉన్న స్నేహితులను సరళీకరించుకోండి
మీ జీవితానికి విలువ నిచ్చే వ్యక్తులను మాత్రమే ఉంచుకుని,
ఇతరులను పక్కన పెట్టేయండి.
తక్కువయినా అది ఎక్కువ కిందనే లెక్క.
ఆ తక్కువే అధికం

సామాజిక మాధ్యమాల ఆవిర్భావం తర్వాత, స్నేహితుడు అన్న పదానికి నిర్వచనం మారిపోయింది. వారెవరూ మీకు తెలిసిన వ్యక్తులు కారు. సమాజంలో స్నేహానికున్న అభిప్రాయాన్ని వెర్చువల్ స్నేహాలు మార్చివేశాయి. ఇప్పుడు మనం సరదాగా సాయంత్రం వేళలో ఎక్కడో ఒకసారి కలిసిన వ్యక్తినయినా స్నేహితునిగా చెప్పుకుంటున్నాం.

ఇందులో ఎంత మంది మీకు నిజమైన స్నేహితులు. అవసరమైనప్పుడు వారు మీ వైపు తొంగి చూస్తారా? దురదృష్టవశాత్తు ఆధునిక కాలంలో స్నేహాలు, భావోద్వేగాలపైన, లేదా కుటుంబ సంబంధాల తీరులోనూ ఆధారపడి నడవటం లేదు. పొగతాగటం, మందుకొట్టటం, పార్టీలు, షాపింగులు, ఇతరుల గురించి పుకార్లు మాట్లాడుకోవటం వంటివి కలిసి చేయటం ద్వారా ఈ స్నేహాలు

సాగుతున్నాయి. ఇందులో కొన్ని అలవాట్లు మన కంపనాలపైన ప్రభావం చూపుతాయి కూడా.

ఇందులో చాలా స్నేహాలు పరస్పర అవసరాలు తీర్చుకోటానికి కొద్ది కాలం పాటే మనుగడ సాగిస్తాయి. ఉదాహరణకు కొంత మంది వారితో పాటు మీరు పార్టీలో పాల్గొనటానికి వెళ్లే సమయంలో చాలా చురుకైన పాత్ర పోషిస్తారు. మనతో పాటు జిమ్ కు వచ్చేవారినీ మనం స్నేహితులని చెప్పుకుంటాం. మరి మనం ఇల్లు మారే పనిలో ఉంటే సామాన్లు సర్దటంలో అతను ఓ చెయ్యి వేయటానికి ముందుకొస్తాడా? ఇంకేమయినా సాయం చేయగలుగుతాడా? వీళ్లెవరూ చెడ్డవారని కాదు గానీ, ఒక పని చేయటంలో మీ వెంట ఉండేవారు, అవసరానికి మీరు సాయం కోరితే హఠాత్తుగా అక్కడ నుంచి మాయమవుతారు. వాళ్లంతా మీ కోసం ఉన్నారని భ్రమపడటం భావ్యం కాదని మీకు చెప్పదలుచుకున్నాను.

అర్థవంతమైన స్నేహాలు కాకుండా ఉపరితల స్నేహాలు కొన్ని ఉంటాయి. మీరు స్నేహితులు అని చెప్పుకునేవారిలో ఎంత మంది మీకు మద్దతుగా నిలబడతారు? మీరు గెలిచినప్పుడు వారు చప్పట్లు కొడతారా? మీరు సానుకూల చర్యలు తీసుకునేందుకు మిమ్మల్ని ప్రోత్సహిస్తారా? మీరు వ్యక్తిగా ఎదిగేందుకు దోహదం చేస్తారా? ఈ విషయంలో మీకు కచ్చితమైన సమాధానాలు రాకపోతే, మీరు అనుకున్నట్టుగా మీ స్నేహాలు లేవని అర్థం.

అసూయ, ద్వేషం లాంటి భావనలు వ్యక్తం అవుతున్నాయని మీకు అనుమానం వచ్చిందంటే, మీరు సరైన స్నేహితుల బృందంలో ఉండటం లేదని అర్థం. నిజమైన స్నేహితులు మీలో 'బెస్ట్' ను కోరుకుంటారు. మీ విజయాలు వారితో పంచుకుంటారు. మీరు బాగా ఉన్నప్పుడు వారు

బాధపడరు. మీకు ఏ మాత్రం బాధ కలగకుండా బాగా ఉండాలని సదా కోరుకుంటారు.

మీ స్నేహితులు కొందరు మీరు మంచిగా ఉండాలని కోరుకుంటారు. మరీ అంతగా మంచిగా కాదు. ఇలా మన జీవితాలను ప్రతికూలమైన శక్తితో భర్తీ చేసే ఇలాంటి సగటు స్నేహితుల కోసం మీరు సాధారణంగా మిగిలిపోవలసిన అవసరం ఎంత మాత్రం లేదు.

మనం వివిధ స్థాయిలో ఎదుగుతాం, పరిపక్వత సాధిస్తాం. కొందరి విషయంలో ఆ ఎదుగుదల నామమాత్రంగా ఉంటుంది. వారు అలాగే ఉండిపోతారు. అవే పనులు చేస్తూ, అదే వ్యక్తుల మధ్య సంచరిస్తూ, అవే సమస్యలపైన ఫిర్యాదుచేస్తూ, అదే దినచర్యతో గడుపుతూ ఉండే కొందరు వ్యక్తులు మనకు అప్పుడప్పుడు కనిపిస్తుంటారు. వారు మార్పును ప్రతిఘటిస్తారు. తమకు అనువైన ఈ వాతావరణం (కంఫర్ట్ జోన్) నుంచి బయటపడి మెరుగైన జీవితం కోసం ప్రయత్నించటాన్ని అంతగా ఇష్టపడరు. అసంతృప్తి వారికి సుఖంగా అనిపిస్తుంటుంది.

ఇలాంటి వ్యక్తుల్లో మీరొకరయి ఉండొచ్చు లేదా అలాంటి వారు మీ స్నేహితుల్లో ఉండి ఉండొచ్చు. మీరు అత్యంత గొప్ప ఆశయాన్ని కలిగి, జీవితంలో మరేదో సాధించాలని ధైర్యం తెచ్చుకోగలిగిన వారయి ఉండొచ్చు. మరో వైపు మీ స్నేహితులకు అసలు అలాంటి ఆలోచనలే లేకపోవచ్చు. అప్పుడు మీ ఇద్దరి వైఖరుల్లో వ్యత్యాసాలుండటం వల్ల మీరు తప్పనిసరిగా దూరంగా జరగవలసి వస్తుంది. మీరు ఆధ్యాత్మికంగా ఉన్నత దశకు చేరుకోదలుచుకుని, అందుకోసం మీరు ప్రయత్నిస్తుంటే ఆ ప్రయత్నాలు వారికి అర్థం కానివిగా, భయపెట్టేవిగా ఉంటాయి.

వాస్తవం ఏమిటంటే, మీ స్నేహితులందరూ జీవితంలో మీకు ఏదో ఒక విలువైన పాఠం నేర్పుతారు. వారు ఏదో ఒక పాత్ర పోషిస్తారు. అందులో కొందరికి తాత్కాలికమైన స్థానం ఉంటే, మరి కొందరు శాశ్వతంగా మిగిలిపోతారు. అదెలా ఉన్నా మీరు వారిని విడిచిపెట్టి జీవితంలో ముందుకు సాగవలసిందే. మీ జీవితంపైన దృష్టిపెట్టి మిమ్మల్ని మీరు విస్తరించుకుంటూ, వ్యక్తిగా అభివృద్ధి చెందుతూ పోవటమే. మీరు సంతోషంగా, ప్రేమగా, అన్ని సాధించామన్న సంతృప్తితో ఉన్నప్పుడే ఈ ప్రపంచంలో ఇతరులకు మీరు తోడ్పాటు అందించగలుగుతారు. మీ పక్కన ఉన్న వ్యక్తులు వేరే మార్గాలను అనుసరించినా, మీరున్న చోట వారు లేకపోయినా, ఏ మాత్రం ఇబ్బంది లేదు. మీ జీవితంలో వారు ఉండవలసిన అవసరం ఉంటే, వెంటనేనో, ఆ తర్వాతనో వారు మీ వెంట కలుస్తారు. మీ ప్రయాణం అప్పుడు ఎలాగైనా కలిసి సాగుతుంది.

కుటుంబాన్ని ఎదుర్కోండి

మీరు దుస్తుల్ని, హాబీలను, ఉద్యోగులను, స్నేహితులను,
చివరకు కుటుంబ సభ్యులను కూడా వదిలేయవచ్చు.
మన సంతోషానికి, శ్రేయస్సుకు ఉపయోగపడని గతాన్ని
విడిచిపెట్టాలి.

మీ కుటుంబ సభ్యులయినంత మాత్రాన వారికి మీ గురించి మంచి ఉద్దేశం ఉంటుందని భావించలేం. మనకి చిన్నప్పటి నుంచి కుటుంబం చాలా ముఖ్యమైన విషయమనే విషయాన్ని నూరిపోస్తారు. అయినా కుటుంబం అనేది అన్ని సందర్భాల్లో స్నేహితుల మాదిరిగా ప్రోత్సాహకరంగా ఉండదు. స్నేహితులయితే కుటుంబం కంటే ఎక్కువ, ఒక్కోసారి తామే కుటుంబంగా ఉండిపోతారు. మన కుటుంబ సభ్యులే ఒక్కోసారి మన జీవితంలో విషపూరితంగా మారతారనేది మనం కాదనలేని వాస్తవం.

ఈ సంబంధాలను వదులుచుకోవటం అనేది గుండెబద్దలు చేస్తుంది. మనం అతి ముఖ్యమైన వారిగా భావిస్తున్న ఈ వ్యక్తులు తరచూ మనల్ని విమర్శలు గురిచేసి ఇబ్బందులకు గురిచేస్తుంటే ఈ నిర్ణయం తీసుకోవలసిన పరిస్థితి తలెత్తుతుంది. చిన్నప్పటి నుంచి మనకు ఎంతో చేసిన తల్లిదండ్రులతో సంబంధాలను వదులుకోవటం చాలా కష్టం. అలా చేయవలసిన అవసరం కూడా లేదు. వారి చర్యలు మీకెంత ఇబ్బంది కలిగించాయో వివరించి చెప్పటం వల్ల కొంత సానుకూలత ఏర్పడవచ్చు.

చాలా మందికి తమ విషపూరితమైన స్వభావం వల్ల ఎంత మందిని ఇబ్బందుల పాలు చేస్తున్నారనేది తెలియదు.

నిజంగా వారు మీ మనసును గాయపరుస్తున్నారన్న విషయం గ్రహించినప్పుడు వారు తమ పద్ధతులను కొంతయినా మార్చుకుంటారు.

వారి ఉద్దేశ్యాలను మనం అర్థం చేసుకోటానికి ప్రయత్నించాలి. మనల్ని ప్రేమించే వ్యక్తులకు మన పట్ల మంచి ఉద్దేశ్యాలే ఉంటాయి. మనం విజయవంతంగా, సంతోషంగా, సమృద్ధిగా, సంపన్నంగా ఉండాలని వారు కోరుకుంటారు. కానీ వారు కొన్నిసార్లు ఎలాగో దారి తప్పటం వల్ల, అభిప్రాయాల్లో లోటుపాట్ల వల్ల ప్రతికూల భావనలు కలవారిగా మారిపోతారు.

నా స్నేహితుడొకరికి ఆన్ లైన్ వ్యాపారం ఒకటి ఆకర్షణీయంగా కనిపించింది. ఆ పనిచేయాలని తల్లిదండ్రుల ఆమోదం కోరాడు. వారు అతను ఆశించినట్టుగా స్పందించలేదు సరికదా, అది చెత్త ఆలోచన అంటూ పరిహాసం చేశారు. అది లాభాలు ఎలా తెచ్చి పెడుతుందో వారికి అర్థంకాక అతన్ని అందులో నుంచి బయటపడేయాలని చాలా రకాలుగా చెప్పిచూశారు. కలల్లో బతకటం మానేసి, యూనివర్సిటీలో సీటు సంపాదించటానికి అవసరమైన గ్రేడ్లు తెచ్చుకోమన్నసలహా ఇచ్చారు.

తమ సంశయ వైఖరితో బ్రహ్మండమైన ఆలోచనను వారు సమాధి చేశారని అతను ఆవేదన చెందాడు. ఇది మొదటిసారి కాదు. తన తల్లిదండ్రులెప్పుడూ తన ఆకాంక్షలను దెబ్బతీస్తున్నారన్న అభిప్రాయానికి లోనయ్యాడు. దీనివల్ల వారి పట్ల అతనిలో

ప్రతికూలభావనలు చోటుచేసుకున్నాయి. తన జీవితంలో నుంచి వారిని గెంటేయాలనుకోలేదు. అతను వారితో కలిసి జీవిస్తున్నాడు. వారిని అమితంగా ప్రేమిస్తున్నాడు.

అతను ఎక్కడ విఫలమయ్యాడంటే, తన తల్లిదండ్రుల విమర్శనాధోరణి వెనుక ఉన్న అసలు కారణాన్ని అతను పట్టుకోలేకపోయాడు. జీవితంలో ఏది సాధ్యమవుతుంది? దేని వల్ల విజయం లభిస్తుంది? ఆదాయం ఏ మార్గంలో అందుతుంది అన్న విషయంలో వారి అభిప్రాయాలు అతనితో పోలిస్తే భిన్నమైనవి. వారి నమ్మకాలు, తమ అనుభవాల ద్వారా సామాజిక స్థితి ద్వారా ఏర్పడినవి. జీవితం పట్ల వారికున్న దృక్పథం భిన్నమైంది.

విమర్శలో ప్రేమను వెతుక్కోవాలంటే, మీతోపాటు ఇతరుల దృష్టి కోణాన్ని కూడా మీరు అర్థం చేసుకోవాలి. అది పరిమితమైంది, ఆత్మాశ్రయమైంది. మనం ప్రతి చోటు నుంచి సమాచారం సేకరిస్తూ ఉంటాం, మన నేర్చుకునే ప్రతిదీ మన నమ్మకాలపైన, ఆలోచనలపైన తీవ్రప్రభావం చూపుతూ ఉంటుంది.

ఇంతకు ముందు మీ కుటుంబంలో ఎవరైనా యూనివర్సిటీ చదువును పరిహరించి, ఆన్ లైన్ వ్యాపారంలో విజయం సాధించకపోయుంటే, మీరు ఈ పని తలకెత్తుకుని విజయం సాధిస్తాననటం వారికి కొత్తగా అనిపిస్తుంది. అక్కడికక్కడే వారు దానిని తోసిపుచ్చే అవకాశం ఉంది. తమకు అర్థం కాని విషయాలు ప్రజలను భయపెడతాయి. మీరు ప్రేమించే వ్యక్తులు ఎక్కడ నుంచి వచ్చారో అర్థం చేసుకుంటే వారు తపు భయానికి, విరక్తికి కారణమేమిటో మీకు అర్థమయి తీరుతుంది.

ఏళ్ల కొద్దీ తాము చేసే పనులను ఎక్కువ మంది విశ్వసిస్తారు. ప్రపంచాన్నిమీరు చూసే కోణంలో క్షణాల్లో వారు తమ అభిప్రాయాలను మార్చుకోవాలని మీరు ఆశించకూడదు. వారి నమ్మకాల ద్వారా

నియంత్రించబడుతున్నారని గ్రహించి ప్రత్యామ్నాయ దృష్టికోణాన్ని మీరు అందించగలిగి ఉండాలి. అంతే తప్ప మీ నమ్మకాలను ఇతరులపై రుద్దటానికి ఎంత మాత్రం ప్రయత్నించకూడదు.

మీరు వారు మద్దతును కోరుకుంటే గనక ముందుగా వారి నమ్మకాన్ని చూరగొనాలి. ఇది మీ పనే. వారిది కాదు. వారితో సాధ్యమయినంత మనసు విప్పి మాట్లాడటానికి ప్రయత్నించండి. మీ ప్రణాళికలు వివరంగా చెప్పండి. వీలయినంత ఎక్కువ సమాచారం వారి ముందు పెట్టండి. ప్రత్యామ్నాయ ప్రణాళికలను కూడా వివరించండి. ఒక వేళ మీరు ఎంచుకున్న మార్గంలో విఫలమైతే, ఏం చేయదలుచుకున్నారో కూడా చెప్పి వారికి భరోసా ఇవ్వండి. వారి భయాన్ని మీరు ఎంత వరకూ తగ్గించగలిగితే, అంతగా వారికి నమ్మకం పెరుగుతుంది. నమ్మకం పెరిగినప్పుడు వారి నుంచి మీరు ఆశించే మద్దతు లభిస్తుంది.

నా స్నేహితుడు ఆ తర్వాత తను ఎంచుకున్నరంగానికి సంబంధించిన అన్ని వివరాలను తన తల్లిదండ్రులకు పూసగుచ్చినట్టు వివరించాడు. ఈ రంగంలో విజయం సాధించిన వ్యక్తుల గురించి వారికి చెప్పాడు. అంతేకాదు, ఈ సందర్భంగా తన తల్లిదండ్రులు విపరీతంగా అభిమానించే వ్యక్తుల బోధనలను ప్రస్తావించాడు. క్రమంగా వారి దృక్పథంలో మార్పు చోటుచేసుకుంది.

మీకు ఇలాంటి పరిస్థితే ఎదురయితే, సందేహారాయుళ్లకు తగిన సమాధానం చెప్పటానికి మీరు సిద్ధపడాలి. మీరు ఎంచుకున్న మార్గం విలువైనదని, దాని కోసం శక్తివంచన లేకుండా ప్రయత్నిస్తున్నానని వివరంగా చెప్పటం మీ బాధ్యత.

మీరు చేసే పనుల విషయంలో గంభీరంగా ఉన్నారన్న విషయాన్ని మీరు గనక నిరూపించుకోలేకపోతే, ఇతరులు ఆ అభిప్రాయానికి రావటం కష్టం.

ఇతరులు ఎలా వ్యవహరించాలో చూపించటానికున్న శక్తిని తక్కువగా అంచనా వేయకండి. ఇతరుల పరిమితమైన ఆలోచలు మీ పట్ల సాధారణ అభిప్రాయాన్ని కలిగిస్తాయి. వారిని అందులో నుంచి బయటపడేయటానికి మీరు చేయగలిగినదంతా చేయండి. మీ పట్ల అనుచితంగా ప్రవర్తించినా సరే, ఎలా వ్యవహరించాలో అర్థమయ్యేటట్టుగా చెప్పండి. మీ నమ్మకం, పట్టుదల క్రమంగా వారిలో మార్పు తెస్తుంది. దీనివల్ల మీరెంత గొప్పవారన్న విషయం వారికి అర్థం కావటమే కాదు, మీలా ఉంటే ఎలాంటి ప్రతిఫలం లభిస్తుంది అన్న విషయాన్ని వారు అర్థం చేసుకోగలుగుతారు.

కొన్నిసార్లు మన దృక్పథాన్ని మార్చుకుని, మనకు సవాలు విసిరే వ్యక్తుల్లో ఉన్న సానుకూల అంశాలను గుర్తించగలిగితే చాలు, వారితో మనకున్న సంబంధాలు మెరుగుపడతాయి. మీ ఉత్సాహాన్ని నీరుగార్చే వ్యక్తులతో కలిసి మీరు జీవిస్తున్నప్పుడు ఇది మంచి ఫలితాలనిస్తుంది. ఇది పూర్తి పరిష్కారం కాదు. కాని వారిలో మంచిని గుర్తించి మీరు ప్రోత్సహించి, ఆ తర్వాత పరిస్థితులు మెరుగుపడేటంత వరకూ కొద్ది దూరాన్నిపాటిస్తే, కోలుకోటానికిది ఉత్ప్రేరకంగా ఉపయోగపడుతుంది.

ఇక్కడ మీరు ఓ విషయాన్ని గుర్తుంచుకోవాలి. వారు స్వయంగా మారాలనుకునేతంత వరకూ ఎవరిలోనూ పరివర్తన తేవటం సాధ్యం కాదు. మీరు ప్రభావం చూపొచ్చు. మారటానికి దారి చూపొచ్చు, కానీ వారిలో మార్పు తేలేరు. మంచి జీవితం, మీతో మంచి సంబంధాలు లాంటి ప్రయోజనాలు ఉన్నాయని తెలిసినప్పుడు మాత్రమే తాము మారాలన్న

నిర్ణయానికి వస్తారు. వారు తమలో ఉన్న లోపాన్ని గుర్తించనంత వరకూ, మారాలన్న ప్రేరణ వారికి ఎంత మాత్రం కలగదు.

కొన్ని సందర్భాల్లో కుటుంబ సభ్యుల ప్రవర్తన తీవ్రంగా ఉంటుంది. మీకు భౌతికమైన, మానసికమైన హానిని తలపెట్టేందుకు కూడా సిద్ధమవుతారు. వారితో మనకున్న సంబంధం ఏదైనా సరే, వారి మాటలు లేదా చేతల వల్ల గాయపడేందుకు మనం ఈ భూమ్మీద అడుగు పెట్టలేదు. ఇతరుల ప్రమాదకరమైన ప్రవర్తనను భరించటం ఫరవాలేదనుకోవటం హాని చేస్తుంది. వినాశకర ధోరణితో ఉన్నవారిని పక్కన పెట్టటానికి మీకు ఏ సంకోచాలూ అవసరం లేదు.

ఇతరుల కోసం గట్టిగా నిలబడండి

ఇంతకు ముందు ఓ విషయం చెప్పాను. మీరు మంచి భావనలకు లోనుకావాలంటే, మీరు మీ కంటే అధికమైన మానసికస్థితి, కంపనం గల వారి మధ్య సంచరించమని. ఇది మంచి పరిష్కారమే గానీ, కొందరి కంపనాల విషయంలో అది వ్యతిరేక ఫలితాన్నిస్తుంది. గొప్ప భావనలు లేని వారి కోసం తాము గట్టిగా నిలబడ్డామన్న విషయాన్ని తెలిసినా, తమదైనా మానసిక స్థితిలో కొనసాగటం వారికి కష్టమైపోతుంది. హెచ్చు కంపనాల కోసం అన్వేషిస్తూ ఉండేవారితో సమయం గడపటం, వారిని కిందకు లాగుతుంది.

మీ స్నేహితుడొకరు తన సమస్యలన్నీ మీ ముందు ఏకరవు పెట్టి, మీతో విచారాన్ని పంచుకున్నప్పుడు, ఆ విచారం మీ శరీరంలోకి ప్రవహించిన భావన మీకు కలుగుతుంది. అది అంటువ్యాధిలా మిమ్మల్ని తగులుకుంటుంది. యూనివర్సిటీలో చదువుతున్నప్పుడు నాకు ఇలాంటి అనుభవమే ఎదురయింది. నా పక్క గది అతను తన స్నేహితురాలి ఎడబాటుతో తీవ్ర వ్యాకులతకు లోనయ్యాడు. ఓ రాత్రి మేమంతా బయటగడుపుతున్నప్పుడు, అతను తీవ్రమైస విచారానికి లోనై అక్కడ నుంచి వెళ్లిపోయాడు. ఇతను పంపుతున్న సందేశాలను చదివిన ఆ అమ్మాయి, అతనేమయినా అఘాయిత్యానికి పాల్పడతాడేమో, ఓ కన్నేసి ఉంచమని మాకు చెప్పింది.

మేము అతని గది దగ్గరకు వెళ్లి చూసేసరికి, అతని గది లోపల నుంచి తలుపు గడియ పెట్టి ఉంది. లోపల నుంచి సంగీతం చెవులు చిల్లులు పడేటంత శబ్దంతో వినబడుతోంది. మేము తలుపులు బాదుతున్నా అతని నుంచి ఎలాంటి స్పందనా కనిపించలేదు. మేము వణికిపోయాం. అక్కడున్న సంరక్షకుడిని పిలిచి మారు తాళం చెవితో బయట నుంచి గది తలుపు తీయించాం.

మేం లోపలకు వెళ్లి అతన్ని చూడగానే భయాందోళనలకు లోనయ్యాం. అతను మంచం మీద పడుకున్నాడు. బాగా ఏడ్చినట్టు, ఉబ్బిన కళ్లు, బుగ్గ మీద మిగిలిన కన్నీటి చారికలు చెబుతున్నాయి. అంతకంటే మించి అతను మోచేతి మణి కట్టు మీద కావాలని చేసుకున్న గాయం కనిపించింది. అతను బలవన్మరణానికి పాల్పడాలనుకున్నాడని మాకు అర్థమైంది. అదృష్టవశాత్తు మేము అక్కడకు ప్రవేశించటంతో అతన్ని కాపాడుకోగలిగాం.

తర్వాత కొద్ది రోజుల పాటు అక్కడ విచిత్రమైన కంపనాలు మొదలయ్యాయి. ప్రతి వాడూ కదిలిపోయాడు. ప్రాణం తీసుకోవటానికి సిద్ధమయిన వ్యక్తి ఆ సంఘటన గురించి నోరు తెరిచి ఏదీ చెప్పలేదు. ఎందుకో తెలీదు, అతను నాదో సమయం గడపటానికి అంత ఆసక్తి చూపించేవాడు కాదు. నేను సాయంత్రాలు అతనితో గడిపేవాడిని. అతని మనసుకు హాయి కలిగించటానికి మంచి సలహాలు చెబుతూండేవాడిని.

కొంత కాలం అయ్యాక, నాకు అర్థమయిందేమిటంటే, నేను నా సహజాతమైన వ్యక్తిగా ఉండటం లేదు. బాగా కుంచించుకుపోతున్నాను. నేనెంతగా అతని కోసం నిలబడుతున్నానో, అంతగా నేను నా గురించి ఆలోచించుకోవలసి వస్తోంది. నేను ఖాళీ అయిపోతున్నాను, శూన్యమైన భావనకు లోనవుతున్నాను. ఖాళీగా ఉన్న కప్పులో నుంచి ఏదైనా బయట పోయటం కష్టం కదా?

ఇతరుల కంపనాలను స్థిరపరచాలని మీరు
ప్రయత్నిస్తున్నప్పుడు, మిమ్మల్ని మీరు హింసించుకోవటం
లేదని ముందుగా నిర్ధారించుకోండి.
మీ శక్తిని ముందు కాపాడుకోండి.

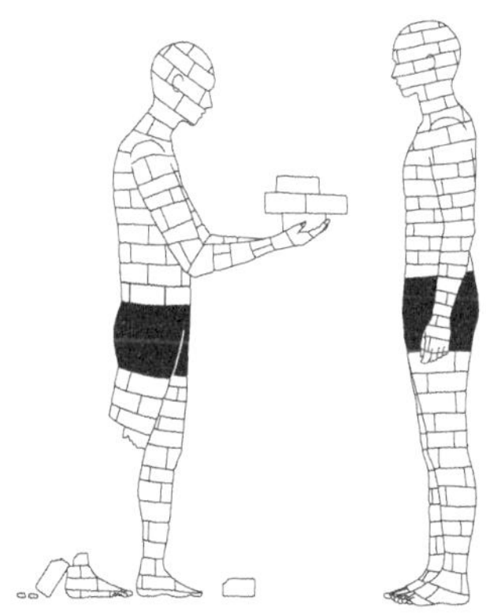

దీనితో మా మధ్య కొంత దూరం ఏర్పడేలా చూసుకున్నాను. సాధ్యమయినంత వరకూ అతనితో సంప్రదింపులు తగ్గించేశాను. అతనికి పక్కన లేకుండా పోయానన్న బాధ మనసులో వేధిస్తుండేది. దేవునిలా పక్కన నిలబడి అన్నీ భరించాలని అనిపించేది. ఇప్పటికే చాలా వరకూ బయటకు వచ్చేశాను గనక చెయ్యగలిగింది లేదు. నేను నా గురించి మంచిగా అనుకునేటంత వరకూ అతనికి సరైన సహకారం అందించలేను అని సరిపెట్టుకునేవాడిని. ఓ పక్క నేనే నిరాశకు గురవుతూ అతన్ని ఓదార్చాలనుకోవటం కపటంగా అనిపించేది.

ఈ లోపు అతను మామూలు కావటం నాకు కొంచెం ఉపశమనాన్ని కలిగించింది. మానసికంగా ప్రశాంతమైన భావనకు లోనయ్యాను. చివరకు నా కంపనాల స్థాయిని పెంచుకుని మరింత ప్రభావవంతంగా అతనికి తోడ్పడటానికి నన్ను నేను సిద్ధం చేసుకున్నాను.

ఎన్నో సంవత్సరాల క్రితం ఈ సంఘటన చోటుచేసుకుంది. దానితో చాలా విషయాల్లో మార్పు వచ్చింది. అవగాహన పరంగానూ, ఇతరులను అర్థం చేసుకోవటంలోనూ చాలా పరిణతిని సాధించాను. ఇప్పుడు వేలాది మంది తమ సమస్యలను నాతో పంచుకోవటం అదృష్టంగా అనిపిస్తోంది. ఇతరుల కంపనాల స్థాయి తక్కువగా ఉన్నా దాని ప్రభావమేమీ నా మీద ఏ మాత్రం ఉండదు. ఇందులో ఒక్కోసారి మినహాయింపులుండొచ్చు. నేను సహాయం చేయటానికి ముందుకు వచ్చినప్పుడు అవతల వ్యక్తుల వల్ల నా శక్తి హరించుకుపోకుండా జాగ్రత్త పడుతున్నాను.

మీ మానసికస్థాయి తగిన విధంగా లేనప్పుడు, కుదించుకుపోయిన భావనలున్నవారికి సాయపడాలనుకోవటం నష్టం చేస్తుంది. అది మీ భావోద్వేగాలపై ప్రభావం చూపుతుంది.

మీ గురించి మీకు గొప్పగా అనిపించనప్పుడు, ఇతరులు తమ జీవితం ఎంత ఘోరంగా తయారయిందో ఆవేశంగా చెబుతుంటే విన్నారంటే ఇంతే సంగతులు. మీ శక్తి హరించుకుపోవటం తథ్యం. కాస్త చెవి అవతల పారేయవచ్చు గానీ, చుట్టూ సంతోషంగా లేని వ్యక్తులతో గడపటం వల్ల ఎలాంటి ప్రయోజనం లేదు.

ఈ పరిస్థితుల్లో తెలివైన పని ఏమిటంటే, మీ కంపనాల స్థాయిని వీలయినంతగా పెంచుకోవటం. దీని వల్ల మీ సొంత కంపనాలను కాపాడుకోగలుగుతారు. ఇతరులను ఆదుకోటానికి అవసరమైన శక్తిసామర్థ్యాలు మీరు నిర్మించుకోగలుగుతారు.

ప్రతికూలత గల వ్యక్తులతో సమర్థవంతంగా మెలగండి

ప్రతి ఒక్కరూ మిమ్మల్ని చేరలేరు. అంగీకరించలేరు, అర్థం చేసుకోలేరు. కొంత మంది మీ శక్తిని కూడా సరిగా ఆమోదించలేరు. కొంత మంది ఇవన్నీ చేయగలరు. దానితోనే ప్రశాంతంగా ఉంటూ, సంతోషంగా ముందుకు సాగిపోవటానికి ప్రయత్నించండి

ఈ ప్రపంచంలో ప్రతి ఒక్కరూ వారెంత అద్భుతమైన వ్యక్తులయినా, ఎక్కువ మంది చేత మంచి వాళ్లు, దయగల వారు అనిపించుకున్నా, అటువంటి వారిని కూడా వ్యతిరేకించే వ్యక్తి ఒక్కరయినా ఉంటారు. రోజంతా మిమ్మల్ని మీరు ఇంట్లోనే బంధించుకుని, మిమ్మల్ని ఎవరూ చూడకుండా, మాట్లాడకుండా, మీ ఉనికి వారికి తెలియకుండా ఉన్నప్పుడు మాత్రమే మిమ్మల్ని ఎవరూ ద్వేషించకుండా ఉంటారు. మీరు ఎవరో ఒకరిగా ఉండటం వల్ల ద్వేషించే వాళ్లను పెంచుకుంటారు.

నేను మంచి పనులు చేస్తున్నా, అప్పుడప్పుడు ఇతరుల నుంచి నాకు విమర్శలు ఎదురవుతూంటాయి. ఆన్‌లైన్ లో ఈ తరహ విమర్శలు సర్వసాధారణం. తమ గుర్తింపు బయటపెట్టుకోవలసిన అవసరం లేకపోవటంతో ప్రతి ఒక్కరూ ఇందుకు సాహసిస్తారు. వెనకాముందు చూసుకోకుండా ఏ మాత్రం బాధ్యత లేకుండా చాలా దారుణమైన

విమర్శలకు పాల్పడతారు. నిజజీవితంలో అయితే అలా ప్రవర్తించటం కలలో కూడా సాధ్యం కాని విషయం.

ఈ సందర్భంగా ఓ విషయం గుర్తుకొస్తోంది. నేను ఐదేళ్ల పిల్లవాడిగా ఉన్నప్పుడు మొట్టమొదటిసారి నా తరగతి గదిలో అవహేళనకు గురయ్యాను. మీ తల్లిదండ్రుల గురించి చెప్పమని విద్యార్థులందరినీ అడిగారు. మిగతావాళ్లందరూ వాళ్ల అమ్మ,నాన్న గురించి చాలా గొప్పగా చెప్పారు.

నా వంతు వచ్చింది. నేను మా అమ్మ గురించి మాత్రమే చెప్పాను. అందరిలోనూ ఒక సందేహం తలెత్తింది. ఇంతకీ మా నాన్నకు ఏమైంది? అని. అప్పుడు నాకేం చెప్పాలా తెలియలేదు. ఇంతలో మా టీచరు జోక్యం చేసుకుని నన్ను ఇబ్బందుల నుంచి బయట పడేసింది. వాస్తవం చెప్పాలంటే, పిల్లలకు అమ్మ, నాన్న ఇద్దరు ఉంటారన్న స్పృహ కూడా నాకు లేదు. నాకు అమ్మ మాత్రమే ఉంది. ఈ విషయం ఆమె నాకెప్పుడూ చెప్పలేదు కూడా.

తరగతి నుంచి బయటకు వచ్చాక, నా స్నేహితులు నన్ను ఆటపట్టించటం మొదలుపెట్టారు. వాళ్లు నన్ను ఇలా అన్నారు.

''అతనికి నాన్న లేడంట''.

''వాళ్ల నాన్న చచ్చిపోయాడేమో?''

''అమ్మే వాడికి నాన్నట''.

వాళ్లు ఒక్కోమాట అంటున్న కొద్దీ నాలో ఆవేశం తన్నుకొచ్చింది. తీవ్రంగా ప్రతిస్పందించాను. నేను అలా ఎందుకు చేయవలసి వచ్చిందో టీచరుకు వివరించి చెప్పినా, అప్పుడు నేను ఇబ్బందులకు గురికాక తప్పలేదు.

నేను స్కూలుకు వెళ్లకపోయింటే ఈ అనుభవం నాకు ఎదురయి ఉండేది కాదు. మనం చిన్నగా ఉన్నప్పుడు అర్థం చేసుకునే

శక్తి, సహానుభూతి లేకపోవటం వల్ల ఇతరుల పట్ల ద్వేషభావంతో వ్యవహరిస్తాం. మనలాగా ఇతరులు లేనప్పుడు, వాళ్లను తగిన వాళ్లు కాదు (మిస్ ఫిట్) అంటాం, వారిని చూసి హేళన చేస్తాం. మనం ఎంత మంది ముందు మనల్ని మనం బహిర్గతం చేసుకుంటామో, అంతగా అవతల వ్యక్తులు మన గురించి తీర్పులు చెప్పటం మొదలుపెడతారు, విమర్శలు చేస్తారు. ఒక పెద్ద వ్యక్తుల సమూహం ముందు మనం నిలబడి ఉన్నాం, వాళ్లందరికీ తమదైన అభిప్రాయాలు, దృక్పథాలు ఉన్నాయి.

సెల్రిబిటీల గురించి ఒకసారి ఆలోచించండి. ఎక్కువ మందిని వారు చేరతారు కాబట్టి, అనేక మంది నుంచి విమర్శలను ఎదుర్కొంటారు. ఇతరుల పట్ల దయచూపాలని మనం చెబుతాము గానీ, వారేదో మనుషులు కానట్టు, సెల్రిబిటీలను అందులో నుంచి మినహాయిస్తాం. ఎక్కువ మంది తాము ఏదయితే ప్రవచిస్తారో, దానిని అనుసరించటానికి మాత్రం వెనకాడతారు. తాము అపవిత్రంగా వ్యవహరిస్తూ నీతివచనాలను వల్లెవేస్తారు. తాము సన్మార్గంలో ఉన్నామని భావిస్తూ, ఇతరులను తప్పు పడుతుంటారు.

ఇతరుల నుంచి ప్రతికూలతలను తప్పించుకోవటం సాధ్యం కాదని గుర్తుంచుకోండి. మిగతా ప్రపంచాన్ని మనం సమీపించిన కొద్దీ, వారితో సంప్రదింపులు పెంచుకున్న కొద్దీ, తక్కువ కంపనాలు కలిగి మన పట్ల దయలేకుండా వ్యవహరించే వ్యక్తులు తటస్థ పడతారు.

మీపట్ల ఇతరులు ప్రతికూలంగా మాట్లాడేటప్పుడు మీరు ప్రశాంతంగా ఉండటానికి దిగువ సూచనలు ఉపకరిస్తాయి. ఆత్మరక్షణకు అన్నిటి కంటే మెరుగయిన మార్గం మౌనం. దాని ద్వారా సంతోషం.

నా అనుమతి లేకుండా నన్ను ఎవరూ బాధపెట్టలేరు
— మహాత్మాగాంధీ

కష్టాలు తోడు కోరుకుంటాయి

తక్కువ కంపనాలతో స్పందించేవారు ఇతరులను కూడా తమ స్థాయికి లాక్కోవాలని చూస్తారు. మీలో తప్పుల్ని ఎత్తి చూపాలని ప్రయత్నిస్తారు. మీలో ఉన్న సరైన లక్షణాలను ఆమోదించటం వారికి కష్టంగా అనిపిస్తుంది. ఇతరులు మిమ్మల్ని ఇష్టపడటం గానీ, మీపైన ప్రత్యేక శ్రద్ధ చూపటం గానీ వారికి నచ్చదు. వారిలో ఆగ్రహం కట్టలు తెంచుకుంటుంది. ఇతరులు అసహ్యించుకోవాలని వారు చాలా ప్రయత్నాలు చేస్తుంటారు. వాళ్లెన్ని ఎత్తుగడలు వేసినా, ప్రజలు మిమ్మల్ని ప్రేమిస్తూనే ఉంటారు. అది వేరే విషయం.

ఇంటర్నెట్ లో ఇలాంటి వాళ్లు మీకు చాలా మందే తారసపడతారు. ఇతరుల అవహేళనలను గురవుతున్నప్పుడు గానీ, పతనమయినప్పుడు గానీ వాళ్లు చూస్తూ ఆనందిస్తుంటారు. ప్రతికూల అభిప్రాయలు వ్యక్తమయినప్పుడు వాళ్లు రక్కున స్పందిస్తారు. పండగ చేసుకుంటారు. తప్పులు చేసిన వాళ్లు, కష్టకాలంలో పతనమైనవారు ఇతరులకు ఆకర్షణీయమైన అంశం (ట్రెండింగ్ టాపిక్స్)గా మారతారు. ఇదొక సాంప్రదాయ వ్యసనంగా తయారవుతోంది.

వాళ్లు ప్రగతి నిరోధకులు

మీరు గట్టిగా చప్పుడు చేస్తుంటే మీ స్వరాన్ని తగ్గించటానికి కొందరు ప్రయత్నిస్తుంటారు. మీరు వెలుగులు విరజిమ్ముతుంటే, కొంత మంది మీ ప్రకాశాన్ని తగ్గించటానికి ప్రయత్నిస్తారు. ఇది చాలా సాధారణమైన

విషయం. మిగతా వాళ్లకు భిన్నంగా ఉండటానికి ప్రయత్నించకపోతే, మిమ్మల్ని అసహ్యించుకోవటానికి వారికి పెద్ద కారణాలేమీ అవసరం లేదు.

ఇలా అసహ్యించుకునే వారు వేరెవరో కాదు. మనం గొప్పతనం కోసం ప్రయత్నించటాన్ని భరించలేక భయపడేవారు, అసూయచెందేవారు, మనసును గాయపరుచుకునేవారు. మన విజయం వాళ్లను కుదించి వేస్తుందని, తమ స్థానాన్ని దెబ్బతీస్తుందని వాళ్లు అనుకుంటారు. తమనే గుర్తించాలని వాళ్లు ఆశపడుతూ, మన ఆత్మవిశ్వాసం ప్రశంసలు దక్కించుకుంటుంటే ఏ మాత్రం భరించలేరు. పరిమితులు లేని మన నమ్మకాలు వారి ఇరుకు మనస్తత్వాన్ని, మార్పుకు అనుగుణం లేని తమ మానసికస్థితిని ఇబ్బంది పెడతాయి.

తమ అహం కప్పబడిపోకుండా మన ఉత్సాహాన్ని, ముందుకెళ్లాలన్న ప్రేరణను వాళ్లు ఎప్పుడూ నీరుగారుస్తుంటారు. మనల్ని కుదించటం ద్వారా, తమను తాము పెద్దగా తగ్గించుకోనవసరం లేదని అనుకుంటారు. ఇలాంటి వ్యక్తులు తమకు తెలియకుండానే మనకి గొప్ప జీవితానికి దారి చూపుతారు. వారి ఉనికిని మనం తిరస్కరించకూడదు. అదే సమయంలో వారి మాటలకు మనం లేశమాత్రమయినా స్పందించకూడదు. కచ్చితంగా మనం స్పందించాలని, దాని ద్వారా మనం తక్కువనే భావనకు లోనవుతామని, తమ అహాన్ని కాపాడుకోవాలని ఆశిస్తారు.

బాధపడే వ్యక్తులు ఇతరులను బాధ పెడతారు

బాహ్యప్రపంచంలో వ్యక్తులు ప్రవర్తించే తీరు, తమ అంతరంగ ప్రపంచంలో ఏం జరుగుతోందో చెప్పకనే చెబుతుంది. మీరు తగిన వారు కాదని ఎవరయినా చెప్పటానికి ప్రయత్నించారంటే, వారు తమను తాము

తగిన వారు కాదనుకుంటున్నరని అర్థం. ఈ విషయాన్ని మీరు అర్థం చేసుకోగలిగితే, ఈ తరహ సంఘటనలను ప్రభావశీలంగా ఎదుర్కోవటం మీకు సాధ్యపడుతుంది.

ఉదాహరణకు, విచారం కలిగనప్పుడు మనం ప్రేమ లేకుండా చాలా దారుణంగా ప్రవర్తిస్తాం. అంతరంగంలోని వేదన తక్కువ కంపనాలను కలిగిస్తుంది. అది విచారం కలిగించి ఆధిక్య ప్రభావం (డోమినో ఎఫెక్ట). మంచి మానసిక స్థితి లేని వాళ్లు ఇతరులను బాధ పెట్టటానికి ప్రయత్నిస్తారు. వాళ్లు ఇంకొకరిని, మరొకరిని, ఇలా ఈ గొలుసుకట్టు సాగుతూనే ఉంటుంది.

తమ బాధను పోగొట్టుకుని దాన్నిఇతరుల మీద ప్రయోగించటం అనేది ఫలితమివ్వదు. భారతీయ ఆధ్యాత్మిక గురువు ఓషో దీనిని హాస్పస్ఫోరకంగా చెప్పుకొచ్చారు. ఇది గోడను గట్టిగా గుద్దటం లాంటిదంటారు. బాధ నుంచి బయటపడటానికి ఇతరులపైకి దాడికి పాల్పడటం ఎలా ఉంటుందంటే, గోడను దెబ్బతీయాలని దాని మీద కోపాన్ని ప్రయోగించటంలా ఉంటుందని ఆయన భావన. గోడకు కారణాలు వివరించి చెప్పలేరు. వాళ్లకే సమస్య తప్ప దానికి ఎలాంటి సమస్యా ఉండదు. ఆఖరికి వారికి మరింత బాధ మిగులుతుందే తప్ప గోడ అనేది చెక్కు చెదరదు.

స్వభావంలో తేడా ఉంటే ఇష్టపడకపోవటం

ఏదో రకంగా తమను పోలి ఉండే వ్యక్తులకు ఎక్కువ మంది ఆకర్షితులవుతారు. వ్యక్తుల ప్రవర్తనను అనుకరించటం ద్వారా ఇతరులను ఆకర్షించవచ్చనేది, ఎన్ ఎల్ పీ (న్యూరో లింగ్విస్టిక్ ప్రోగ్రామ్) చెబుతుంది. దీనినే సాంకేతిక భాషలో 'మిర్రరింగ్' అంటారు.

మీరు జీవితంలో సహజంగా సందడి చేసే వ్యక్తులై, ఉత్సాహం పరవళ్లు తొక్కుతున్నవారయితే, మీలాగే ప్రవర్తించే వాళ్లు మీకు తారసపడతారు. వారితో చాలా హాయిగా ఉంటుందని మీకు అనిపిస్తుంది. వారు మాట్లాడే విధానం, శారీరక భాష, కంఠ స్వరం మీలానే ఉంటాయని మీరు అనుకుంటారు. ''నేను ఇష్టపడే విషయాలు ఇతని దగ్గర ఉన్నాయి'' అని మీరు భావిస్తారు. ఇందుకు వాళ్లు కూడా మీలానే ఉండటం కారణం.

దీనికి వ్యతిరేకమైన విషయాన్ని కూడా మనం ఒప్పుకోవాలి. మనకు భిన్నంగా ఉన్న వ్యక్తులతో దగ్గరతనం అనిపించదు. వారు తారసపడినప్పుడు మనకు కొంచెం పరాయిగా అనిపిస్తారు. వాళ్లు మిమ్మల్ని అర్థం చేసుకోరు. అలా చేసుకోవాలని కూడా అనుకోరు. ఎందుకంటే మీ ఇద్దరి శక్తి సరితూగదు.

ఏదైతే మీరు పంపుతారో అదే వెనక్కి తిరిగి వస్తుంది

మీరు 'కర్మ' అనే మాట వినే ఉంటారు. చాలా మందికి ఈ పదం అసౌకర్యంగా అనిపించవచ్చు. కారణం అది ఆధ్యాత్మిక సంబంధమైనది కావటం (ఇది ఎక్కువగా బుద్ధిస్టు, హిందూ మతాల్లో కనిపిస్తుంది). పునర్జన్మల గురించి ఇది చెబుతుంది. ఈ జన్మలో మీరు ఆచరించే క్రియలు మరుసటి జన్మల వలయాల్లో మీకు ఫలితాలను అందిస్తుందని విశ్వసిస్తారు. ఇప్పుడు గనక సత్కర్మలను ఆచరిస్తే, మరుసటి జన్మలో మంచి ఫలితాలు వస్తాయని చెబుతారు.

ఈ పునర్జన్మల విషయాన్ని మీరు నమ్మినా నమ్మకపోయినా, అది మనం ఏ విత్తనమయితే వేస్తామో, అదే పంట మనకు చేతికొస్తుందని మనం అందరం ఒప్పుకుని తీరతాం కదా...సైన్సు పరంగా కార్య కారణ సంబంధం (క్రియ – ఫలితం) అన్న విషయాన్ని అంగీకరిస్తున్నాం.

''ప్రతి చర్యకు, దానికి సమానమైన, వ్యతిరేకమైన ప్రతి చర్య ఉంటుంది'' అని న్యూటన్ మూడో సూత్రం కూడాచెబుతోంది. ఆధ్యాత్మిక విషయాలను ప్రబోధించే పుస్తకాలను మీరు తిరగవేసినప్పుడు, ''ఏదయితే మీరు పంపుతారో, చుట్టూ తిరిగి అదే వస్తుంది'' అనేది మనకు కనిపిస్తుంది.

మనతో వ్యక్తులు అనుచితంగా ప్రవర్తిస్తే, కర్మ వారిని తాకుతుంది అని సరిపెట్టుకుని మన పని మనం చేసుకోవటానికి సిద్ధపడం. భావోద్వేగాలు పైకి ఎగదన్నుతాయి. మన తార్కిక మనసు వెనక్కిపోతుంది. ఉదాహరణకు, మీరు మామూలుగానే ఉన్నా, మీరు చాలా దురుసుగా ఉన్నారని ఎవరయినా విమర్శించారనుకోండి. కచ్చితంగా ఇందుకు మీకు కోపం వస్తుంది. తరచూ వారిదే పని కొనసాగిస్తుంటే మీరిక భరించలేరు. మనసులో రగిలిపోతూంటారు. ఓ రోజున ఈ నిందలన్నీ భరించటం విసిగెత్తి ఆవేశంగా కోపాన్ని వెళ్లగక్కుతారు. అతని ప్రచారంలో ఎలాంటి వాస్తవం లేకపోయినా, చివరకు మీ ప్రవర్తన ఆ విషయం నిజమనేలా చేసింది.

కోపం లాంటి తక్కువ కంపనాల స్థాయి చర్యలు మనకు మరిన్ని కష్టాలను కానితెస్తాయి. ఈ చర్యలు చెడ్డకర్మకు కారణమవుతాయి. ఇతరుల క్రూరమైన వైఖరి ప్రభావం మీ భవిష్యత్తు పైన పడకుండా చూసుకోండి.

ఒంటల వారు, విసుగుతో ఉన్నవారు గుర్తింపును ఆశిస్తారు

మీ జీవితం ఆసక్తికరంగా అనిపించకపోతే, మీరు ఇతరులపైన దృష్టి పెట్టటం ప్రారంభిస్తారు. ఇతరులను అసహ్యించుకోవటం, వారిని రెచ్చగొట్టటం ద్వారా మీరు ఉత్సాహాన్ని, గుర్తింపును కోరుకుంటారు. ఇంటర్నెట్ లో 'మీమ్' లు ప్రాచుర్యం పొందింది ఇలానే. ఇతరులను

హేళన చేయటం ద్వారా జనాలను నవ్వించాలని చూస్తారు. లైక్ లు, కామెంట్లు, షేర్లను ఆశించి ఇదంతా చేస్తారు. తక్షణం సంతృప్తి పొందాలన్న ఆరాటంతో ఇలా వ్యవహరిస్తారు. విలువైన పని చేస్తున్నామని తాము భావించటం వల్ల తాత్కాలికంగా ఇదంతా మంచిగానే అనిపిస్తుంది. ఇక నేను ఇందులో ఆఖరి విషయంలోకి వెళతాను.

మీ గురించి జనం ఏం చెబుతారో అది మీ గురించి కంటే వారి గురించే ఎక్కువ చెబుతుంది

ఇతరులు మీ గురించి తీర్పు చెప్పటం ద్వారా తమను తాము బయటపడేసుకుంటారు. తమ అభద్రతలను, అవసరాలను, మానసికస్థితి గతుల్ని, మనస్తత్వాన్ని, చరిత్రని, వారికున్నపరిమితుల్ని అన్నీ ప్రదర్శిస్తారు. భవిష్యత్తు చిత్రాన్నికూడా వారు మీ ముందుంచుతారు. వారు ఏ మాత్రం ముందుకు వెళ్లలేరు. ఇతరుల గురించి తీర్పు చెబుతూ తమ విలువైన సమయాన్ని గడిపేస్తారు.

అందరినీ సంతోషపరచాలని భావించకండి

మీరు ఇతరులను సంతృప్తిపరుచుకుంటూ పోతే,
దాన్ని నిలబెట్టుకోవటం కష్టం.
చివరకు అటు వాళ్లా సంతృప్తి చెందరు.
మిమ్మల్ని మీరూ సంతృప్తి పరచుకోలేరు

ఇప్పటికే మీకు అర్థమయిందనుకుంటాను, మనం ఇతరుల ఆమోదం పొందటానికి చాలా పనులు చేస్తుంటాం. కానీ మనం జీవితంలో మెరుగ్గా ప్రశాంతంగా ఉండాలనుకుంటే మాత్రం స్వార్థచింతన అవసరం. నిజానికి ప్రతి ఒక్కరినీ మనం సంతృప్తిపరచలేం. అలా చేయాలనుకోవటం కూడా తప్పే. ఇతరులను సంతృప్తి పరిచే అలవాటు మానుకుని మిమ్మల్ని మీరు సంతృప్తిపరచుకోవటం ఎలా అనేది ఆలోచించండి.

ఇతరుల వ్యక్తిగత సమస్యలను పరిష్కరించే వ్యక్తిగా, అందరినీ సంతోషపెట్టకుండా ఆగటం నాకు సాధ్యం కాలేదు. నా సాయం కోరుతూ వందలాది ఈమెయిల్లు వచ్చేవి. సహజంగానే నేను వాటి పరిష్కారానికి సిద్ధమయ్యేవాడిని.

కొంత మంది చాలా పెద్ద నిడివితో ఈమెయిల్లు పంపేవారు. అవి దాదాపు రెండువేల పదాలుండేవి. సగం సగం పనులు చేయటం ఇష్టం ఉండకపోవటంతో వాటిని మొత్తం చదివి పెద్దగా జవాబులు పంపేవాడిని.

ప్రతి ఒక్కరికీ స్పందించటం అనేది దాదాపు అసాధ్యమైన విషయం. తమను విస్మరించారన్న భావనతో కొందరు నామీద

చికాకుపడేవారు. ఇది ఇబ్బందికరంగా అనిపించి చాలా ముఖ్యమైన పనులన్నింటిని పక్కన పెట్టి అన్ని ఈ మెయిల్లకి సమాధానం ఇవ్వాలన్న శిక్షను విధించుకున్నాను.

దీని వల్ల నాకు ఒత్తిడి పెరిగింది. నేను అందరినీ సంతృప్తి పరచలేనన్నవిషయాన్ని గ్రహించాను. నాతో నేను కఠినంగా ఉండకూడదని నిర్ణయించుకోవటంతో పాటు, నా అవసరాలను ప్రాధాన్యక్రమంలో పూర్తి చేయాలన్న నిశ్చయానికొచ్చాను. ఆ తర్వాత ఇక నేను వెనక్కి తిరిగి చూసుకోలేదు.

అందరిపైన తీర్పులు చెప్పే సమాజంలో, నాకు ఎదురయిన అనుభవాలను ఏదో రకంగా మీరు కూడా అన్వయించుకోవచ్చు. సమాజంలో ఆకర్షణీయంగా కనిపించే కొన్ని ఉపాధులను చేపడితే బావుండు అన్న ప్రతిపాదనలు చిన్నప్పుడు వాళ్లు చేశారు. నేను డాక్టరునయితే, వాళ్ల దృష్టిలో తెలివైనవాడిని, ధనికుడిని, సేవాభావం ఉన్నవాడిని.

అప్పుడయినా సమాజం నా పైన తీర్పు చెప్పకుండా వదులుతుందా? ఉదాహరణకు తీరిక లేకుండా ఉన్న పని ఒత్తిళ్లవల్ల 30 ఏళ్ల వరకూ నేను పెళ్లి చేసుకోకపోతే, నాలో ఏదో లోపం ఉందని ఎత్తి చూపుతుంది. నాకంటూ సొంత ఇల్లు లేకపోతే, ఆర్థిక సమస్యలు ఎదుర్కొనేవాడిగా లెక్కవేస్తుంది. డాక్టరయి, ఇవన్నీ ఉన్నా, పిల్లలు కలగపోతే, సంతానోత్పత్తి సమస్య ఉన్న వాడినని అంటుంది. సమాజం ఎప్పుడూ ఇలాగే పనిచేస్తుంది. నిత్యం మీలో తప్పులు వెతుకుతూంటుంది.

కొన్ని సార్లు నన్ను అహంకారినని, మొండివాడినని, ఇతరుల అభిప్రాయాలకు విలువ నివ్వని వాడినని విమర్శిస్తారు. తీర్పులు చెప్పే వారి ప్రవృత్తికి కొనసాగింపుగా ఇలాంటి నిర్ణయాలను వారు ప్రకటిస్తారు.

నిర్మాణాత్మక విమర్శలు మన ఎదుగుదలకు ఉపకరిస్తాయి. దానికి భిన్నంగా సాగే విమర్శలు మన నైతికతను దెబ్బతీస్తాయి. వాటి వల్ల ఎలాంటి సానుకూల ప్రయోజనమూ ఉండదు. 'ఫీడ్ బ్యాక్' ముసుగులో సాగే ఇలాంటి నిందలు, విమర్శలపైన మీరు అంతగా దృష్టి సారించవలసిన పనేం లేదు.

మీ మంచి కంపనాలే మీకు రక్ష

కొంత మంది ప్రతికూలమైన భావనలున్న వ్యక్తులు
సానుకూలతను భరించలేరు. మీరు వీలయినంత సానుకూలత
వ్యక్తం చేస్తే, వారు మీ నుంచి దూరంగా జరుగుతారు.

నేను ఎప్పుడయితే మరింత ఆశాహవద్యకృథంతో జీవించాలన్న నిర్ణయం తీసుకున్నానో, అప్పటి నుంచి నా అనారోగ్య అలవాట్లను పక్కన పెట్టి, సాధ్యమయినంత వరకూ సానుకూలతను హత్తుకోవటం మొదలుపెట్టాను. దీన్ని నాతో కలిసి సంచరించే వ్యక్తులు భరించలేకపోయారు. వారికి నా పాత మనస్తత్వమే నచ్చేది. వాళ్లు నేను మునపట్లా అందరి మీద ఫిర్యాదులు చేస్తూ ఇతరుల ప్రవర్తనకు తీర్పులు చెబుతూ ఉండాలని, దూకుడుగా ఉండాలనే కోరుకునే వారు.

నా మానసిక ధోరణి సానుకూల భావనలతో ఉండేది. కొంత మంది నేను అసలు వ్యక్తిగా కాకుండా ముసుగు వేసుకుని 'నకిలీ' గా ఉంటున్నానని కూడా అనేవారు. అన్నింటిలోనూ మంచినే చూస్తూ, ఇతరులకు సాయపడే వ్యక్తులను విమర్శిస్తుంటే, అలాంటి వ్యక్తుల నుంచి నేను దూరంగా జరిగాను. భావోద్వేగాలపరంగా వారి నుంచి భిన్నమైన కంపనాల కోసం నేను ప్రయత్నించాను. ఇలా భావోద్వేగాలపరంగా ఇతరుల నుంచి మీరు దూరంగా జరిగినప్పుడు, వాస్తవ రూపంలో వారికి మీరు కనపడరు. ఇదంతా కంపన సిద్ధాంతంపైన ఆధారపడి ఉంటుంది. ఒకరితో మరొకరు గడపటం అసౌకర్యంగా ఉంటుంది. ఇద్దరికీ ఒకే

కంపనస్థాయి ఉండదు. మీరెవరితో కలిసి ఉండాలో దాని ద్వారా మీకు అర్థమవుతుంది.

నా తాజా సానుకూల ప్రవర్తన కొందరు వ్యక్తులను నా నుంచి దూరంగా నెట్టేది. ఇతరులు దురుసుగా ప్రవర్తిస్తున్నప్పుడు నేను దయతో, మర్యాదగా ప్రతిస్పందించేవాడిని. వాళ్లు సిద్ధం చేసే యుద్ధభూమిలోకి నేను ప్రవేశించే వాడిని కాను. తమ క్రూరమైన ప్రవర్తనకు నా నుంచి సమాధానం రాకపోవటం వాళ్లందరినీ నాకు దూరంగా మసిలేలా చేసేది. ఇది ఒకందుకు మంచి పరిణామమే. వారంతా నా కంటే తక్కువ స్థాయి కంపనాలున్న వ్యక్తులు. ఈ మనస్తత్వాన్ని వదులుకుని ఎదగాలన్న ఆలోచన ఏ కోశానా వారికి ఉండేది కాదు. తమ వికృతమైన స్వభావం వారికెంతో సంతృప్తిని కలిగించేది. మా ఇద్దరి శక్తులకు పరస్పర సర్దుబాటు చేసుకోగల పరిస్థితి (కంపాటబులిటీ) ఉండకపోవటంతో, నా పరిధిలో నుంచి వారు దూరంగా జరిగేవాళ్లు. నా అంతట నేను పక్కకు వెళ్లవలసిన పని ఉండేది కాదు. ఆ పనేదో వాళ్లే చేసేసేవాళ్లు.

విసుగు పుట్టించే ఉద్యోగాన్ని విడిచి పెట్టండి

మీకు అంతగా నచ్చని ఉద్యోగంలో జీవితాంతం కొనసాగాలను కోవటం మీ ఆశయం కాకూడదు.

హత్య జరిగిన ప్రదేశం లాంటి కొన్ని చోట్లకు వెళ్లటానికి మనం సాహసించం. సాధ్యమైనంత వరకూ తప్పించుకుంటాం. ఆ దారిలో వెళ్లటం వల్ల అనుకోని పరిణామం ఏదో సంభవిస్తుందన్న భయం మనల్ని వెంటాడుతుంది. మన మానసిక స్థితితో దీనికి ఎలాంటి సంబంధం లేదు.

అలాగే ఏదైనా పుట్టిన రోజు పార్టీకి ఆహ్వానం వచ్చినప్పుడు, మిమ్మల్ని మాటలతో వేధించే వ్యక్తి ఒకరు అక్కడ ఉన్నారన్న విషయం తెలిస్తే, వీలయినంత వరకూ అక్కడికి అడుగుపెట్టకుండా చూస్తాం. మన మానసిక ప్రశాంతతను కాపాడుకోవాలని ప్రయత్నం చేస్తాం. మీరు హాజరుకావటం నాటకాన్నిరక్తికట్టిస్తుందన్న విషయం మీకు తెలుసు.

కానీ మనకు భారంగా పరిణమించిన కొన్ని విషపూరిత స్థలాల నుంచి తప్పించుకోవటం కష్టం. అలాంటి వాటిల్లో మనం పని చేసే ప్రదేశం ఒకటి. అక్కడ మన జీవితాన్ని నరకంలా మార్చే వ్యక్తులుంటారు. అలాగని మనం దాన్ని విస్మరించి ఇంటి దగ్గరే కూర్చుండిపోలేం.

ఇంతకు ముందు చెప్పినట్టుగా నా ఆఫీసు జాబ్ లో కొత్తమేనేజరుతో ఇలాంటి ఇబ్బందులే ఎదుర్కొన్నాను. ఈ అనుభవాలను వెనక్కి తిరిగి చూసుకుంటే, తన చర్యలకు అతన్ని ఒక్కడినే నేను తప్పుపట్టలేను. అతనికంటూ సొంత జీవితం ఉంది. ఉద్యోగంలో భాగంగా తను సమాధానం చెప్పుకోవలసిన వ్యక్తులున్నారు. నేనేమో అంత మంచి ఉద్యోగిని కాను. నేను చేసే పనిని అంతగా ఇష్టపడేవాడిని కాదు కాబట్టి ఎక్కువగా పనిలో నిమగ్నమయ్యే వాడిని కాను.

నాకు మంచి ఉద్యోగం ఉండటం సంతోషం కలిగించే విషయమే అయినా, సాధ్యమైనంత వరకూ దానిని వదిలి నా కలలను నిజం చేసుకోవాలనే సూచనలే నాకు అందేవి. నేను ప్రపంచం మొత్తంలో సానుకూలతను వ్యాప్తి చేసి, వారి జీవితాలను మెరుగుపరచాలని ఆశయంగా పెట్టుకున్నాను. ఓ రోజున ధైర్యంగా అడుగువేసి భారీ నిర్ణయం తీసుకున్నాను. నా ఉద్యోగాన్ని వదిలి నాకంతగా పరిచయంలోని ప్రపంచంలోకి దూకేశాను.

అది అత్యంత సాహసంతో కూడిన నిర్ణయం. నేను అంతగా డబ్బు పొదుపు చేయలేదు. ఆర్థిక భద్రత అనేది అంతంత మాత్రం. దీనితో కొందరు నేను మొండిగా, ధైర్యంగా ముందడుగు వేశానని అంటే మరికొంత మంది నాది అమాయకత్వం అన్నారు. నేను ఉద్యోగం వదలిన దగ్గర నుంచి ప్రతి ఉదయం ధన్యవాదాలు ప్రకటించుకుంటూ నిద్రలేచేవాడిని. ఆర్థికంగా నాకు ఇబ్బందులుండొచ్చు. కానీ నాకు దొరికే మానసికప్రశాంతతకు నేను విలువ కట్టలేను. త్వరలోనే నేను నా అభిరుచి మేరకు జీవనశైలి బ్లాగును ప్రారంభించి వ్యక్తిత్వవికాసానికి సంబంధించిన వ్యాసాలను రాయటం ప్రారంభించాను.

నేను తీసుకున్న నిర్ణయానికి ఏ నాడూ నేను చింతించలేదు. ఇందులో అడుగుపెట్టటానికి ముందు ఎదురయిన ఇబ్బందులన్నింటికి నేను ధన్యవాదాలు చెప్పుకోవాలి. పనికిమాలిన ఉద్యోగాల్లో పనిచేయటం వల్ల నాకు ఎదురయిన గాయాలు నాకు తెలివితేటల్నిచ్చాయి. నాకు, ఇతరులకు సమస్యలను పరిష్కరించుకోటానికి అవసరమైన అవగాహనను అందించాయి. హానికరమైన పని ప్రదేశంలో కష్టపడటం అనేది ఎక్కువ మంది విషయంలో సాధారణమైన అంశమే. అది మనల్ని అనారోగ్యకరమైన మానసిక స్థితికి నెడుతుంది. మన శ్రేయస్సును దెబ్బతీస్తుంది.

మన ఆకాంక్షలను ఏమాత్రం నెరవేర్చకపోయినా, ఉద్యోగాలను వదలుకోవటం అనేది చాలా కష్టం. ఆర్థికపరమైన బాధ్యతలు మనల్ని ముందడుగు వేయనివ్వవు. 'అయిందేదో అయిపోయింది, ఇక చాలు ముందుకెళదాం' అన్న నిర్ణయాన్ని తీసుకోలేం. భద్రతను, సుఖాన్ని కోరుకుంటాం. కొత్త పనిలోకి అడుగుపెట్టటం మనకు భయాన్ని కలిగిస్తుంది. కానీ ఉద్యోగపరంగా భద్రత ఉంటుందన్న నమ్మకం ఏమిటి? వేతనం, వేతన పెరుగుదల, పదోన్నతులు, ఇలా వేటిలోనూ మన పాత్ర ఉండదు. అవి అలాగే కొనసాగుతాయన్న పూచీ కూడా ఉండదు.

మీరు చిక్కుకుపోయిన విషపూరితమైన పరిస్థితుల నుంచి బయటపడి, అంతకంటే మెరుగయినవి సాధించవచ్చని ఎప్పుడయితే గుర్తించారో, ఇక ఆలస్యం చేయకండి. ధైర్యంగా ముందడుగు వేయండి. అయితే ఒక్కసారే హడావుడి పడవలసిన పనేం లేదు. కానీ హానికరమైన పరిస్థితుల్లో మీరెంత ఎక్కువ కాలం కొనసాగితే, మీ జీవితాన్ని అంతగా మీరు బలిపెట్టుకున్నట్టే.

మిమ్మల్ని మీరు అంగీకరించండి

పరిచయం

అన్ని సమయాల్లో ఇతరులకు మీరు ముఖ్యం కాదు. అందుకు మీకు మీరే ముఖ్యమైన వ్యక్తులు కావాలి. మీతో మీరు ఉండటాన్ని మీరు ఇష్టపడండి. మీ గురించి జాగ్రత్తలు తీసుకోండి. నిత్యం సానుకూల వచనాలు చెప్పుకుంటూ మీకు మీరు సహాయకారిగా నిలవండి. మీకు అవసరమైన సమాచారం కోసం మిమ్మల్ని మీరే సంప్రదించుకోండి. ఇతరులపైన ఏ మాత్రం ఆధారపడకండి.

ఒకసారెవరో ఓ ఆసక్తికరమైన ప్రశ్నవేశారు. ''నువ్వు ప్రేమించే వస్తువుల పేర్లన్నీ చెప్పమంటే, అందులో నీ పేరు చెప్పటానికి నీకు ఎంత సమయం పడుతుంది?'' అని.

స్వీయప్రేమలో మనం విస్మరించే ప్రధానమైన అంశాన్ని ఇది గుర్తుచేస్తోంది. మన సమాజంలో సాధారణమైన సమస్యే ఇది. ఇతరులు మన గురించి ఏమనుకుంటున్నారో అన్న విషయం గురించి ఆలోచిస్తాం తప్ప మన గురించి మనం ఏమనుకుంటున్నామన్న విషయాన్ని అంతగా పట్టించుకోం.

ఇతరులతో సమర్థవంతంగా సంప్రదింపులు చూస్తూ, వారు మిమ్మల్ని ఇష్టపడేలా చేసుకోవటం వల్ల మీ లక్ష్యం నెరవేర్చుకోగలుగుతారు. అంతకంటే లోతైన, ముఖ్యమైన అంశాన్ని మీరు పరిగణనలోకి తీసుకోవలసి ఉంది. ''మిమ్మల్ని మీరు ఇష్టపడుతున్నారా?''.

ఇతరులను ఆకట్టుకోటానికి ఎప్పుడూ ప్రయత్నించే సమాజాన్ని సృష్టిస్తోంది. కానీ అంతరంగంలో అసంతృప్తి అలా వెంటాడుతూనే ఉంటుంది. తమను తాము ఇష్టపడకపోవటం వల్లనే ఇదంతా.

మీ ప్రతిభ గుర్తింపునకు నోచుకోవటం, మీ పనికి మంచి ప్రతిఫలం లభించటం, మీ విజయాలకు హర్షామోదాలు దక్కటం, మీ రూపానికి మెచ్చుకోలు లభించటం ఎవరికయినా బావుంటుంది. అది కాదనలేని విషయం. ఈ సందర్భాల్లో మన ఉనికికి న్యాయం జరిగినట్టుగా భావిస్తాం. మనం పొగడ్తలు అందుకుంటాం. మనం ప్రేమించబడ్డామనుకుంటాం. మనం చాలా ముఖ్యమైన వ్యక్తులం అనిపిస్తుంది. జీవితం అద్భుతంగా సాగుతుందన్న భావన కలుగుతుంది.

మన సామర్థ్యాన్ని నిరూపించుకోవటానికి ఇతరులను సంతోషపరచటం అనే ప్రక్రియ ఇలా నిరవధికంగా సాగుతూనే ఉంటుంది. మన శ్రేయస్సును అసలు పట్టించుకోం. ఇతరులను ఆకట్టుకోటానికి మనకు అవసరం లేకపోయినా వస్తువులు కొంటాం. మనం మనలానే ఉండి ప్రపంచాన్నిమార్చటానికి బదులు వారికి అనుకూలంగా మనమే మారిపోతాం. సమాజం అంచనాల మేరకు మన రూపలావణ్యాలను మార్చుకుంటాం. మన ఆధ్యాత్మిక ఉన్నతిని వదులుకుని ఏవేవో బాహ్యమైన గమ్యాలను సాధించాలని పరుగులు తీస్తాంటాం.

ప్రేమ, దయలకు ఉన్న శక్తి అనంతం. వాటిని ఇతరులతో పంచుకుంటే ఈ ప్రపంచ గతిని మార్చవచ్చు. అదే సమయంలో ఆ ప్రేమ, దయను మనమీద మనం చూపించుకోగలగాలి. మిమ్మల్ని మీరు మార్చుకోటానికి బదులు, మిమ్మల్ని మీరు మంచిగా అనుకోవటం మొదలుపెట్టండి. మీ ప్రపంచాన్ని పరివర్తన చేసుకుని, చుట్టూ ఉన్న ప్రపంచాన్ని మార్చేందుకు అవసరమైన నైపుణ్యాలకు పదును పెట్టండి.

చాలా సందర్భాల్లో మనం మన పట్ల అవసరమయినంత ప్రేమ, దయతో వ్యవహరించం. మన అభద్రతకు లోనవుతూంటాం. దీని వల్ల మన ఆత్మవిశ్వాసం, ఆరోగ్యం, మన వైఖరిలపైన గణనీయమైన ప్రభావం పడుతుంది. ఫలితంగా మనం ఆశించినట్టు ప్రేమ చూపలేక సతమతమవుతాం. దాని వల్ల అవతలవారి నుంచి తగినంత ప్రేమ మనకు అందదు. తమను తాము పూర్తిగా అంగీకరిస్తూ ఉండే వ్యక్తుల మధ్య గడపటానికి, వాళ్లతో ప్రేమలో పడటానికి ప్రజలు ఇష్టపడతారు తప్ప మరొకటి కాదు. ఈ కారణాలన్నింటి రీత్యా, స్వీయ ప్రేమ అనేది దృఢమైన సంబంధాలు ఏర్పరచుకోటానికి కీలకమవుతుంది.

ఉదాహరణకు కైరా అనే మహిళకు స్వీయప్రేమ లేక,తన జీవిత భాగస్వామి ట్రోయ్ తో సంబంధాల విషయంలో అభద్రతతో సతమతమవుతూంటుంది. ట్రోయ్ కు పరిచయం ఉన్న ఇతర అమ్మాయిల మాదిరిగా తను అంత అందంగా ఉండనన్న భావన ఆమె మనసును వెంటాడేది. తన పట్ల గౌరవం, నమ్మకం లతో ఆమె వ్యవహరించటం లేదన్న సందేహం ట్రోయ్ లో కలిగించేవి. అతని వ్యక్తిగతమైన ఫోనులో సందేశాలను ఆమె చదువుతూండేది. ఇద్దరు ఒకరినొకరు ఎంతగా ప్రేమించుకుంటున్నారన్న విషయాన్ని పక్కన పెడితే, కైరాలో స్వీయప్రేమ లోపించటం వల్ల వారిద్దరి మధ్య సంబంధాలు దెబ్బతిన్నాయనేది కాదనలేని విషయం. కైరా ప్రవర్తన ట్రోయ్ శ్రేయస్సును దెబ్బతీసింది. ఆమె తనను నిజంగా ప్రేమించటంలేదేమోనన్న అతని అనుమానాన్నిఆమె చర్యలు బలపరిచాయి. దానివల్ల అతని స్వీయగౌరవం దెబ్బతింది. వారి సంబంధాల వలయం క్రమంగా దిగజారుతూ వచ్చి ముగిసిపోయింది.

మిమ్మల్ని మీరుగా అంగీకరిస్తే, మీ శ్రేయస్సు, సంతోషం పైన ప్రత్యేకంగా దృష్టిసారిస్తారు. ఉన్నది ఉన్నట్టుగా మిమ్మల్ని అందరూ

అంగీకరించలేరన్న వాస్తవాన్ని గుర్తించి సంతృప్తిగా ఉంటారు. మీ సామర్థ్యం మీకు తెలుసు. దాన్ని ఇతరులు గుర్తించలేకపోయినంత మాత్రాన లెక్క చెయ్యరు. నిజానికి వారు ఎందుకు గుర్తించలేకపోతున్నారన్న విషయాన్ని కూడా అర్థం చేసుకోగలుగుతారు. చాలా మంది తమను తాముగా ఒప్పుకోకపోవటం వల్ల ఇతరుల్లో తప్పులు వెతకటానికి ప్రయత్నిస్తారు.

మళ్ళీ మనం ప్రారంభించిన చోటకే వద్దాం. ఎలాంటి షరతులు లేకుండా మిమ్మల్నిమీరు ప్రేమించుకోవటం అనేది ప్రాధాన్యమైన అంశం.

వచ్చే అధ్యాయంలో మొదటి భాగంలోకి ప్రవేశించగానే మీకు ఈ విషయంపైన పూర్తి అవగాహన కలుగుతుంది. ప్రస్తుతం నమ్మకాలను మీరు ఎందుకు అంటిపెట్టుకుని ఉన్నారో తెలుస్తుంది. తద్వారా మీ జీవితంలో అర్థవంతమైన మార్పులను చేసుకోగలుగుతారు. స్వీయఅభివృద్ధికి మీరు సాగించే ఈ ప్రయాణం మిమ్మల్ని మీరు ఆమోదింపచేసుకునేలా చేసి, మీ ప్రపంచాన్ని సుఖమయం చేస్తుంది.

మీ శారీరక సౌందర్యాన్ని మెచ్చుకోండి

మీ శారీరక సౌందర్యం విషయానికొస్తే, దాని గురించి జాగ్రత్త తీసుకోవటమనేది గొప్ప విషయం. మన శరీరాన్ని ఉన్నది ఉన్నట్టు చూసుకోవటం అనేది హాయిగొలిపేది కావాలి. అది ఆరోగ్యకరమైన అలవాటు. మీకు శరీరం ఉండటం అనేదే అద్భుతమైన విషయం. అది ప్రకృతి ప్రసాదించిన వరం.

మీకు దేవుని మీద నమ్మకం ఉన్నా లేకపోయినా, ప్రపంచం సృష్టించబడినప్పుడు శారీరక సౌందర్యానికి సంబంధించిన నిబంధనలు, సూచనలు ఏవీ లేవు. ఇవి మనకు మనం ఏర్పాటుచేసుకున్నవి. దానికితోడు ప్రధాన స్రవంతి మీడియా రకరకాల మోసపూరిత ప్రచారాలతో మనల్ని భ్రమల్లోకి నెడుతోంది.

మీరు స్వీయప్రేమను అలవరచుకుంటే మీ సౌందర్యాన్నిమీరు గుర్తించగలుగుతారు. కానీ నిజాయితీగా చెబుతున్నాను. అది చాలా కష్టమైన విషయం. మీడియా ప్లాట్ ఫారాలు మన అభద్రతపైన ఆడుకుంటూ, మనల్ని ఇతరులతో పోల్చుకునేలా చేస్తున్నాయి. ఆకర్షణీయమైన శరీరాలున్న వ్యక్తుల చిత్రాలు అనేకం మనమీద దాడి చేస్తున్నాయి. నిజానికి ఇవన్నీ వాస్తవమయిన చిత్రాలు కావు. ఒక కొత్త ఉత్పత్తిని లేదా ఆలోచనను అమ్మటానికి ఆ బొమ్మకు లేనిపోని హంగులద్ది, రూపాలను మార్చి, మాయోపాయోలతో వలవిసురుతున్నారని మనకు

తెలిసినా, ఆ విషయాన్ని మరిచిపోతాం. దాని వల్ల మన ఆత్మవిశ్వాసంపైన ప్రభావం పడుతుంది.

'సరైన శరీర సౌష్ఠవం' అని మనకు చెప్పిన అంశం ఆధారంగా మనలో భౌతికమైన లోపాలను వెతుక్కుంటాం. అందం అంటే ఏమిటో మనకు చెబుతారు. దాన్ని మన ప్రశ్నించకపోతే, మన అంతశ్చేతన మీద దాడిచేసే అనేకానేకమైన సందేశాలు బుర్రలోకి చొరబడతాయి. అందానికి సంబంధించి జనాదరణ పొందిన అభిప్రాయాలతో సరిపోలకపోతే లోపం ఉన్నట్టేనన్న నిర్ణయానికి వచ్చేలా చేస్తాయి. ఈ ప్రమాణాలతోనే శారీరక సౌందర్యాన్ని లెక్కకట్టుకుంటాం. ఇది మనల్ని మనం ఎలా చూసుకుంటామన్నదే కాదు, ఇతరులను ఎలా చూడాలో కూడా నిర్ణయిస్తుంది.

నేను నా వృత్తిలో భాగంగా చాలా మంది యువకులతో పనిచేయటం తటస్థించింది. ఆన్ లైన్ లో ఎక్కువ మంది అనుచరులను సంపాదించుకున్నవారు చాలా మందే ఉంటారు. వీరిలో కొంత మందిది చిత్రమైన మనస్తత్వం. నాకు తెలిసిన ఓ అమ్మాయికి హఠాత్తుగా జనాదరణ పెరిగేసరికి, ఆమె పైన పెద్ద ఎత్తున ద్వేషభావం పెల్లుబికింది. సామాజిక మాధ్యమాల్లో ఆమె అసలు చిత్రాన్నిపోస్టు చేసేసరికి, అందవిహీనంగా ఉందని ఆమెపై దాడి మొదలయ్యింది. తన మీద ఇలాంటి తీర్పులను ప్రకటించటం, అవహేళనకు గురిచేయటాన్ని ఆమె భరించలేకపోయింది. చివరకు ప్రజల దృష్టిలో తన ముద్రను కాపాడుకోటానికి చికిత్స (కాస్మొటిక్ సర్జరీ) చేయించుకుంది.

కానీ ఆ ద్వేషం అలాగే కొనసాగింది. సమాజ సూత్రాలకు అనుగుణంగా ఆమె లేకపోవటాన్ని వాళ్ళు తప్పుపట్టారు. ఆ తర్వాత దాన్ని ఆమె సమర్థించుకోవటం కూడా వాళ్లకు నచ్చలేదు. ఇక్కడ చూడవలసిన వాస్తవం ఒక్కటే, మీరు ప్రతి ఒక్కరినీ సంతృప్తి పరచలేరు.

అందానికి సంబంధించిన సామాజిక సూత్రాలు
మీ ఆత్మగౌరవానికి ఏ మాత్రం భంగం కలిగించకూడదు.
అందానికి ఎలాంటి నిర్వచనాలు లేవు.
మిమ్మల్నిమీరుగా ఆమోదించండి. ప్రేమించండి.
మీలో లోపాలను ఒప్పుకోండి.
మీ శరీరంలో సౌకర్యవంతంగా ఇమిడిపోండి.
మీ లోటుపాట్లను సంతోషంగా భరించండి.
సౌందర్యంతో ఉండటానికి
ఒక కాలం అంటూ ఏదీ ఉండదు.

ఈమెకు బాగా పరిచయం ఉన్న ఓ మహిళతో మాట్లాడినప్పుడు అనేక విషయాలు తెలిశాయి. తన బాహ్యస్వరూపాన్ని, ఆరాధించే తన రూపంతో పోల్చటంతో ఆమె తీవ్ర అభద్రతాభావానికి గురయ్యింది. దీని వల్ల ప్రజలతో ఆమె వ్యవహరించే తీరులోనూ మార్పు వచ్చింది. ఇతర ప్రముఖ వ్యక్తుల రూపాలపైన ప్రతికూలమైన వ్యాఖ్యలు చేయటం మొదలు పెట్టింది. చివరకు ఆమె రూపాన్ని శస్త్రచికిత్సతో మార్చుకుంది.

ప్రతికూల భావనలను వ్యాప్తి చేసే సంస్కృతి ఇంటర్నెట్లో ప్రబలంగా ఉంది. దీన్ని బాగా ఇష్టపడే వాళ్లపైన అది దాడులు చేస్తోంది. ఒక వ్యక్తిని మరో వ్యక్తితో పోల్చటం వల్ల ప్రతికూలమైన, ప్రేమరహితమైన భావనల ఉచ్చులో చిక్కుకోవలసి వస్తుంది.

భౌతిక సౌందర్యానికి సంబంధించి సమాజ ఆదర్శాలను పరిగణనలోకి తీసుకుని మీ ఉనికికి ఉన్న విలువ తగ్గించుకోకండి. అవన్నీ దాదాపుగా అభద్రత నుంచి పుట్టి, ఆత్మవిశ్వాసం పెంపొందించుకోవటానికి ఆరాటపడుతున్నవే. ఇది కాకపోతే ఏదైనా అమ్మటానికి చేస్తున్న ప్రయత్నమే. మిమ్మల్ని మీరు అంగీకరిస్తే, ఎన్ని వ్యాపారాలు రంగంలో నుంచి తప్పుకోవాలో ఒక సారి ఆలోచించండి.

మీ జీన్ల సైజు మిమ్మల్ని నిర్వచించదు.
మీ చర్మం ఛాయ, రంగు మిమ్మల్ని నిర్వచించదు.
మీరు ఎంచుకున్న స్కేలులో మీ స్థానం మిమ్మల్ని నిర్వచించదు.
మీ ముఖం మీద ఉన్న మచ్చలు మిమ్మల్ని నిర్వచించవు.
మీరు పెట్టుకున్న అంచనాలు మిమ్మల్నినిర్వచించవు.
ఇతరులకున్న అభిప్రాయాలేవీ మిమ్మల్ని నిర్వచించవు.

మీ భౌతిక సౌందర్యం అనేది అందరి కోసం కాదు. అంటే మీరు మిగతా వాళ్ల కంటే తక్కువ అని ఏ మాత్రం కాదు. పరిపూర్ణత పూర్తిగా ఆత్మాశ్రయమైంది, అది ఎవరి దృక్పథాన్ని బట్టి అలాగే మారిపోతుంది. మీ 'అసంపూర్ణత'లను గర్వంగా చాటుకోండి. అవి మిమ్మల్ని వైవిధ్యంగా ఉంచుతాయి. మీ సౌందర్యాన్ని మెచ్చుకోవటం మరిచిపోవద్దు.

మీరు మీలా కాకుండా మరొకరిలా ఉండాలనుకుంటే, మీరు ఒంటరి కాదు. కానీ మీరు వైవిధ్యమైన మీ ప్రత్యేకతలను గుర్తించుకుని మిమ్మల్ని మీరు ప్రేమగా దగ్గరకు తీసుకుంటే, అప్పుడు మీరు సగర్వంగా ప్రామాణికతతో జీవించగలుగుతారు. ఏ వ్యక్తయితే, తనను తాను అంగీకరించగలుగుతాడో, ప్రపంచానికి ప్రేరణ కలిగించగలుగుతాడు. అది మీరే ఎందుకు కాకూడదు. మిమ్మల్ని మీరు అంగీకరించటం ద్వారా సంతోషాన్ని సొంతం చేసుకోగలమని ప్రపంచానికి చాటిచెప్పండి.

మీతోనే మిమ్మల్ని పోల్చుకోండి

ఇతరులు ఏం చేస్తున్నారన్న విషయాన్ని పక్కన పెట్టండి.
మీ జీవితం ఇతరుల కోసం కాదు, అది పూర్తిగా మీ సొంతం.
వాళ్ల మార్గాన్ని పట్టించుకోకుండా, మీదైన దారిని ఎంచుకోండి.
మీ ప్రయాణం మొదలయ్యేది అక్కడే.

మనం సర్వసాధారణంగా ఇతరులతో పోల్చుకోవటం వల్లనే ఎక్కువ విచారానికి గురవుతుంటాం. అనేక సందర్భాల్లో ఇది నా సంతోషాన్నిహరించి వేసింది. అది ఏ స్థితికి చేరిందంటే, నా జీవితం చూసి నేను తరచూ సిగ్గుపడేవాడిని. నా చుట్టూ ఉన్న వారితో పోల్చుకున్నప్పుడు అదేమంత ఆకర్షణీయంగా లేదని అనిపించేది. స్కూలులో చదువుకునే రోజుల్లో నా స్నేహితులెవరినీ ఇంటికి ఆహ్వానించేవాడిని కాను. ఇంటి పరిస్థితి, దాని పరిణామం వల్ల సిగ్గుగా అనిపించేది.

అసలు ఈ ప్రపంచంలో ఇతరులతో పోల్చుకోకుండా ఉండటం అనేది అంత తేలికయిన విషయం కాదు. ధ్యానం సాగే సమయంలో, నాలో పాత గురుతులు మనసులో మెదిలేవి. చిన్నప్పుడు నేను ఓ పెళ్లికి వెళ్లవలసి వచ్చింది. బహుశా నాకు పదేళ్లుంటాయేమో, మిగతా పిల్లలతో కలిసి నేను కొన్ని ఆటపాటల్లో పాల్గొన్నాను. అక్కడో కుర్రాడు, నా కంటే కాస్త వయసులో పెద్ద వాడే, మిగతా వాళ్లందరికీ నాయకుడిలా నిలబడి అందరినీ శాసిస్తున్నాడు.

కాసేపటికి అందరూ ఆటలు ఆపేశారు. ఈ అబ్బాయి మిగతా అందరూ ఏం బట్టలు వేసుకున్నారో పరిశీలించటం మొదలుపెట్టాడు. అతను ఖరీదయిన బ్రాండెడ్ దుస్తులు ధరించి ఉన్నాడు.

ఇతరుల ధరించే బట్టల విషయంలో అతను దురుసుగా వ్యవహరించటం మొదలుపెట్టాడు. అతను నా చుట్టూ తిరుగుతూందేసరికి నేను ఆందోళనకు గురయ్యాను. నేను అత్యంత చవకబారు దుస్తులు ధరించి ఉన్నాను. పేదవాడినని అతను మిగతా అందరి ఎదురుగా నన్ను చులకన చేస్తాడేమోనని హడలిపోయాను. నా ఇంటి వల్ల ఇప్పటికే అభద్రతకు గురవుతున్న నేను మరింత సిగ్గుపడే పరిస్థితి వస్తుందని తల్లడిల్లాను.

నా అదృష్టవశాత్తు ఆ సంఘటన అక్కడితో ముగిసిపోయింది. అతను నన్నుపిలవకుండా మరేదో పనిలో పడిపోయాడు. కానీ డబ్బు లేకపోవటం వల్ల ఇతరులు నన్ను చిన్నబుచ్చుతారని, నా పైన లేనిపోని అభిప్రాయాలు ప్రకటిస్తారన్న భయం నన్ను వదలలేదు. నేను పెరిగి పెద్దవుతున్నకొద్దీ మరింతగా అది పెరిగిపోయింది. స్కూలులో ప్రత్యేకమైన సందర్భాల్లో మేము నచ్చిన బట్టలు వేసుకుని రావచ్చు. అప్పుడు బ్రాండెడ్ దుస్తులు వేసుకోని నా లాంటి వాళ్లకు నరకంగా ఉండేది.

మా అమ్మ, అంత తక్కువ వేతనంతో ముగ్గురు పిల్లలను ఎలా సాకేదో నాకు అంతుచిక్కేది కాదు. మనం ఎప్పుడూ ఇలాగే ఉండిపోం అని తరచూ ధైర్యం నూరిపోసేది. నేను అప్పుడు నైక్ షూ వేసుకున్నాను. అదీ ఉన్నవాటిలో కల్లా బాగా చవకది. పేదవాడిని, ఏ మాత్రం గుర్తింపును ఆశించని వాడిగా ఉన్ననేను ఖరీదయిన దుస్తులు, బూట్లు వేసుకున్న మిగిలిన వారిని చూడసాగాను. వారికున్నవన్నీ నేను పొందాలనుకున్నాం. నా దగ్గర లేనిది ప్రతిదీ నా కళ్ల ముందు మెదిలింది.

పిల్లలు అన్నీ విషయాలకు ఇతరులతో పోల్చుకోవటం అనే అలవాటును తల్లిదండ్రుల నుంచే నేర్చుకుంటారు. వాళ్లు పిల్లలకు అత్యంత ఉత్తమమైనవన్నీ అందించాలని ఆశపడతారు. తమ పిల్లలను ఉత్సాహపరచాలని ఇతర పిల్లలను ఆకాశానికెత్తేస్తారు. ఇలా చేస్తే తమ పిల్లలు మరింత ప్రేరణ పొంది ఉన్నతంగా ఎదుగుతారని భావిస్తారు. "సారా చూశావా? పరీక్షల్లో అన్నింటిలోనూ 'ఏ' తెచ్చుకుంది. తనకి మంచి భవిష్యత్తు ఉంది'' అని చెబుతారు.

దీనికి వెనక వాళ్లకు పిల్లలకు హాని చేయాలనే ఉద్దేశ్యం లేకపోయినా, పిల్లలు తాము సాధించిన విజయాలను గుర్తించనప్పుడు, వారి సామర్థ్యాలను దెబ్బతీసే అవకాశం ఉంది. నేరుగా పోలికల్లోకి దిగినప్పుడు, తాను దిగజారిపోయానని, విలువ లేని వాడిననే అభిప్రాయానికి వస్తారు. 'నువ్వుసారాలాగా చురుగ్గా మారాలి' లాంటి వాక్యాలు తీవ్రమైన నష్టాన్ని చేస్తాయి. తాము చాలినంత సామర్థ్యం ఉన్నవాళ్లం కాదన్న భావన వారిలో జీవితాంతం బలపడిపోతుంది.

బ్రాండ్ మార్కెటింగు తరచూ మనల్ని ఇతరులతో పోల్చుకునేలా చేస్తుంది. అది ఏపిల్ కాకపోతే ట్రెండీగా ఉండదు. లెంబొర్గ్గిని కాకపోతే నువ్వంత విజయం సాధించలేవు. ఎ–జాబితాలో ఉన్న సెలబ్రిటీ కాకపోతే అంత ఫ్యాషన్ గా ఉన్నట్టు లెక్క కాదు. ఇవన్నీ మన మీద బలవంతంగా రుద్ది స్వీయగౌరవాన్ని తగ్గించి, భయాన్నిపెంచే మార్కెటింగు వ్యూహం తప్ప మరొకటి కాదు.

మన కంటే గొప్ప అనుకున్నవారితోనే ఎప్పుడూ పోల్చుకుంటాం తప్ప మన కంటే ఎక్కువ సమస్యలతో సతమతమయ్యేవారిని అంతగా పట్టించుకోం. మనకున్న వాటిని చూసుకుని గొప్పగా ఉన్నామని పొంగిపోము.

ప్రేరణ కోసం ఇతరుల వైపు చూడటం తప్పేమీ కాదు. కానీ ప్రేరణకు అసూయకు మధ్య తేడా ఉంది.

సామాజిక మాధ్యమాల ప్రభావం కూడా సమస్యాత్మకంగా తయారైంది. పిల్లలు, యుక్తవయసు వారు దానిలో నిండా మునిగి పోతున్నారు. సామాజిక మాధ్యమాలు జీవితాన్ని రంగుటద్దాల్లో సంతోషంగా, ఆశావహదృక్పథంతో చూపిస్తూ, అదే వాస్తవమన్న భావనను కలగచేస్తున్నాయి. ఈ కల్పనతో వారు తమను తాము పోల్చుకుంటున్నారు.

వివాహబంధంలో సతమతమవుతూ దాన్నుంచి బయట పడాలను కునే కొందరు దంపతులు ఆ విషయం ఇతరులు గుర్తించి, తమ మీద ఓ అభిప్రాయాన్ని ఏర్పరచుకోకుండా ఆన్‌లైన్ లో వాళ్లిద్దరూ ప్రేమగా ఉన్నసందర్భాల్లోని ఫొటోలను ఉంచుతున్నారు. (ఒకరినొకరు విభేదించుకుని ఇంట్లో గొడవలు పడే తిట్టుకునే ఉండే ఫొటోలను ఎవరూ ఆన్ లైన్ లో పెట్టరు. పైగావాళ్లు తగువులు పడుతుంటే, ఆగండి.నేను ఫొటో తీసుకోవాలి' అని ఎవరైనా అనరుగా). ఈ జంట సంబంధం ఎంత గొప్పగా ఉందో అని అభినందనలు వెల్లువెత్తుతూంటాయి. తాము కూడా పోల్చుకుని దిగులు పడుతూంటారు. తెరవెనుక ఏం జరుగుతుందనే విషయం వాళ్లకు పట్టదు. ఒక చిత్రంతోనే మనం దాంపత్య జీవితంలో అన్ని విషయాలు తెలుసుకోవటం సాధ్యం కాని పని.

ఆన్ లైన్ లో చూస్తూ, మన జీవితాలను ఇతరులతో పోల్చుకోవటం అనేది వృథా ప్రయాస. అందరూ తాము సంతోషంగా లేదా ఆకర్షణీయంగా లేదా విజయం సాధించిప్పటి చిత్రాలను మాత్రమే అందరికి పంచుతారు తప్ప తాను అలసిపోయినప్పుడో, భయపడినప్పుడో, ఒంటరితనంతో బాధపడుతున్నప్పుడో కాదు.

అలాగే ఆన్ స్క్రీన్ సంబంధాలనేవి కొందరి ప్రయోజనాలకోసం రూపుదిద్దుకుంటాయని నేను విన్నాను. ప్రముఖ వ్యక్తులుగా వారు అందరి దృష్టిని ఆకర్షించాలని (పబ్లిక్ ప్రొఫైల్స్) వారిని ఇలా సిద్ధం చేస్తారు. అందుకే కొన్ని జంటలు ఒకరినొకరు ప్రేమించుకోవటం మాని కెమెరాను ఎక్కువగా ప్రేమిస్తారు. అయినా వారి చిత్రాలు ఎక్కువ అమ్ముడవుతాయి. తమ అద్భుతమైన జీవితం గురించి ఎవరైనా చిత్రాలను, వీడియోలను పంచుతారు. ఆ స్థాయికి రావటానికి వారెంత మూల్యం చెల్లించారో మీకు తెలియదు. ప్రతి విజయం వెనుక బకెట్ల కొద్దీ రక్తం,చెమట, కన్నీరు చిందించవలసిన పరిస్థితి ఉంటుంది. సంఘంలో ప్రముఖ వ్యక్తులుగా చలామణి అయ్యేవాళ్లు ఆన్ లైన్లో ప్రేమలో ఉన్నట్లు కనిపిస్తుంటారు. వారంతా ఎన్ని అవమానాలను దిగమింగారో, మరెన్ని తిరస్కారాలను భరించారో ఎవరూ పట్టించుకోరు. మెరిసే ఒక చిత్రం వెనక, వెలవెలపోయే ఏభైకి పైగా దృశ్యాలుంటాయి.

సామాజిక మాధ్యమాల్లో, నిజజీవితానికి భిన్నంగా ఉండే వ్యక్తులను చాలా మందిని చూశాను. వాస్తవానికి మసి పూసి మారేడుకాయ చేసి, దానికి స్ఫూర్తివంతమైన నినాదాలను లేదా సూచనలను చేర్చి అంతా బావుందన్న భ్రమను కల్పిస్తారు. మనకి అన్నీ తెలిసినా, తరచూ వాటిని మరిచిపోతుంటాం.

మానవ స్వభావం ఎలా ఉంటుందంటే తక్షణ ధృవీకరణ కోసం సామాజిక మాధ్యమాల్లో లైక్‌లు, కామెంట్లు, అనుచరుల కోసం ఎగబడతారు. మన సామాజిక మాధ్యమాల్లో గడుపుతున్నప్పుడు మన మెదడు సంతోషానికి కారణమయ్యే డోపమైన్ హార్మోన్‌ను విడుదల చేస్తుంది. మనకు అది మంచి భావనలను కలగచేస్తుంది (చివరకు వ్యసనానికి కూడా అదే కారణమవుతుంది). జీవితంలో వెలితిని పూరించుకోటానికి నిరంతరం సామాజిక మాధ్యమాల్లో గడిపే వ్యక్తులతో మిమ్మల్ని మీరు

పోల్చుకుంటున్నారేమో ఒకసారి పరిశీలించండి. వాళ్లంతా స్వీయ ప్రేమను ఆచరించటం అనేది ఎప్పుడో మరిచిపోయిన వాళ్లయి ఉంటారు.

ఇతరులు ఆన్ లైన్లో ఏం చేస్తున్నారు? ఏం పంచుతున్నారు అని చర్చించుకోవటానికి కాదు. తమ జీవితంలో వారేమిటి? ఎంత వరకూ ముందుకు వెళ్లారు అన్నది మాట్లాడుకోటానికి అంత కంటే కాదు. ఇదంతా మీ గురించే. మీకు మీతోనే పోటీ. మిమ్మల్నిమీరు అధిగమించటం అనేది నిత్యం మీ ముందున్న సవాలు. నిన్నటి మీతో ఈ రోజు మీరు పోటీపడటం మీదనే దృష్టి కేంద్రీకృతం కావాలి. మీ జీవితంలో మీరు గొప్ప వ్యక్తినని నిరూపించుకోవాలంటే, మీ జీవితంపైన, మీకున్నఆశయాలపైన చూపు నిలపాలి.

ఇతరులతో పోటీపడటం అనేది మెరుగ్గా ఉండదు.
క్రూరంగా ఉంటుంది.

ఏ ఇద్దరి ప్రయాణం ఏకరీతిలో సాగదు. మీరు మీదైన దారిలో ప్రయాణిస్తారు. మన జీవితంలో మనదైన వేగంతో ప్రయాణిస్తూ వివిధ సమయాల్లో వివిధ స్థాయిలను చేరుకుంటాం. మీరు ఇంకా ప్రయాణానికి తెరవెనుక సన్నాహాలు చేసుకుంటుంటే, కొంత మంది అప్పటికే తమ ఆసక్తికరమైన ఫలితాలను ప్రదర్శిస్తూండవచ్చు. అంత మాత్రాన మీకు అవకాశం రాదని, రంగ స్థలం మీద మీరు వెలుగులు చిమ్మరని ఎంత మాత్రం కాదు.

ఇతరుల జీవితాలను చూసి, వారి విజయాలను అభినందించండి. ఆ తర్వాత మీదైన ప్రయత్నాలను కొనసాగించండి. ఇప్పటికే మీ సొంతమైన వాటిని చూసి గొప్పగా భావించండి. మీ కలల సాఫల్యంలో మీరెంత వరకూ ప్రయాణించారో పరిశీలించుకోండి.

మీ ఆత్మ సౌందర్యానికి విలువ ఇవ్వండి

మీరెప్పుడయినా, ఇతరులు తెలివితేటలు ప్రదర్శించినప్పుడుగానీ, అవతల వ్యక్తులకు సాయం అందించినప్పుడు గానీ అందంగా ఉన్నారని ప్రశంసించటం విన్నరా? చాలా తక్కువ సందర్భాల్లోనే అది మనకు అనుభవంలోకి వస్తుంది. బాహ్య సౌందర్యాన్నే అందమని ఎక్కువ మంది భావించటం మనకు కనిపిస్తుంది. అంతరంగ సౌందర్యాన్ని వ్యక్తం చేస్తూ, షరతులు లేని ప్రేమ, దయను పంచేవారిని పట్టించుకోకుండా పైపైన కారణాలు చూసి ఇతరులకు 'అందం' అనే ముద్ర వేస్తుంటారు. ఉపరితల విజయాలు కోరుకునేవారికి ఈ లక్షణాలు అంతగా పట్టవు.

సమాజం అందానికిచ్చిన నిర్వచనాన్ని ప్రతిబింబించే తీరులో ఎక్కువ మంది తమను మార్చుకుని కనపడుతూంటారు. మన ఆలోచించి, ప్రవర్తించే తీరుకిది భిన్నంగా ఉంటుంది.

వారికున్నదయ స్వభావం చూసి మనం అందమైన వాళ్లు అన్నామంటే మిగతావాళ్లు కూడా అదే తీరులో తయారుకావటానికి ఆసక్తి చూపిస్తారు. అందమనేది బాహ్యంగా కనిపించే రూపం కాదు. అంత కంటే ఇంకేదో ఎక్కువ.

మీరెవరి పట్లా నయినా శారీరక ఆకర్షణకు లోనయితే, అంత మాత్రాన వారి మీద మీ శక్తి మొత్తం వెచ్చించమని కాదు. వారు హృదయం, మనసు, ఆత్మ అంతా కూడా మీకు అందంగా కనిపించాలి. సరైన ఇంజను లేకపోతే విలాసవంతమైన స్పోర్ట్స్ కారయినా నిరుపయోగమవుతుంది.

మీ ఆంతర్యాన్ని, విలువలను పంచుకోలేని వారయితే, శారీరకంగా ఎంత అందమైన వారయినా ఉపయోగం ఉండదు.

శారీరక సౌందర్యం అనేది కేవలం శరీర ఆకర్షణలను సంతృప్తి పరుస్తుంది. నిజమైన విషయం ఉన్నవారు తమ హృదయం, మనసు, ఆత్మల ద్వారా ఇతరులను సంతృప్తిపరచగలుగుతారు.

నిజమైన సౌందర్యం అనేది కంటికి కనిపించనంత గాఢంగా ఉంటుంది, చర్మం అట్టడుగు పొరల్లోకి తొంగి చూస్తే గానీ కనిపించదు. మన శరీరం మార్పులకు లోనవుతుంది గానీ, అంతరంగ సౌందర్యం ఎప్పటికీ చెక్కుచెదరదు. మీ విలువ ఇక్కడే ఉంటుంది. అందుకే మీ వ్యక్తిత్వాన్ని నిర్మించుకోవటంపైన ఎక్కువ దృష్టి పెట్టవలసి ఉంటుంది. మీరు శస్త్రచికిత్స చేయించుకుని రూపాన్ని మార్చుకోగలరు. కానీ మీ వ్యక్తిత్వాన్ని కొనుగోలు చేయటం సాధ్యం కాని మాట. మీ చూపుల ద్వారా ఎక్కువ మందిని ఆకర్షించవచ్చు. గానీ మీ అంతరంగంలో ఉన్న విషయం ద్వారా గొప్ప వ్యక్తిగా మీరు స్థిరపడిపోవచ్చు.

మీ విజయాలను ఉత్సవంగా జరుపుకోండి

మనం విజయం అంటే కీర్తి సంపాదించటం, ధనవంతులు కావటం, ఖరీదయిన వస్తువులు సొంతం చేసుకోవటం అనుకుంటాం. దట్టంగా అలుముకున్న చీకట్ల నుంచి బయటపడ్డారంటే, అది కూడా గొప్ప విజయమే అవుతుంది. ప్రతి రోజూ మీరు విజయం సాధిస్తున్నారన్న విషయం మరిచిపోవద్దు. అలాగే తదుపరి మరో విజయాన్ని నమోదు చేసే వరకూ విశ్రమించకండి.

ప్రతిరోజూ మీరు గొప్పగొప్ప పనులు చేస్తున్న విషయాన్ని ఎప్పుడయినా గ్రహించారా? ఇంకో అంశం పైన మనం దృష్టి పెడుతూంటాం కాబట్టి వాటిని అంతగా పట్టించుకోం. ఈరోజు సాధించిన వాటిలో చాలా వరకూ మీరు గతంలో కలగన్నవి. వాటిని సాధించినప్పుడు ఆ విషయం మనం గుర్తించం. అవి వేగంగా మన ముందు నుంచి తరలిపోతాయి.

మనం సాధించిన వాటితో తృప్తి చెంది అలసత్వంతో ముందుకు కదలకుండా అక్కడే ఆగిపోకుండా, మన విజయాలను ఉత్సవంలా మార్చుకుని సంబరాలు చేసుకుందాం. లేకపోతే, మీ జీవితంలో వెనక్కి తిరిగి చూసుకుని మీరేమీ చెప్పుకోదగ్గ విజయాలు సాధించలేదన్న భావనకు లోనవుతారు. అదే గనక నిజమైతే, జీవితం అలాగే కొనసాగుతుంది.

మనం మన పట్ల కఠినంగా ఉంటాం. మన చేసిన తప్పుల్ని గుర్తుంచుకుంటాం. అంతే తప్ప మనం చేసిన మంచి పనుల గురించి

ఎప్పుడూ ఆలోచించం. నేను చెబుతున్నది మీకు నిజమనిపిస్తే, మీరు విపరీతమైన స్వీయవిమర్శకు దిగే వాళ్లయి ఉంటారు.

ఇప్పుడో అప్పుడో, మీరు చేసే పనులకు భుజం చరుచుకోవాలి. కొందరు అది సాధ్యం కాదు అన్న అభిప్రాయాన్ని ప్రకటించిన వాటిని కూడా మీరు చేసి చూపించారు. మీరు చేయలేననుకున్నవి కూడా చేశారు. మిమ్మల్ని మీరు చూసి మీరు గర్వపడండి. ఈ రోజు ఉన్న స్థానానికి చేరుకోటానికి మీరు గట్టిగా పోరాటమే చేశారు. మీరెప్పుడయితే ఈ విషయాన్ని గుర్తించారో మీకు ఎనలేని సంతృప్తి కలుగుతుంది. మీ కంపనాల స్థాయి పెరుగుతుంది.

మీ వైవిధ్యాన్ని కాపాడుకోండి

మీ అస్తిత్వం లేదా వ్యక్తిత్వం అనేది భారం కాదు, వరం.
మీరు ఇతరుల మాదిరిగా ఉండాలని ప్రయత్నిస్తే, మీ జీవితం
వారి కంటే ఏ మాత్రం గొప్పగా ఉండదు. గుంపు మనస్తత్వాన్ని
అలవరచుకోవటం వల్ల, వారిలో మీరు భాగమవుతారే తప్ప,
ప్రత్యేకతను చాటుకోలేరు. విశిష్టంగా కనిపించలేరు. వాళ్లు
నడిచే దారిలోనే మీరూ వెళితే, వాళ్లు చూడనిది,
భిన్నమైనది చూసే అవకాశం ఉండదు.

మనం బాల్యంలో ఉన్నప్పుడు పెద్దవాళ్లు మనకు నచ్చచెబుతూంటారు. మనం మనలాగే ఉండటం తప్పులేదని, ఇతరులు ఊహించనిది, ఆశించనది సాధించాలని ప్రోత్సహిస్తారు. మనం పెద్దవాళ్లమవుతున్న కొద్దీ, మన ప్రపంచం కుదించుకుపోతుంది. "నీలాగా ఉండు... కానీ ఇలా కాదు' అనో, "నువ్వేమయినా అవ్వు. కానీ నువ్వ నడవవలసింది ఈ బాటలో" అని జనం మనకు చెబుతూంటారు.

మనసత్వ శాస్త్రంలో, సోషల్ ప్రూఫ్' అనే మాట ఉంది. దీనర్థం ప్రజలు గుంపు మనస్తత్వాన్ని అనుసరిస్తారని. ఎక్కువ మంది ఒక పనిని చేస్తుంటే, అదే మీకు తగినది అనుకుని మీరూ అదే చేస్తారట.. మీరు గుర్తించకపోయినా ఇతరులు మీ చర్యలను ఎప్పుడూ ప్రభావితం చేస్తుంటారని. ఉదాహరణకు, మీకు అందుబాటులో ఉన్న రెండు బార్లలో ఒక దానిని ఎంచుకోవలసి వచ్చినప్పుడు, మీరు సహజంగా ఎక్కువ

రద్దీగా కనిపించిన బార్ ను ఎంచుకుంటారు. ఖాళీగా ఉన్నది నాణ్యత తక్కువగా ఉండేదని, ఎక్కువ మందిని ఆకర్షించేది అన్ని విధాలా మెరుగ్గా ఉంటుందన్న భావనకు లోనవుతారు. అందరూ చేస్తున్నారు కాబట్టి అది మంచిది అన్న అభిప్రాయానికి రావటం తప్పు. బానిసత్వం కూడా ఒకప్పుడు చట్టబద్ధమైనదే, అంత మాత్రాన అమానవీయమైన దానిని మనం సమర్థించగలమా?

ఇకపైన మీ చర్యలను ప్రశ్నించుకోవటం మొదలుపెట్టండి. మీరు చేసేది ఎందుకు చేస్తున్నారు? మీరు పనులను ఎలా ఎంపిక చేసుకుంటున్నారు? అది సరైన విధానం కాబట్టి అలా చేస్తున్నారా లేకపోతే ఎక్కువ మంది అదే చేస్తున్నారని తెలిసి మీరూ వారిని అనుసరిస్తున్నారా? ఒకవేళ మీరు చేస్తున్న పనులన్నీ ఇతరుల అభిప్రాయాల మేరకు నడుస్తున్నాయంటే, మీరు జీవితంపైన మీ పట్టును కోల్పోతున్నారని అర్థం. పట్టు లేకపోతే, మనం భయాందోళనలకు లోనవుతాం, చివరకు తక్కువ కంపన స్థాయికి చేరుకుంటాం. మనం అనుభవించే సంతోషంలోనూ మన పాత్ర ఏమీ ఉండదు. ఇతరుల అభిప్రాయాలకు మనం బానిసలుగా మిగిలిపోతాం.

భయం, కొరత సమాజాన్ని పట్టిపీడిస్తున్నాయి. చాలా మంది తాము ఎంపిక చేసుకున్న జీవితాలను కాక, శ్రేయోభిలాషుల పేరుతో ఎవరో చెప్పే సలహాలు, సూచనల మేరకు నడుచుకుంటారు. వారు ఆలోచించరు. తమకు నచ్చింది చెబుతారు. వేరెవరో తమకు అంటించిన భయాలను ఆధారంగా చేసుకుని తమ నిర్ణయాలను ప్రకటిస్తారు.

ఇతరుల నమ్మకాల మేరకు జీవిస్తున్నామన్న భావన మీకు కలగకూడదు. వాళ్ల అంచనాలను అందుకోవాలని, వారు కోరిన విధంగా నడుచుకుని వారి ఆమోదాన్ని, అంగీకారాన్ని పొందాలని అనుకోకూడదు.

మీ వైవిధ్యాన్ని కాపాడుకోటానికి మీరు మీలా ఉండటానికి ఎంత మాత్రం సిగ్గుపడనవసరం లేదు.

వాస్తవం ఏమిటంటే,
మీరు మీలా జీవించినా,
ఇతరుల అభిప్రాయం మేరకు నడుచుకున్నా,
వాళ్లు తీర్పు చెప్పకుండా మానరు.

ఒక పెద్దాయన గొప్పమాట ఒకటి చెప్పారు. "పెద్దపులి గొర్రెల అభిప్రాయం పట్టించుకుని నిద్ర కోల్పోదు" అని. పులి ఒకేరకంగా ఆలోచించే గొర్రెలు ఏమనుకుంటాయో అన్న ఆలోచనతో ఊగిసలాడదని దీనర్థం. అవి సోషల్ కండిషనింగ్ చేయబడి ఉంటాయి. (సోషల్ కండిషనింగ్ అంటే వ్యక్తులు సమాజం సూచించిన పద్ధతుల్లోనూ ప్రతిస్పందించటానికి అలవాటుపడటం) గొర్రెలకు తమకంటూ వ్యక్తిత్వం ఉండదు. ధృవీకరణ కోసం చూస్తూ అటూ ఇటూ దారులు మార్చుకుంటూ పోవటం వాటి స్వభావం. అందుకే అవి దురదృష్టవంతులుగా మిగిలిపోతాయి.

ఒకసారి 'సిల్క్' అనే మాటను పదిసార్లు గట్టిగా అనండి.

ఇప్పుడు చెప్పండి. 'ఆవులు ఏం తాగుతాయి?'

మీరు 'పాలు' అని సమాధానం చెప్పారా?

మీరు అలా చెప్పినట్టయితే, 'ఫ్రేమింగ్' అన్న సైకలాజికల్ టెక్నిక్ ఉచ్చులో చిక్కుకున్నారన్నమాట. నేను ఒక ప్రత్యేకమైన సమాధానం (అది తప్పయినా సరే) చెప్పటానికి మిమ్మల్ని సిద్ధం చేశాను. నేను ఓ కథ చెబుతూ, ఓ పెద్ద అడవిలో చిక్కుకుపోయి ఎలా బయటకు రావాలో తెలియక సతమతమవుతున్నానని చెబుతూ మధ్యలో ఆగిపోయి,

మీరు గుంపు చెప్పేది వినచ్చు
మీ ఆత్మప్రబోధాన్ని వినచ్చు.
మీ పాత్రను సమర్థవంతంగా పోషించండి.

ఆ తర్వాత స్ట...క్ అన్న పదాన్నిపూర్తి చేయమని కోరితే, చాలా మంది 'స్టిక్' అనటానికి బదులుగా 'స్టక్' అని పూర్తి చేస్తారు.

ఈ ఫ్రేమింగ్ అనే విధానం ఏమాత్రం సంబంధం లేకుండా, మనం కొన్ని విషయాలను గుర్తుంచుకోవటానికి సహకరిస్తుంది. తెలియకుండానే కొందరు వ్యక్తులను మీరు కోరుకున్న రీతిలో ఆలోచించేటట్టు, ప్రవర్తించేటట్టు చేయటం గురించి ఆలోచించండి. మార్కెటింగులో ఉండే వ్యక్తులు తమ అమ్మకాలు పెంచుకోటానికి చేసే పని అదే.

ఈ రోజుల్లో ప్రామాణికత అనేది లేకుండా పోయింది. మన చేసే పనులన్నీ ఎవరి సలహా మేరకో చేసేవే. మీ మానసిక స్థితిని తారుమారుచేసి ఇతరుల అవసరాలు ప్రధానంగా కార్పొరేట్ సంస్థల అవసరాలు తీర్చేందుకు మిమ్మల్ని అలా సిద్ధం (రీ ప్రోగ్రామింగ్) చేస్తున్నారు.

మీ వ్యక్తిత్వాన్ని కోల్పోకుండా చూసుకోండి. మిగతా సమాజం చట్రంలో మీరు బిగిసిపోకుండా జాగ్రత్త పడండి. మీ వైవిధ్యాన్ని ప్రాణప్రదంగా గుండెలకు హత్తుకోండి. మీరు అదృష్టవంతులని భావిస్తున్నారా? సంభ్రమాన్ని కలిగించాలనుకుంటున్నారా? ఎక్కువ మంది కల్పితమైన చట్రంలో తమను తాము బిగించుకుంటున్నారు. మీరు అందులో ఇమడటం లేదని, మీలో ఏదో లోపం ఉంది అనుకుంటున్నారా? అసలంటూ లేని చట్రంతో మీకు పనేం ఉంది? నాకూ లేదు. స్వేచ్ఛకు హద్దులంటూ లేవు.

మనం మనల్ని నిరంతరం తీర్చిదిద్దుకుంటూ వ్యక్తులుగా ఎదగ టానికి అవకాశం ఉంది. మన సుఖవంతమైన స్థానం (కంఫర్ట్ జోన్) నుంచి అడుగు ముందుకు వేసి మనల్ని మనం సవాలు చేసుకోగలం. మనం మనలాగా ఉండటాన్ని సమాజం తప్పుపడుతుంది. మనమేదో తప్పు చేస్తున్నామన్న భావనను మనకు కలగచేస్తుంది.

వారు మిమ్మల్ని నిదానస్థుడు అంటారు
ఎందుకంటే మౌనంలో మీరు సంతోషాన్ని వెతుక్కుంటారు.

వారు మిమ్మల్ని బలహీనులు అంటారు
ఎందుకంటే మీరు ఘర్షణలకు, నాటకీయతకు దూరంగా
ఉంటారు.

వారు మీకు రకరకాల పేర్లు పెడతారు.
ఎందుకంటే మీరు ఇష్టపడే విషయాల్లో ఉద్వేగానికి గురవుతారు

వారు మిమ్మల్ని మర్యాదలేని వ్యక్తులంటారు
ఎందుకంటే మీరు సమాజాన్ని సంతృప్తిపరిచే అంశాలకు
దూరంగా ఉంటారు.

వారు మిమ్మల్ని అహంకారి అంటారు
ఎందుకంటే మీరు ఆత్మగౌరవాన్నిఎక్కువ ప్రాధాన్యం ఇస్తారు.

వారు మిమ్మల్ని విసుగు కలిగించే వ్యక్తి అంటారు
ఎందుకంటే మీరు అందరితోనూ ఎక్కువగా కలవలేరు.

వారు మీలో ఎన్నో విషయాలను తప్పుపడతారు
ఎందుకంటే మీ నమ్మకాలు వారికి భిన్నంగా ఉంటాయి.

వారు మీకు సిగ్గరి అన్నముద్ర వేస్తారు
ఎందుకంటే మీరు చిన్నపాటి సంభాషణల్లోనూ చొరవచూపరు.

వారు మిమ్మల్ని అదృష్టవంతులంటారు
ఎందుకంటే మీరు సాంప్రదాయాలను అనుసరించరు.

వారు మీరు నకిలీ వ్యక్తి అని వ్యాఖ్యానిస్తారు
ఎందుకంటే మీరు అన్ని సందర్భల్లో సానుకూల ధోరణిగా
ఉండటానికి ప్రవర్తిస్తారు.

వారుమిమ్మల్ని ఒంటరివాడు అంటారు
ఎందుకంటే మీరు ఏకాంతాన్ని ఎక్కువగా ప్రేమిస్తారు.

వారు మిమ్మల్ని దారి తప్పిన వాడు అంటారు
ఎందుకంటే మీరు అందరూ నడిచే బాటలో సాగరు.

వారు మిమ్మల్ని చేతకానివాడు, అసమర్ధుడు అని నిందిస్తారు.
ఎందుకంటే మీరు ఎప్పుడు తెలివితేటలు పెంచుకోవాలని
ప్రయత్నిస్తారు.

వారు మిమ్మల్ని అసహ్యంగా ఉన్నారని అంటారు
ఎందుకంటే మీరు ప్రముఖ వ్యక్తులుగా కనిపించటానికి
ప్రయత్నించరు.

వారు మిమ్మల్ని మూగ అంటారు
ఎందుకంటే మీరు నిరంతరం తెలివితేటలు పెంచుకునే పనిలో
ఉంటారు.

వారు మిమ్మల్ని అవలక్షణాలు ఉన్నవారు అంటారు
ఎందుకంటే మీరు పేరుప్రఖ్యాతులున్న వారి వెంట పడరు.

వారు మిమ్మల్ని పిసినిగొట్టు అంటారు
ఎందుకంటే డబ్బు విషయంలో దాని విలువ గ్రహించి మీరు
నడుచుకుంటారు.

మీరు విధేయత లేని వాళ్లంటారు
ఎందుకంటే ప్రతికూల భావాలున్న వ్యక్తుల నుంచి మీరు
దూరంగా జరుగుతారు.

వాళ్లని తమకు నచ్చినట్టు పిలుచుకోనివ్వండి. కానీ వాళ్లు ఆడమన్నట్టల్లా ఆడటం మీ పని కాదు. ఈ ప్రపంచంతో ఆడుకోటానికి మీదైన పాత్ర పోషించండి.

మీ పట్ల దయ, క్షమాగుణాన్ని ప్రదర్శించుకోండి

మీరు తీసుకున్న చెడ్డ నిర్ణయాలకు
మిమ్మల్ని మీరు క్షమించుకోండి.
మీ మీద మీకు నమ్మకం కొరవడిన సందర్భాలకు
మిమ్మల్ని మీరు క్షమించుకోండి.
ఇతరులను, మిమ్మల్ని కూడా బాధపెట్టుకునే పరిస్థితులు
ఎదురైనందుకు,
మిమ్మల్ని మీరు క్షమించుకోండి.
మీరు చేసిన తప్పులన్నింటినకి
మిమ్మల్నిమీరు క్షమించుకోండి.
వీటినన్నింటిని అధిగమించి మంచి మానసికస్థితితో ముందుకు
వెళ్లటం అనేది
అన్నింటి కంటే ముఖ్యం అని గ్రహించండి

మీరు తప్పులు చేసినందుకు మిమ్మల్ని అగౌరవపరుచుకున్న సందర్భాలు ఎన్ని ఉన్నాయో ఓ సారి గుర్తుచేసుకోండి. మీరెప్పుడయినా ఇలాంటి నిరాశపరిచే ప్రశ్నలు వేసుకున్నారా? అంటే "నేను ఈ పని ఎందుకు చేయలేకపోతున్నాను? నేనెందుకు ఇంత అందవికారంగా ఉన్నాను? నేనెందుకు అన్నింటిలోనూ విఫలమవుతున్నాను లాంటివన్నమాట.

మీ అంతర్గత స్వరం విమర్శనాత్మక ధోరణితో వ్యవహరిస్తుందని నాకు తెలుసు. ఈ ప్రశ్నలు తరచూ ముందస్తు అంచనాలుగా మారతాయి. మీరు వేసుకున్న ప్రశ్నలు వాస్తవాలు అన్న అభిప్రాయాన్నికలగచేస్తాయి. మిమ్మల్ని తక్కువ చేయటంలో ఇవి కీలకమైన పాత్ర పోషిస్తాయి.

కానీ మీ మెదడులో స్వరం మీ పట్ల దయ చూపేదిగా ఉండాలి. మిమ్మల్ని తగ్గించాలని చూసే ఎందరో వ్యక్తులు మీకు తటస్థపడతారుగానీ, దాని వల్ల ఇబ్బందులు పడే వ్యక్తుల్లో మీరొకరు కాకూడదు. మీరు మీ పట్ల ఉదారంగా వ్యవహరించకపోతే ఇతరులు అలా ఉండాలని ఎలా ఆశిస్తారు. మీరు అంతరంగ సంభాషణలను మీకు సహాయకారిగా మార్చుకోవాలి. అమ్మో, తప్పు చేయటానికి నేను సాహసించలేను అని చెప్పటానిక బదులు, మానవులు తప్పులుచేయటం సహజం, ఈసారి ఇంతకంటే మెరుగ్గా చేస్తాను అని మీకు మీరే నచ్చచెప్పుకోండి.

మీ మాటలే సృజనాత్మక శక్తులు. దాని గురించి వచ్చే అధ్యాయంలో వివరంగా మాట్లాడుకుందాం. అవి మీ జీవితానుభవాలను పెంచటంలోనూ, తగ్గించటంలోనూ కూడా కీలకపాత్ర పోషిస్తాయి. మిమ్మల్ని తగ్గించుకోటానికి ఈ పదాలను వాడితే, మీ సంతోషాన్ని కుదించుకున్నవారవుతారు.

బాల్యంలో చేసిన తప్పులకు మిమ్మల్ని మీరు ఇప్పటికీ తప్పుపడతున్నారా? చాలా తరచుగా సమాధానం లేదు అని వస్తుంది. మనకు చిన్నతనం అమాయకత్వంతో తప్పులు చేస్తాం, ఆ తర్వాత వాటి నుంచి పాఠాలు నేర్చుకుంటాం. అవి మనం ఎదుగుదలకు సహాయకారిగా నిలుస్తాయి. ఈ రకమైన క్షమాగుణాన్ని ఇటీవల తప్పులకు కూడా మీరు వర్తింపచేసుకోవాలి.

మీరు చేసే ప్రతి తప్పు వ్యక్తిగా మీరు అభివృద్ధి చెందటానికి ఉపయోగపడుతుంది. మీరు తప్పుల నుంచి పాఠాలు నేర్చ కోదలుచుకుంటే, వాటిని అలా వదిలేయటం ముందు నేర్చుకోవాలి. జరిగిపోయిన వాటిని ఒప్పుకోండి. ఒకసారి గట్టిగా శ్వాస పీల్చుకుని, తర్వాత గట్టిగా బయటకు వదిలి, ఆ తర్వాత అక్కడితో ఆ విషయం మరిచిపొండి. మీ తప్పు ఎంత తీవ్రమైనదయినా సరే, మానవులుగా మీరు జీవితాన్ని కొనసాగించవలసిందే. జరిగిన తప్పుకు మిమ్మల్ని మీరు బాధించుకోకండి. అది పక్కన పెట్టి అంత కంటే మెరుగ్గా ఏం చేయగలరనేది ఆలోచించండి.

మిమ్మల్ని మీరు బాధించుకున్నంత మాత్రన పరిస్థితిలో మార్పేం రాదు. ఆ తర్వాత మీరేం చేయగలరనేది ముఖ్యం.

మీరు చాలా కాలం నుంచి చూడని స్నేహితుని ఎప్పుడయినా కలవటం తటస్థించిందా? వాళ్లు మిమ్మల్ని చూడగానే, "నువ్వు చాలా ఎదిగావే?" అంటారు. ఒక వేళ వాళ్లు మిమ్మల్ని కలవటానికి ముందు వేరెవరినయినా కలిస్తే, అంతకు ముందు తెలిసిన మీ గురించి మాట్లాడతారు. అది మీ గతం

వాస్తవం ఏమిటంటే, "గతంలో ఉన్నమీరు" ప్రస్తుతం ఉన్న మీరు" కు పూర్తిగా భిన్నమైన వారు. గతాన్ని ఆధారంగా చేసుకుని మీమీద వాళ్లు తీర్పుచెబితే అది వాళ్ల సమస్య. వాళ్లు గతం అనే ఉనికి లేని స్థలంలో జీవిస్తున్న వ్యక్తులు. మనుషులు ఎదుగుతారు, పరిపక్వత సాధిస్తారు అని తెలియకపోవటం వాళ్లలో ఎదుగుదలలేనితనాన్ని సూచిక. మీ గతాన్ని ఆధారంగా చేసుకుని ఇతరులు తీర్పు చెప్పటాన్ని అంగీకరించకండి. వారు మీ బంగారు భవిష్యత్తును నిరోధించటానికి ప్రయత్నిస్తున్నారని

గ్రహించండి. మీతో సహా, ఏదీ అలాగే ఉండిపోదని గ్రహించి మీరు సాధించిన విజయాలు, ఘనతలను నెమరువేసుకోండి.

గతాన్ని దాటకుని ముందుకు సాగిపోవటం ముఖ్యం. కొందరు మీ విషయంలో క్షమించరాని తప్పు చేశారని మీకు అనిపించవచ్చు. వాళ్లేం చేశారనే విషయం మీరు మరిచిపోయినా, దాని వల్ల మనసుకు కలిగిన బాధ మాత్రం మిమ్మల్ని అంటిపెట్టకుని ఉంటుంది. అది ఎక్కువ కాలం కొనసాగటం వల్ల మీ మానసికస్థితి దెబ్బతింటుంది. మీ కంపనాలు తగ్గుముఖం పడతాయి. ఆయా వ్యక్తులను క్షమించినంత మాత్రాన గతంలో వాళ్లు కలిగించిన బాధ ఏదీ మారిపోకపోవచ్చు. వర్తమానం, భవిష్యత్తు మాత్రం పూర్తిగా మారిపోతాయి. మీరు మరింత ప్రశాంతతను, సానుకూలమైన శక్తిని అంతరంగానికి అందించగలుగుతారు.

తమను బాధించిన వ్యక్తులను క్షమించలేని వారు బాధితులుగా మిగులుతారు. ఉదాహరణకు ఎవరో మిమ్మల్ని వంచించటం వల్ల మీకు, వారికి అగాధం ఏర్పడిందని అనుకోండి. వారి నుంచి మీరు దూరంగా జరుగుతారు, మళ్లీ వారు తిరిగి కనిపించేటంత వరకూ ఆ విషయం మరిచిపోతారు. అలా కాకుండా తరచూ వారు చేసిన గాయాన్ని మళ్లీ మళ్లీ గుర్తు చేసుకున్నారనుకోండి, బాధ మళ్లీ మీ చెంతకు చేరుతుంది. వాళ్లను క్షమించకపోవటం వల్ల వచ్చే ఇబ్బంది ఇదంతా. ఇది మీ ఉత్సాహాన్ని నీరుగార్చి వినాశకర నిర్ణయాలు తీసుకునేలా చేస్తుంది.

క్షమించటం అంటే ఇతరుల ప్రవర్తనను మనం ఆమోదించినట్టు కాదు. అలాగే వారిని తిరిగి మన జీవితంలోకి ఆహ్వానించటం కూడా కాదు. మీ ఆలోచనల మీద, మీ భావోద్వేగాల స్థితిమీద వారికి పట్టు లేకుండా చేయటం. ఆ రకంగా వాళ్లు మీ అదృష్టాన్ని ఏ మాత్రం శాసించలేరు.

ఐదవ అధ్యాయం

మీ ఆశయాలకు రూపకల్పన——
మానసిక సన్నద్ధత

పరిచయం

మానవుని మెదడు ఏదయితే గ్రహిస్తుందో, దేనినయితే
నమ్ముతుందో దాన్ని సాధించగలుగుతుంది.
— నెపోలియన్ హిల్

మీ ఆశయాలకు రూపకల్పనకు ఎక్కువ కంపన స్థాయికి కలిగి ఉండాలి. భావనలు 'ఉన్నవి ఉన్నట్టుగా' తిరిగి మీకు చేరతాయి. అందువల్ల ఇంతకు ముందు అధ్యాయంలో నేర్చుకున్న అన్ని అంశాలపైన మీరు పట్టు సాధించాలి.

మీ నమ్మకాలు ఇందుకు దోహదం చేస్తాయని నిస్సందేహంగా చెప్పవచ్చు. మీరు ఏదయినా నమ్మకపోతే, దాన్ని జీవితంలో సాధించగలగటం అనేది ఎప్పటికీ సాధ్యం కాదు. అందువల్ల మన నమ్మకాలకున్న ప్రాధాన్యతను శోధించి అవి మన వాస్తవాన్ని ఏ మేరకు ప్రభావితం చేస్తాయో చూద్దాం.

సానుకూల ఆలోచనలకున్న ప్రాధాన్యం

సానుకూలంగా ఆలోచించటం అంటే మిమ్మల్ని నియంత్రించే ఆలోచనలపైన పై చేయిగా ఉండే సాధికారతనిచ్చే ఆలోచనలు కలిగి ఉండటం.

సకారాత్మకమైన మనసు కచ్చితంగా మనకు సానుకూల జీవితాన్ని అందిస్తుంది. ఈ వ్యాఖ్యను ఆధ్యాత్మిక సంబంధంగా కాకుండా, కేవలం తార్కికమైన కోణంలో విశ్లేషిద్దాం. మీరొక విషయాన్ని ప్రతికూలంగా భావిస్తున్నారనుకుందాం, అది సానుకూలం ఎలా అవుతుంది? ఎవరైనా జీవితాన్ని ప్రతికూల దృక్పథంతో ఉండి సానుకూలంగా ఎలా చూడగలుగుతారు?

సానుకూలమైన మనసు, ప్రతికూలమైన మనసు కంటే గొప్పది. సానుకూలమైన ఆలోచన కలిగి ఉండటం అంటే మనం చేసే ఆలోచనలు, చర్యలు అన్నీ మనం జీవితంలో దృఢంగా నిలబడటానికి ఉపయోగపడతాయి. అవి మనకు సహాయకారిగా నిలుస్తాయి తప్ప అవి మనకు ప్రతిబంధకంగా మారవు. ఏ సందర్భంలోనయినా మనకు ఉత్తమమైన ఫలితాలనే అందిస్తాయి.

ఉదాహరణకు, క్రికెట్ ఆటగాడొకరు, తన చివరి బంతిలో గెలవటానికి ఆరు రన్నులు చేయవలసి ఉందనుకుందాం. అతని భయపడుతూ తను ఆరు రన్నులు చేయలేనని భావించాడనుకుంటే, కచ్చితంగా అతను దాని కోసం ప్రయత్నించడు. అమలు చేయలేడు.

అదే గట్టిగా పూనుకుని సాధికారతతో, "అవును, నేను ఆరు రన్నులు చేయగలుగుతాను" అని దృఢంగా అనుకున్నాడనుకోండి, అతను ప్రయత్నిస్తాడు, గెలిచే అవకాశాలూ ఉంటాయి. ఏ పరిస్థితుల్లోనయినా అతను బాల్ ను కొట్టవలసిందే. కానీ మానసికస్థితి రెండింటిలోనూ వేర్వేరుగా ఉంటుంది. సాధికారత గల ఆలోచనలు అవకాశాలను సృష్టిస్తే, పరిమితం చేసే ఆలోచనలు అదే అవకాశాలను దూరం చేస్తాయి.

'నేను చేయలేను' అన్న ప్రతికూలమైన ఆలోచన, మిమ్మల్ని ముందుడుగు వెయ్యకుండా నిరోధిస్తుంది. దాని మూలంగా దాని వల్ల మీకు దక్కే ఫలితాలు కూడా తక్కువగానే ఉంటాయి.

ఒకటి మిమ్మల్ని నిరోధిస్తుంది, మరొకటి మీరు కోరుకున్న అంశానికి మిమ్మల్నిచేరువ చేస్తుంది.

ఏదైనా అసాధ్యమని మీరు నమ్ముతున్నారంటే, ఆ ఆలోచనలు మీ విజయానికి అడ్డుకట్ట వేస్తున్నాయన్న విషయాన్ని గుర్తించండి. ఓ పిల్లవాడు, తాను ఉన్నతస్థాయి ఫుట్ బాల్ ఆడలేనని, తన కలలను పక్కన పెట్టేస్తున్నానని గట్టిగా చెప్పటం నాకు ఇంకా గుర్తుంది. అతను ఆ అభిప్రాయానికి రావటానికి పెద్ద కారణాలేమీ లేవు. అతను తన జీవితంలో గత అనుభవాను తడిమి చూసుకుని, తను ఉన్న పరిస్థితుల్లో అది అసాధ్యమన్న అభిప్రాయానికి వచ్చాడు.

అతను స్నేహితుడు, దాదాపు అతని మాదిరి నైపుణ్యాలున్నా, దానికి భిన్నమైన మానసికస్థితి కలిగి ఉన్నాడు. 'సువ్వెందుకు ఉన్నతస్థానానికి చేరగలవని నమ్ముతున్నావు?'' అని నేను అతన్ని అడిగి చూశాను. అతను ఫుట్ బాల్ క్రీడాకారుల నేపథ్యాలను, వారి విజయాలను ఏకరువ పెట్టాడు. ఈ పని సాధ్యమేనన్న అభిప్రాయంలో ఉన్నాడు. కారణం అతను అవకాశాన్ని సాధించటం పైన దృష్టిపెట్టాడు తప్ప, కుదరదన్న అభిప్రాయంలో లేడు.

నా దృక్పథాన్ని మార్చుకుని, దృఢవిశ్వాసాన్ని పెంచుకునేందుకు జీవితపర్యంతం నేను ఇదే చేస్తూ వస్తున్నాను. నాకు సొంత ఇల్లు అంటూ లేనప్పుడు, ఇప్పుడు నేను సాధించిన వాటిల్లో చాలా భాగం పొందటం అనేది చాలా అవాస్తవికమైన ఆలోచనలా కనిపించేది. కానీ, జీవితంలో ఎన్నో కష్టాలను అధిగమించి, అసాధ్యమైన వాటిని సాధించిన ఎందరో జీవితకథలు నాకు ప్రేరణ కలిగించేవి. అప్పుడు నాకు నేను సర్దిచెప్పుకుని నన్ను ప్రోత్సహించుకునేవాడిని.

"వాళ్లు చేయగలిగినప్పుడు, ఎందుకు నేను చేయలేను?" అని ప్రశ్నించుకుని, నా దృష్టిని ఏది చేయలేను అన్న అంశాల మీద కాకుండా, 'నేను ఏం సాధించగలను' అన్న అంశంపైన ఎక్కువ పెట్టేవాడిని. ఈ ప్రపంచంలో ప్రతి గొప్ప విజయం, అది సాధ్యమే అన్న ఆలోచన నుంచి పురుడు పోసుకుంది.

మీరు చేసే ప్రతి ఆలోచన మిమ్మల్ని జీవితంలో ముందుకయినా నెడుతుంది, వెనక్కయినా లాగుతుంది. సానుకూల ఆలోచనా ధోరణి మిమ్మల్ని ప్రోత్సహించి ముందుకు నడుపుతుంది. కనుక ఇప్పటికయినా పోయేదేం లేదు. మీ ఆలోచనాధోరణిని మార్చుకుని, అది మిమ్మల్ని దెబ్బతీసేలా కాకుండా, మీ నమ్మకాల ఆకృతి కొత్తరూపం సంతరించుకుని, మీరు పడిపోకుండా నిలబెట్టటానికి సహాయకారిగా ఉండేలా చూసుకోండి.

మిమ్మల్ని వెనక్కిలాగే ఆలోచనలతో
మీరు ముందడుగు వేయటం
అసాధ్యం అవుతుంది.

మీ మనస్తత్వమే మీ వాస్తవం

మీరు ఆలోచించగలం అనుకున్నా, ఆలోచించలేమని
భావించినా రెండు అభిప్రాయాలూ సరైనవే.
— హెన్రీ ఫోర్డ్

దాదాపు 200 ఏళ్ల క్రితం మన అనుభవాలు, ఆఖరికి మనం చూసే రంగులు, వస్తువులు, స్పందనలు అన్నీ కూడా మన మనసును ప్రతిబింబించేవని తత్వవేత్త ఇమ్మాన్యుయేల్ కాంట్ పేర్కొన్నారు. వాస్తవం వ్యక్తిగత అవగాహనపైన ఆధారపడేదని ఆయన అన్నారు.

ఒకసారి ఇలా ఆలోచించండి, మీరు పెద్ద కొండ గురించి ఐదు రకాలుగా వర్ణించమని వంద మందిని వేర్వేరుగా అడిగారనుకోండి. వాళ్లు చెప్పింది అంతా విన్నవాళ్లు అక్కడ 500 కొండలున్నాయోమో అన్న భావనకు లోనవుతారు. నిజానికి ఒకే కొండ 500 మార్గాలలో దర్శించబడింది అంతే.

ప్రపంచాన్ని మనం చూసే తీరు మన నమ్మకాల్లో పాతుకుపోయి ఉంది. ఈ నమ్మకాలు మనందరికీ ఆత్మాశ్రయ వాస్తవాన్ని నిర్మిస్తాయి. మానవులందరూ నమ్మకాలపైన నిలబడిన వారే. ఒక వస్తువు గురించి కలిగే అసందిగ్ధ భావన. ఇదంతా నిష్క్రియాత్మక భావన. మన అనుభవాల ఆధారంగా, తెలివితేటల ఆధారంగా ఏర్పరచుకున్న నమ్మకాలపై

ఆధారపడి మనం జీవిస్తాం. ఫలితంగా మనం ప్రపంచాన్ని ఒకరికొకరం భిన్నంగా దర్శించగలుగుతాం.

ఇతరులను నమ్మకాల విషయంలోనూ మనం గౌరవం ప్రదర్శించి, మన నమ్మకాలను మార్చుకోగలిగితే అది మన స్వీయఅభివృద్ధికి దోహదకారి అవుతుంది. ఏ విషయాన్నయినా ప్రత్యామ్నాయ పద్ధతుల్లో చూడటం అనేది మనలో సాధికారతను, కచ్చితత్వాన్ని పెంచుతుంది. ఇతరుల వల్ల మన అభిప్రాయలను మార్చుకోవలసిన అవసరం లేనేలేదు. బదులుగా మన నమ్మకాలకు సంబంధించి కొన్ని ప్రశ్నలను మనం సంధించుకోవాలి. ''మన నమ్మకాలు నిజంగా నేను ప్రేమించే జీవితాన్ని గడపటానికి ఉపయోగపడతాయా? ఇందులో ఎన్ని నమ్మకాలు నా సొంతం? ఏవి ఇతరులు నా మీద రుద్దినవి?'' అని ఎప్పటికప్పుడు ఆలోచించుకుంటూ సాగాలి.

మీ మనస్తత్వం మీ వాస్తవంగా రూపుదిద్దుకుంటుంది. ఈ సారి ఇంకెవరయినా, మీ పద్ధతులు మీరు పెట్టుకున్న ఆశయాలు అవాస్తవంగా ఉన్నాయని, వాస్తవంలోకొచ్చి ఆలోచించమని చెబితే, వాళ్లు మాట్లాడేది వాళ్ల అభిప్రాయపడే వాస్తవం తప్ప, మీరు అనుకునే వాస్తవం గురించి కాదని గట్టిగా చెప్పండి.

ఏ విషయాన్నయినా గట్టిగా నమ్మటం, దాన్ని చూడటానికి మూలం అవుతుంది. దానిని మీరు నమ్మకపోతే అది మీకు నిజం కాదు. మీ వాస్తవం కాదు.

కంపన సిద్ధాంతం అనుసరించి, మనం ప్రతికూలమైన విషయాలను నమ్మితే, మనకు ప్రతికూలమైన అనుభవాలు ఎదురవుతాయి. ఈ

ప్రతికూల అనుభవాలు మీ పాత నమ్మకాలను బలపరుస్తుంటాయి. వాటిని మరింతగా నమ్మేలా మిమ్మల్ని తయారుచేస్తాయి. మీ నమ్మకాలను గనక మీరు మార్చుకోపోతే, దు:ఖాన్ని కలిగించే ఈ భావనలు మరింత వాస్తవరూపాన్ని సంతరించుకుంటాయి.

మీ అంతశ్చేతనను అర్థం చేసుకోండి

మీ నమ్మకాలకు ఉపచేతన మనసే (అంతశ్చేతన) కారణం.
మీ ఉపచేతన మనసులో మీరు నిజమని భావించిన
సమాచారాన్నే మీరు గ్రహించగలుగుతారు.

చేతన మనసు ఆలోచిస్తుంది. ఉపచేతన మనసు గ్రహిస్తుంది. చేతన మనసు తోట అయితే, అది నెలవైన సారవంతమైన భూమి ఉపచేతన మనసు. విజయాలు, వైఫల్యాలనే విత్తనాలను మనం ఎలాంటి వివేచన లేకుండా దీనిలో చల్లేస్తాం. మీ చేతన మనసు తోటమాలి పాత్ర పోషించి, మీ భూమిలో ఏ విత్తనాలు నాటాలో చెబుతుంది.

కానీ మనలో చాలా మంది ఇందులో మంచి, చెడు విత్తనాలు చేరేందుకు అంగీకరిస్తారు. మన ఉపచేతన మనసులో నిరంతరం చోటుచేసుకునే ఆలోచనలు మనకు పరిమితులను విధిస్తాయి. ఉపచేతన మనసుకు వాటిని విశ్లేషించగల సామర్థ్యం లేకపోవటంతో, అవి మన నమ్మకాలను ఎప్పటికి మార్చేస్తుంటాయి. అసూయ, ద్వేషం, అధికార దాహం ఉన్న వ్యక్తులు మన సామర్థ్యం తగ్గిపోయేలా మనసులో చెత్త విత్తనాలను నాటుతుంటారు.

''మొద్దు నిద్ర వదులు. వాస్తవంలోకి రా'' అని మనం ఎప్పటికప్పుడు మనల్ని హెచ్చరించుకోవాలి.

ఉపచేతన మనసు సృష్టించే అవాంఛనీయమైన ఈ ఆలోచనలతో నిత్యం గడపటం వల్ల మీరు పెట్టుకున్న ఆశయాలకు దూరం అవుతారు. కానీ వాస్తవం ఏమిటంటే, మీరు ప్రపంచం నుంచి వచ్చే ధ్వనులు మీ చెవిన పడకుండా 'మ్యూట్' చేయగలిగితే, మీరు సాధించలేనిదంటూ ఏదీ ఉండదు.

ఆలోచలను అధిగమించి ముందుకు సాగటం

మీరు ఒక సందర్భాన్ని మార్చలేకపోతే, దాన్ని చూసే దృక్పథాన్ని మార్చుకోండి. అక్కడే వ్యక్తిగతమైన మీ శక్తి బయటపడుతుంది. మీరు నియంత్రిస్తారా? నియంత్రించబడతారా? ఆలోచించుకోండి

నేను ఎదుగుతున్న దశలో పొరుగువారి నుంచి జాత్యంహకారాన్ని ఎదుర్కొనవలసి వచ్చేది. రోజూ నేను ఆడుకోటానికి వెళ్లినప్పుడల్లా, మొదటి అరగంట అక్కడున్నా తోటి పిల్లలతో తగువు పడవలసి వచ్చేది. అది వాళ్లన్నలతో గొడవకు కూడా దారితీసేది.

వాళ్లు నా దేశానికి తిరిగి వెళ్లమన్నప్పుడల్లా నేను చిన్నబుచ్చుకునేవాడిని. ఇది నా దేశం, నేను ఆడుకోటానికి హక్కు ఉంది అని గట్టిగా అనుకునేవాడిని. నా చర్మపు రంగు ఆధారంగా నన్నెవరూ తగ్గించకూడదని భావన నాలో ఉండేది. అది ఎంత బలంగా నాలో పాతుకుపోయిందంటే, గొడవలంటే పెద్ద ఇష్టపడని వాడిని, పోట్లాడితే తప్ప నా స్వేచ్చను నేను తిరిగి పొందలేనని, మానసిక ప్రశాంతతను సాధించలేనని నమ్మేవాడిని. జాత్యంహకారాన్నినేను ఎదుర్కొనవలసి వచ్చిన ప్రతి సందర్భంలోనూ నేను స్వయంచాలితం (ఆటోమేటిక్)గా హింసను ఆయుధంగా వాడేవాడిని. ఇది కోపం నుంచి పుట్టుకొచ్చేది.

నాకు బాధ నుంచి రక్షణకు ఉపయోగపడేది. నేను హింస అంటే ఇష్టపడేవాడిని కాకపోవటంతో తీవ్రమైన పశ్చాత్తాపానికి గురయ్యేవాడిని. నేను గాయపరిచిన పిల్లలకు దగ్గరకు వెళ్లి మీకేమయినా ఇబ్బందిగా ఉందా అని అడిగి తెలుసుకునేవాడిని.

శాంతిని సాధించటానికి హింస తగిన మార్గం అనేది ఓ దురభిప్రాయం. మనం సాధారణంగా వార్తల్లో ఈ మధ్య దీనిని చూస్తూనే ఉన్నాం. నేను ఓ పోరాటంలో గెలిచినప్పుడు, ఓడిపోయిన వాళ్లందరినీ సమీకరించేలా చేసేది. ఈ నాటకం అంతా వృథా అని, కొద్ది రోజుల్లోనే నేను బయట ఆడుకోటానికి వెళ్లటం మానేశాను.

మన మెదళ్లు చాలా తెలివైనవి. అవి వీలయినంతగా చిన్నపనులు పూర్తయ్యేలాచేసి మన జీవితాన్ని సులభతరం చేస్తాయి. (ఇది మీరు ఎక్కువగా ఆలోచించే వ్యక్తులయితే, మీకు ఈ ప్రకటన వింతగా అనిపించొచ్చు). గత అనుభవాల పైన ఆధారపడి, మునుపటి భావోద్వేగాల మేరకు ఉపచేతన మనసు ఆధారంగా నిర్ణయాలు తీసుకునేలా మెదడు తయారుచేయబడి ఉంటుంది. నిత్యం మనం చేసే పనుల విషయంలో ఏ మాత్రం ఆలోచన లేకుండా, కొత్తగా మెదడుతో ఆలోచించనవసరంలేకుండా సాగిపోతూ ఉంటుంది. డ్రైవింగ్ ను ఇందుకు ఉదాహరణగా చెప్పవచ్చు. ప్రతి చిన్న కదలికను పట్టించుకోనవసరం లేకుండా దానికంతటికిదే పని పూర్తిచేసి పోతుంది.

మీరు మీ ఆలోచనలు కాదు.
మీరు ప్రతి ఆలోచనకు సాక్ష్యంగా నిలబడతారంతే.

ఈ సిద్ధాంతం ప్రకారం "నాకు కోపం ఎక్కువ" అని ఎప్పుడూ అనుకునే వాడిని కాను నేను ఈ ఆలోచన, భావోద్వేగంపైన అప్రమత్తంగా ఉండేవాడిని.

ఈ రకమైన పరిచయం పెరిగిన తర్వాత, మనం ఎలా స్పందించాలో, మెరుగైన నిర్ణయాలు ఎలా తీసుకోవాలో తెలుసుకోగలుగుతాం.

ఒక సంఘటనలో మన అనుభవం ఏమిటి అన్న ఆధారంగా, దానిని మనం స్వీకరిస్తాం. సంఘటనలు తటస్థమయినవే అయినా, మనం వాటికి ముద్ర వేస్తాం. ఒక చెడ్డ సంఘటన చోటుచేసుకున్నప్పుడు కాస్త విరామం తీసుకుని ఆ తర్వాత ఆ ఆలోచనలను పరిశీలించండి. ఇది మీ ఉపచేతన మనసుకు చేతనత్వం కలిగించటం. ఆలోచనను చైతన్యవంతం చేయటం. మీ ఆలోచనలు మీరెలా స్పందించాలో నిర్ణయించుకునే అవకాశాన్ని మీకు అందిస్తాయని మీరు గ్రహిస్తే చాలు. చాలా వరకూ సమస్యల నుంచి మీరు బయటపడగలుగుతారు. ధ్యానం మీలో ఈ నైపుణ్యాన్ని పెంచుకునేందుకు శక్తివంతమైన సాధనంగా ఉపయోగపడుతుంది.

మిమ్మల్ని బలహీనపరిచే ఏ ఆలోచననయినా పక్కకు నెట్టేయండి. లేదా మీకు సాధికారత నిచ్చే మరో ఆలోచనను ఎంచుకోండి. ఉదాహరణకు, మీరు ఈ మధ్య ఉద్యోగం కోల్పోయారు. మీ ఆలోచనలు నిరుద్యోగం కలిగించే బాధలు, మనసు వికలం కావటం వంటి అంశాల చుట్టూతా తిరుగుతాయి. దీనివల్ల మీరు జీవితేచ్చ కోల్పోతారు. కంపనాలను తగ్గించుకుంటారు. కానీ అదే మీరు కొత్త ఉద్యోగ అవకాశాల గురించి, ఎక్కువ వేతనం పొందటం గురించి ఆలోచించారనుకోండి. మీకు మంచి భావనలు కలుగుతాయి. మీ కంపనాలు హెచ్చుతాయి.

మీరు స్పృహతో జీవించటం ఎలా అన్నది అభ్యాసం చేసే పద్ధతి. మనసును మార్చి, అది ఎట్టిపరిస్థితుల్లోనూ మరిచిపోకుండా సానుకూలంగా తయారుచేయటం (రీకండిషనింగ్). దీని వల్ల మీరు ఎవరయినా వీలయినంత స్వేచ్ఛను అనుభవించగలుగుతారు. అంకిత

భావంతో దీన్ని చేయగలిగితే, అది ప్రతికూల భావనల నుంచి సానుకూలత వైపు మిమ్మల్ని ముందుకు నడుపుతుంది.

క్లుప్తంగా చెప్పాలంటే, బాహ్యమైన పరిస్థితులను నియంత్రించటం కాకుండా, మీ మనసు వాటికెలా ప్రతిస్పందిస్తోందన్న అంశాన్ని నియంత్రించటంపైన ఎక్కువ దృష్టి పెట్టండి. అది మీ వ్యక్తిగతమైన శక్తిని పెంచుతుంది, సంతోషంగా జీవించటానికి ఉపయోగపడుతుంది.

ప్రతికూలమైన ఆలోచనలను వదులుకోవటం కాదు.
వాటికి మీరు స్పందించే విధానం మార్చుకోవటం ముఖ్యం.

ఒకే ఒక్క ఆలోచన అన్నింటికి మూలం

మీరు కోరుకున్న ఫలితం సాధించేందుకు
ఒకే ఒక్క సానుకూల ఆలోచనకు దూరంగా ఉన్నారు

గణితంలో చావోస్ థియరీ అనేది ఒకటి ఉంది. అది భౌతిక శాస్త్రం, జీవ శాస్త్రం, ఆర్థిక శాస్త్రం, తత్వశాస్త్రం విభాగాలన్నింటినీ తనలో ఇముడ్చుకుంది. ప్రారంభంలో పరిమితుల్లో స్వల్ప తేడాలున్నా సరే, అది చివరకు క్లిష్టమైన, ఊహించని ఫలితాలకు కారణమవుతుందని చెబుతుంది. దాన్ని 'బటర్ ఫ్లై ఎఫెక్టు' గా పేర్కొంటారు. అంటే అమెజాన్ లో సీతాకోకచిలుక రెక్కలు కొట్టుకుంటూ అటూ ఇటూ పిచ్చెత్తినట్టు తిరగటం వాతావరణంలో స్వల్పమార్పులకు కారణమవుతోంది. కొద్ది కాలం గడిచాక, దూరంలో ఉన్న న్యూయార్కు మీద కూడా వాతావరణ నమూనాలపైన ప్రభావం చూపుతుందట.

ఉదాహరణకు, మనం ఫిరంగి బంతిని ఒక ప్రదేశం నుంచి అదే కోణంలో ప్రతి సారీ అదే పరిస్థితుల్లో విసురుతూ ఉన్నామని అనుకుందాం. లెక్కలు, సైన్స్ ఆధారంగా, ప్రతి సారీ బంతి ఎక్కడ పడుతుందనేది స్పష్టంగా చెప్పగలుగుతాం. ఉదాహరణకు, చాలా సూక్ష్మమైన మార్పు అది వేసే ప్రదేశం కావచ్చు, కోణం, గాలివాటు ఇలా ఏదో ఒక అంశంలో చిన్నమార్పు చేసినప్పుడు బంతి ఎక్కడో మరో ప్రదేశంలో పడుతుంది.

అలాగే మనం కూడా ఒకే ఒక్క సానుకూలమైన ఆలోచనను మరింత సానుకూలంగా మార్చి, దాన్నివిశ్వసించాం అనుకోండి. ప్రపంచం గురించి మన దృక్పథం అంతా మారిపోతుంది.

ఈ కొత్త దృక్పథానికి ఫలితాలను మార్చే సామర్థ్యం ఉంటుంది.

కొత్త ఫలితాలను రాబట్టుకోటానికి మనం వాతావరణంపై ఆధారపడకూడదు. అది ఏ మాత్రం మన చెప్పుచేతుల్లో ఉండదు. మీ జీవితంలో ఫిరంగి బంతికి వేరే చోటు నుంచి, వేరే కోణంలో లేదా వేరే ఎత్తు నుంచి మండించగలరు. దాని వల్ల అది ఇంకెక్కడో దూర ప్రదేశంలో కిందకు దిగుతుంది. దీనికి కేవలం మీ ఆలోచనలను మార్చుకుంటే సరిపోతుంది. ఇదంతా మీ స్వాధీనంలో ఉన్న విషయమే.

మీ నమ్మకాలను మార్చుకోండి

రాత్రికి రాత్రే మీ నమ్మకాలను మార్చుకోవటం మంచిది. కానీ ఇది సాధించటం అత్యంత కష్టమైన విషయం. మన అంతశ్చేతన పొరల్లో అవి చొచ్చుకుపోయి ఉంటాయి. ఏ విషయాన్ని మనం ప్రశ్నించకుండా అలాగే అంటిపెట్టుకుని ఉంటే జీవితాంతం అలాగే వాటిని కొనసాగించవలసిందే. మనకు అవి అర్థవంతంగా కనిపిస్తాయి గానీ, అవి మనకు సాధికారత కలిగించవు. మన సామర్థ్యాన్ని అవి కుదిస్తాయి.

ఇందులో మొదటి అడుగు, మీకున్న వాటిలో మీరు తొలగించుకోవలసిన ప్రధాన నమ్మకాలు ఏమిటి? ఉదాహరణకు "నేను నా భవిష్యత్తును మార్చుకోలేను, పెద్ద విషయాలు సాధించలేను" అనేది నా నమ్మకాల్లో ప్రధానమైనదిగా ఉంది.

ఈ నమ్మకాలు నాకు మంచిగా అనిపించవు. కానీ వాటిని తొలగించి పక్కన పడేస్తే, నాకు నేను నిజాయితీగా లేనేమోనన్న భావనకు లోనవుతాను. ఈ నమ్మకాలన్నీ నా సత్యాలు. నన్ను నియంత్రించే ఆలోచనలను ఎదిరించాలనుకున్నప్పుడు వాటి గురించి ఆలోచించాను. ఇదంతా నాకు ఇతరులు చెప్పటం వల్లనే ఇలా చేస్తున్నానన్న విషయాన్ని తెలుసుకోగలిగాను. ప్రతి ఒక్కరికీ ప్రత్యేకమైన జీవితం నిర్దేశింపబడి ఉంటుంది. దాని మీద మనకు ఎలాంటి నియంత్రణ ఉండదు అని అందరూ చెబుతారు. కొందరు అదృష్టవంతులుగా పుడతారు, మరి కొందరు అలా ఉండరు. మనం కొత్త అంశాన్ని సృష్టించుకోటానికి ఎక్కువ

సమయం వృథా చేసుకోకూడదు. ఇలాంటి భావనలు చిన్నప్పటి నుంచి నా మెదడులో కూరేశారు. అలాగే నా చుట్టూ ఉన్నవాళ్లు అదే విషయాన్ని పునరుద్ఘాటించారు. అలా అదే నమ్మకం నాలో పాతుకుపోయింది. నా జీవితగమనాన్ని మార్చుకునే శక్తి లేదనే అభిప్రాయం నాలో స్థిరపడిపోయింది.

నేను పెద్దవుతున్నకొద్దీ, ఆయా అంశాలు దృఢమవుతున్న కొద్దీ, నా నమ్మకాలు విచారాన్ని కలిగించటం మొదలుపెట్టాయి. నాకు ప్రత్యామ్నాయం లేదేమో, జీవితాంతం వీటినే నేను అంటిపెట్టుకుని ఉండాలి,అదే నాకు రాసిపెట్టి ఉంది అనుకునేవాడిని. దీన్నే నమ్ముతూ ఉండకూడదు.. కచ్చితంగా బయటపడాలి అనుకోవటం మొదలుపెట్టాక, నా నమ్మకాలకున్న చెల్లుబాటును ప్రశ్నించటం మొదలుపెట్టాను. ఈ నమ్మకాలకున్న మూలాలను సందేహించాను. కచ్చితంగా అవన్నీ గౌరవప్రదమైన వ్యక్తుల నుంచే వచ్చాయి.. నా చుట్టూ ఉన్న వాళ్లంతా ఆ విషయాన్ని నిర్ధారించారు. కానీ వాళ్లెవరూ నేను ఆశించే తరహా వ్యక్తులు కారు.

టీనేజికి వచ్చేసరికి నేను బాగా డబ్బున్నవాడిని, ప్రముఖుడిని కావాలనుకున్నాను. అందుకని నేను ఈ తరహా వ్యక్తుల జీవితాలను పరిశీలించటం మొదలుపెట్టాను.

వాళ్ల నమ్మకాలు నా నమ్మకాలకు భిన్నంగా ఉన్నాయా అనేది పరిశీలించసాగాను. ఈ వ్యక్తుల ఆలోచనలకు పరిమితులుండేవి కావు. సానుకూల దృక్పథం ఉన్నవారిగా వారు కనిపించేవారు. వారు దాతృత్వం గురించి, ఇతరులను గౌరవించటం గురించి, ఆరోగ్యం గురించి మాట్లాడేవారు.

మీ మానసిక పరిమితులనుంచి తప్పించుకోండి.
మీ సామర్థ్యాన్ని కుదించి,
మీ కలలను నియంత్రించే నమ్మకాలకి
జీవితాంతం బందీగా మిగిలిపోవద్దు

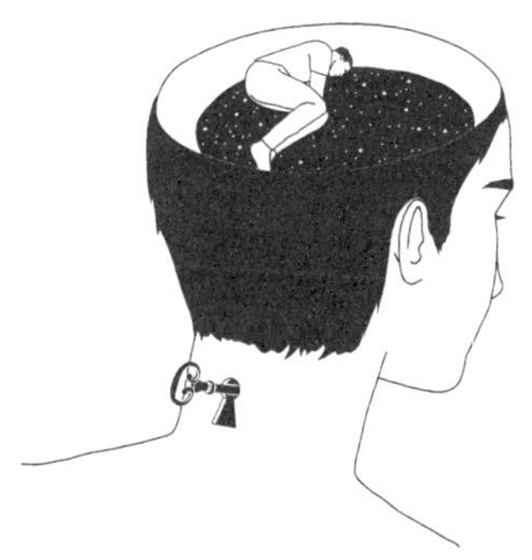

ఈ భూమ్మీద గొప్ప విజయాలు సాధించిన వ్యక్తుల జీవితాలన్నింటిని పరిశీలించటం మొదలుపెట్టిన తర్వాత, అదే విషయం ధ్రువపడింది. ప్రజలు అమితంగా ఆరాధించే ఆధ్యాత్మిక వ్యక్తుల జీవితాలనూ అధ్యయనం చేశాను. చివరికి, మన నమ్మకాలు మనం అనుభవించే జీవితాన్ని ప్రసాదిస్తాయని గుర్తించగలిగాను.

ఇంతకు ముందు పెద్ద వాళ్లు నాకు చెప్పిన విషయాలు పూర్తిగా అసత్యమైనవేమీ కావు. అది చెప్పే వ్యక్తికి,అతను చుట్టూ ఉన్న వ్యక్తులకు అవి వాస్తవాలే. వీళ్లందరి జీవితాల్లో ఒకే తీరుగా కనిపించే అంశం ఒకటి ఉంది. అది పోరాటం. వాళ్లలో మరో రకమైన నమ్మకాలకు ఆస్కారమే లేదు. జీవితం వారికి సరైన అవకాశాలను అందించలేదు. అందుకే వాళ్లకు కష్టం గురించి తప్ప మరొకటి తెలియదు.

మన తార్కికమైన మెదడు మన చుట్టూ ఉన్న జీవితాన్ని ఎప్పటికప్పుడు అంచనా వేసుకుంటూ ఉంటుంది. ఎవరైనా ప్రభావితం చేసే ఓ గట్టి సిద్ధాంతాన్ని చెబితే, అది నిజమని మనం అంగీకరిస్తాం. జీవితంలో చాలా కష్టాలుంటాయని నాకు చెప్పినప్పుడు, అప్పటి వరకూ నా అనుభవంలోకి వచ్చిన విషయాలు అవే కాబట్టి, ఏ మాత్రం దానిని ప్రశ్నించకుండా వాస్తవంగా నిర్ధారించుకునేవాడిని.

**మన నమ్మకాలనేవి మనం జీవితాలను చూడటానికి
ఉపయోగించే దర్పణాలు లాంటివి.
మనం ఏది వాస్తవమని నమ్ముతామో అదే చూడగలుగుతాం.**

ఈ అవగాహన నాకు కలగటంతో, నేనే నా నమ్మకాలను మార్చుకుంటే, నా జీవితాన్ని మార్చుకోగలనని గుర్తించాను. నాలాంటి పరిస్థితుల్లోనే పుట్టిపెరిగి విజయం సాధించిన వ్యక్తులు ఎవరైనా ఉన్నారా అని తెలుసుకోవటం ప్రారంభించాను.

అలాంటి వాళ్లు లెక్కలేనంత మంది ఉండటమే కాదు, నా కంటే దుర్భరమైన పరిస్థితుల్లో వారు పెరిగారు. వాళ్ల విజయగాథలు,అప్పటి వరకూ నేను ఏర్పరచుకున్న అభిప్రాయాలు లేదా నమ్మకాలు తప్పు అని నిరూపించాయి. ఈ ఉదాహరణలన్నీ తార్కికమైన నా మనసుకు వ్యతిరేకంగా ఒక బలమైన అభిప్రాయాన్ని ఏర్పరచుకోవటానికి దోహదం చేశాయి.

ఇప్పుడు నాకంటూ ఓ కొత్త నమ్మకం ఏర్పడింది...

నేను భవిష్యత్తును మార్చుకోగలను, గొప్ప విజయాలు సాధించ గలను.

ఇక్కడ గమనించవలసిన విషయం ఏమిటంటే, మీ నమ్మకాలను మార్చుకోదలుచుకుంటే, ప్రస్తుతం ఉన్న నమ్మకాలు తప్పు అన్న అవగాహనకు రావటానికి అవసరమైన ఆధారాలను సంపాదించాలి. ఎన్నో విజయవంతమైన కథనాలు ఎన్నో మీకు అందుబాటులో ఉన్నాయి. అవి మీరు ఈ ప్రక్రియలో సహాయకారిగా నిలుస్తాయి.

ధృవీకరణలను పునశ్చరణ చేయండి

మీరేదయితే మాటల్లో చెబుతారో, అవే అంశాలు చివరకి సాకారమవుతాయి. వాస్తవంగా ఉన్న ఎన్నో అంశాలను అస్తిత్వంలోకి తేగల శక్తి మీకు ఉంది.

ధృవీకరణలకున్న శక్తిని తక్కువగా అంచనా వేయకండి. ఏదయితే మీరు సాధించాలనుకుంటున్నారో, వాటి గురించి మాట్లాడే సానుకూలమైన వ్యాఖ్యలు అవి. సాధారణమైన మాటలేగానీ, వాటిని గట్టి సంకల్పంతో అనటం వల్ల మన ఉపచేతన మనసు అదంతా వాస్తవమని దృఢమైన నమ్మకాన్ని ఏర్పరస్తుంది. ఉదాహరణకు ఓ తల్లి తన పిల్లవాడితో మాట్లాడుతున్నప్పుడల్లా, అతను సిగ్గరి అని చెబుతూ పోతుంటే, ఆ చిన్నారి మెదడులో ఆ అభిప్రాయం బలంగా నాటుకుపోతుంది. నిజానికి ఆ పిల్లవాడి స్వభావం అది కాకపోయినా, ఈ ఆలోచనను పదే పదే కొనసాగించటం వల్ల పిల్లవాడు దానిని నమ్మటం ప్రారంభిస్తాడు. చివరకు అతను పెరిగి పెద్దవాడయి సిగ్గుపడేవాడిలా మిగిలిపోతాడు. వాళ్ల అమ్మ మాటలు స్వయం సంతృప్త జోస్యం (సెల్ఫ్ ఫుల్ఫిల్లింగ్ ప్రొఫెసీ) కిందకు వస్తాయి.

ఈ అంశం మాట్లాడుతున్నప్పుడు, సాధికారతను అందించే వ్యక్తుల మధ్య మనం ఉండాలని ఇంతకు ముందు చెప్పిన విషయం గుర్తుకొచ్చింది. దీనర్థం మన గురించి మంచి మాటలు చెప్పే వారినే

పక్కన పెట్టుకోవాలని కాదు. ప్రోత్సహించేవారిని తప్ప, విధ్వంసం చేసేవారిని కాదని కూడా కాదు.

ఎవరైనా మీరు ఈ పని చేయలేరని ఎప్పుడూ చెబుతూనే ఉన్నారంటే, మీరు కూడా ఆ పనిచేయలేననే నమ్ముతారు.

ధృవీకరణలను పునశ్చరణ చేయటం అనే ప్రక్రియను ఒక స్పృహ (చేతన మనసు)తో చేయాలి. ఇది మీ ఉపచేతన మనసుకు ఆదేశాలు పంపటం. ఒకసారి ఈ నమ్మకాలను పాదుకొల్పాక, మీ ఉపచేతన మనసు దాన్ని ఫలవంతం చేయటానికి ఏం చేయాలో అన్నీ చేస్తుంది. ముందుగా కంప్యూటర్ లో ప్రోగ్రామ్ రాసుకుని దాని కనుగుణంగా ప్రక్రియను కొనసాగించటం లాంటిదే ఇదంతా. ఒకసారి కోడ్ రాయటం పూర్తయిందంటే, ప్రోగ్రామ్ దానికదే నడిచి మీరు ఆశించిన ఫలితాలు అందుతాయి.

నా వ్యక్తిగత అనుభవాల నుంచి ఇక్కడ ఓ విషయం చెప్పదలుచుకున్నాను. నన్ను నేను మాయచేసుకుని నమ్మకాన్ని ఏర్పరచుకోని పక్షంలో ఈ వ్యాఖ్యలను పునశ్చరణ చేయటం వల్ల ఎలాంటి ఉపయోగమూ లేదని నేను గ్రహించాను. నా నమ్మకాలను మార్చుకోవాలని నేను అనుకున్న ఉదాహరణ గురించి చెప్పాలంటే, కేవలం "నేను భవిష్యత్తును మార్చుకుని పెద్దపెద్ద పనులు చేయాలి" అనుకోగానే సరిపోదు. నా పాత నమ్మకాలను సవాలు చేయగల ఆధారాలను నేను సంపాదించుకోవాలి.

ఆలోచనలు ధృవీకరించటానికి ముందు కూడా ఇలాంటి పనే చేయాలి. దాని వల్ల ఈ వ్యాఖ్యలు తిరస్కరణకు గురికావు. ఇది ధృవీకరణలను ప్రభావవంతంగా ఉపయోగించుకుని ఫలితాలను

రాబట్టుకునే విధానం. పునశ్చరణ చేయటానికి ముందు ధృవీకరణలకు ప్రధానాంశాన్ని జోడించటం వల్ల వాటి శక్తి అధికమవుతుంది.

జీవితాంతం అధిక కంపనాలను కొనసాగించటం అనేది ముఖ్యమైన విషయమే. మీరే మానసిక స్థితిలో ఉన్నా, ధృవీకరణలనేవి మీ కంపనాలను కచ్చితంగా హెచ్చిస్తాయి. మీకు చాలా హాయిగా, మంచి భావనల్లో ఉన్నప్పుడు గనక ఈ ధృవీకరణలను పలికితే, వాటికి మరింత ఊపు పెరుగుతుంది. నిజంగా మీరు అనుకున్నది ఏదైగా గట్టిగా పలికితే మీ మానసిక స్థితిని అది పూర్తిగా మార్చివేస్తుంది.

ధృవీకరణలనేవి మీ సొంత పదాల్లో ఉండాలి. మీ స్నేహితునితో వాస్తవాలు పంచుకుంటున్నట్లు వాటిని మీ స్వరంతో పంచుకోండి. సానుకూల వ్యాఖ్యలను మాత్రమే పునశ్చరణ చేయండి. మీకు అనవసరంలేని విషయాలను పక్కన పెట్టేయండి. మనం బలవంతంగా ప్రతిఘటించే విషయాలు తిరిగి మన ఉనికిలో వస్తాయన్న విషయాన్ని గ్రహించండి. మనం ఏదైనా వ్యక్తిని గానీ, వస్తువును గానీ, భావోద్వేగాన్ని గానీ పక్కకు నెట్టేయాలని బలవంతంగా ప్రయత్నించి శక్తిని వెచ్చించినప్పుడు, అది తిరిగి మనల్ని చేరుతుంది. ఉదాహరణకు, మీరు ఉపయోగించే వ్యాఖ్యలు ఎలా ఉండాలంటే, ''నేను చేసే ప్రతి పనిలో ఆత్మవిశ్వాసాన్ని ప్రకటిస్తాను'' అని అనాలి తప్ప ''నేను ఇక కుంగిపోను'' అని చెప్పకూడదు. ధృవీకరణలనేవి వర్తమానంలోనే ఉండాలి.

మీరు ఎంచుకున్న విషయం పూర్తి వాస్తవం అన్నవిధంగా మీరు ప్రవర్తిస్తే, మీరు చేతన మనసు దాన్ని విశ్వసించి, దాని కనుగుణంగా ప్రవర్తిస్తుంది.

మీరు ధృవీకరణలపైన ఎంత సమయం పనిచేస్తారనేది మీ ఇష్టం. రోజుకు కనీసం రెండు నుంచి ఐదు నిముషాల సమయం సరిపోతుంది. ఈ కాలవ్యవధి కంటే భావోద్వేగాల పరంగా మీరెంత వెచ్చించగలుగుతారు (ఎమోషనల్ ఇన్వెస్ట్ మెంటు) అనేది ప్రధానం. మీరు నిజమని నమ్మి వాటిని అనుసరించండి.

మాటలకున్న శక్తి అపారం

మాటలనేవి మిమ్మల్ని గాయపరుస్తాయి. సహాయం చేస్తాయి.
వేదన నుంచి మిమ్మల్ని దూరం చేస్తాయి. మీ సందేశానికి
ప్రాధాన్యం ఉంటుందని గ్రహించి వివేకంతో వ్యవహరించండి.

1990లో డాక్టర్ మసారూ ఎమోటా సంచలనాత్మకమైన పరిశోధన చేపట్టారు. నీటిపైన మన భావోద్వేగాల శక్తి ఏ మేరకు ఉంటుందో తెలుసుకోవాలని ప్రయత్నించారు.[11] పూర్తిగా నీటితో నింపిన జాడీలను తీసుకుని వాటిపైన సానుకూల, ప్రతికూల పదాలను రాసిపెట్టారు. ఆ నీటిని కదలిక లేకుండా స్తంభింపచేశారు.

ప్రతికూలపదం విషయానికొస్తే,, "ఓరి మూర్ఖుడా" అని, సానుకూల పదం విషయానికొస్తే, "ప్రేమ" అని రాసి పెట్టారు. మన మాటలు శక్తివంతమైనవి, నీటికి పీల్చుకునే శక్తి ఉంటుంది గనక కచ్చితంగా ఈ పదాలు నీటిపై ఏదో ఒక రకమైన ప్రభావాన్నిచూపించే అవకాశం ఉందని ఆయన భావించారు.

ఆయన భావన నూటికి నూరుపాళ్లు నిజం. సానుకూల పదాలతో ఉన్న జాడీలోని నీరు మంచుగడ్డలుగా మారింది. ప్రేమ, ధన్యవాదాలు (కృతజ్ఞత) అని రాసి ఉంచినవి కావటం విశేషం.

---

11 ఎమోటో. ఎం. ది హిడెన్ మెసేజ్ ఇన్ వాటర్ (సైమన్ అండ్ షుస్టర్, 2005)

దీనికి భిన్నంగా ప్రతికూల పదాలకు బహిర్గతం అయిన నీళ్ళ వికారమైన నమూనాలను, పిచ్చిపిచ్చి ఆకారాలను ఏర్పరచుకున్నాయి. పదాలతో నోటితో పలికినప్పుడూ ఇలాంటి ప్రభావమే కనిపించింది. మన మాటలు కంపనాలను కలిగి ఉంటాయని దీన్ని బట్టి నిశ్చయంగా చెప్పేయొచ్చు.

రెండో అధ్యాయంలో మనం ఇంతకు ముందు చెప్పుకున్నట్టు, మన శరీరం ప్రధానంగా నీటితో తయారయి ఉంది. అలాంటప్పుడు మన మాటలు ఎంత ప్రభావం చూపుతాయో ఊహించండి.

మీ ఉద్దేశాలను నిర్దేశించుకోండి

**మీకేది కావాలన్న విషయంలో మీకు స్పష్టత గనక లేకపోతే,
మీకు అస్పష్టంగా ఉన్న అనేక విషయాల చుట్టూ తిరుగుతారు.**

మీరు సాధించాలనుకున్న విషయం పైన మీకు స్పష్టత ఉండాలి. మీకు స్పష్టత రానప్పుడు ఏదీ సాధించలేరు. ఒక రెస్టారెంటులో అడుగుపెట్టి, ''నాకు వెజిటబుల్ కర్రీ కావాలి''అన్నారనుకోండి. ఆ తర్వాత మీకు లభించేది అది మీకు నచ్చచ్చు. నచ్చకపోవచ్చు.

మీ ఉద్దేశ్యాలకు సంబంధించి గందరగోళపడితే, ఆ తర్వాత వచ్చే ఫలితాలు కూడా దానిని అనుసరిస్తాయి. ఉదాహరణకు, వెయిటర్ మీరు కోరుకున్న కర్రీ ఎంత స్పైసీగా ఉండాలనుకుంటున్నారు అనడిగాడు. నాకు తెలియదు అని మీరన్నారు. ఏదో ఒక స్థాయిది దొరుకుతుంది. ఒక వేళ మీరు తినలేనంత ఘాటు ఉంటే, అది మీ తప్పే అవుతుంది. ఎందుకంటే మీరతనికి సరైన సూచనలు ఇవ్వలేదు.

లక్ష్యం నిర్దేశించుకోవటంపైనే మొత్తం ఆధారపడుతుంది. మీరు గట్టిగా కోరుకునే అంశాన్ని అది ప్రతిబింబించాలి.. అది సాధిస్తే బావుంటుంది అని సాధారణ ఆలోచనలకే పరిమితమైన విషయం కాకూడదు. చాలా ఏళ్లవరకూ నేను ఇతరులను ఆకర్షిస్తే చాలు అన్న విషయం పైన దృష్టి పెట్టాను. దాన్ని సాధించేవాడిని. కానీ అవి నాకు సంతృప్తిని మిగిల్చేవి కావు.

మీ లక్ష్యం అనేది మీ వ్యక్తిత్వాన్ని ప్రతిబింబించాలి. మీరు నిత్యం దాని గురించే ఆలోచించుకునేదిగా ఉండాలి. మీ జీవితంలో అది నాణ్యతను మెరుగుపరిచేదిగా ఉండాలి. మెటీరియలిస్టుగా ఆయా వస్తువులను కోరుకుంటే తప్పులేదు. అయితే కేవలం తన అహాన్ని సంతృప్తిపరుచుకోవటానికి మాత్రమే పరిమితం కాకూడదు. అయినా మీ లక్ష్యం అనేది ఎప్పుడూ మీరు తక్కువగా అంచనా వేసుకునేది కాదు. ఉదాహరణకు, ఓ వ్యక్తి తన పెద్ద కుటుంబం గురించి ఆలోచిస్తూ, వారంతా హాయిగా గడపటానికి పెద్ద ఇల్లు కావాలనుకున్నాడు. తనెంత ధనికుడో చాటాలని పెద్ద ఇల్లు కోరుకోవటంతో పోలిస్తే, ఈ లక్ష్యం అర్థవంతమైనదని చెప్పాలి.

మీ లక్ష్యం స్పష్టమయిందా, విశ్వం అది సాకారం చేయటానికి అద్భుతంగా పనిచేస్తుంది. మనకేదీ కావాలనేది అక్కడ పడేస్తే చాలు, దాన్ని వ్యక్తీకరించే పనంతా అదే చేస్తుంది. మన కలలు జీవితంలోకి అడుగుపెడతాయి.

అమెరికన్ రాపర్, రచయిత, నిర్మాత జె.కోలె గతంలో అడ్వయిర్ టైజ్ మెంటు రంగంలోనూ, అప్పులు వసూలు చేసే విభాగంలోనూ పనులు చేసేవాడు. 2011 ఇంటర్వ్యూలో కోలె, తాను 50 సెంట్సు చిత్రం 'గెట్ రిచ్ ఆర్ డై ట్రయిన్' చూసిన తర్వాత తనకు జె–జడ్ లేదా డై ట్రయిన్' పేరు ముద్రించిన టీ షర్టులు రూపొందించాలని కోరిక కలిగిందని చెప్పాడు. ముందుగా నిర్మాత అవతారమెత్తి తర్వాత రాపర్ గా భిన్నమైన మార్గాన్నిఅందుకున్నానసి తెలిపాడు. తన ప్రధాన లక్ష్యం కోసం దారులు వెతుకుతూ టీ–షర్టులు రూపొందించానని చెప్పారు.[12]

ఆ టీ-షర్టులు ధరించి, సంగీత ప్రపంచం నుంచి ఎవరయినా తనను గుర్తించవచ్చని ఆశించాడు. కొన్ని సంవత్సరాల తర్వాత అద్భుతమే చోటుచేసుకుంది. ముందుగా తనునిర్దేశించుకున్న లక్ష్యం సాకారం కావటం వల్లనో, అతని నైతికమైన పనితీరు వల్లనో కొలెను, జే-జడ్ సంప్రదించారు. దానిలో భాగస్వములయ్యారు. రాక్ నేషన్ అనే కొత్త ఆల్బమ్ కు సంతకం చేశారు. ఇప్పుడు కొలె, జే- జడ్ తో కలిసిన అనేక ట్రాక్ లు రూపొందిస్తున్నాడు, తనే వాటికి సొంతంగా నిర్మాతలా వ్యవహరిస్తున్నాడు.

మీ ఆశయాలను కాగితంమీద పెట్టండి

మీ భవిష్యత్తుకు మీరే రచయితలు.
మీరేం కోరుకుంటున్నారో మీ కథను రాయండి.

మీరెప్పుడయినా మీరు కోరుకున్న వాటన్నింటిని కాగితం మీద రాసుకుంటే, అవన్నీ నిజం కావటానికి ఎక్కువ అవకాశం ఉంది అని ఒకసారెప్పుడో చదివాను. ఇదేదో అనుమానాస్పదమైన అంశంగా అనిపించి, దాని సంగతేదో చూద్దామని నిశ్చయించుకున్నాను. నేను ఈ అంశానికి సంబంధించిన అద్భుతమైన కథలన్నింటిని తవ్వి తీయటం మొదలుపెట్టాను. ఎవరయితే తన లక్ష్యాలను కాగితం మీద రాసుకుని, సంవత్సరాల తర్వాత తమ జీవితంలోకి వాటిని అనువదించుకుని సాధించగలిగారో వారందరి గురించి తెలుసుకోసాగాను.

అన్నింటిలోకి ప్రజాదరణ పొందిన ఉదాహరణ.. ప్రొఫెనల్ అమెరికన్ ఫుట్ బాల్ క్రీడాకారుడు కోలిన్ కేపర్నిక్ గురించి ఇక్కడ మీకు చెబుతున్నాను. అతను ఫోర్త్ గ్రేడ్ లో ఉన్నప్పుడే, తనకు తానే ఓ ఉత్తరం రాసుకున్నాడు. అందులో తను ప్రొఫెషనల్ ఫుట్ బాల్ క్రీడాకారుణ్ణి అవుతానని కచ్చితంగా ఊహించాడు. తను ఎవరెవరితో తలపడగలడో, అప్పుడు తన ఎత్తు, బరువు ఎంతింత ఉంటుంది తదితర వివరాలన్నీ పేర్కొన్నాడు.[13] కోలిన్ ఏమీ మానసికవేత్త కాదు. కేవలం తనకేం కావాలో

---

[13] సెస్బూలర్ ఎమ్. కోలిన్ కేపర్నిక్ నాలుగో తరగతిలేఖలో భవిష్యద్దర్శనం (ఎన్ ఎఫ్ ఎల్. కామ్, 17 డిసెంబరు 2012)

తెలిసి ఉన్నవాడు మాత్రమే. భవిష్యత్తుకు సంబంధించి అతనికి స్పష్టమైన దృష్టి ఉంది. అతని ఆలోచనలన్నీ తర్వాత కాలంలో చివరకు వాస్తవంలో వ్యక్తికరణకు నోచుకున్నాయి.

మీరు మీ ఆశయాలను కాగితంమీద పెట్టినప్పుడు, మీరు మీ ఉద్దేశ్యాలకు ఓ రూపకల్పన వారవుతారు. వాటిని వివరంగా నిర్వచించండి. దాని వల్ల మీరు అది జారిపోకుండా మీరు మరింతగా దృష్టి పెట్టగలుగుతారు.

లక్ష్యం కాగితం పైన పెట్టటం ద్వారా అనేక మార్లు నాకు గొప్ప అదృష్టం కలిసొచ్చింది. వాటిల్లో నేను ముఖ్యమైన వివరాలన్నీ పొందుపరిచేవాడిని. అవి అచ్చం నేను రాసినట్టే జీవితంలో రూపకల్పన అయ్యేవి. లక్ష్యం అనేది నిర్దిష్టంగా ఉండాలి. నేను ఇక్కడ వివరాలు పొందుపరుస్తున్నాను. మీరు వాటిని ఉపయోగించుకోవచ్చు.

పెన్నుతోగానీ, పెన్సిల్ గానీ మీ లక్ష్యం ఏమిటనేది స్పష్టంగా రాయండి:

స్క్రీన్ మీద కంటే కాగితం మీద మీరు సాధించాలనుకుంటున్న వాటిని వరుసగా రాసుకుంటే అది మీ మెదడు పైన ఇంద్రజాలంలా పనిచేస్తుంది. మీ చేతి రాతతో ఉన్న ఆ అంశాలను మీరు ఎప్పటికప్పుడు చదువుతూ ఉంటే మెదడులో పడిన ముద్ర మరింత గాఢమవుతుంది. మీ ఆశయాలు మరింత శక్తిని సంతరించుకుంటాయి.

నిజాయితీగా వ్యవహరించండి

మీరెలా అయితే కోరుకుంటున్నారో అలాగే వాటిని రాయండి. ఈ విషయంలో మిమ్మల్ని మీరు నియంత్రించుకోకండి. సరిగా రాయాలని లాంటి భావనలేమీ పెట్టుకోవద్దు. మీకు ఉన్నతమైన లక్ష్యం ఉన్నా

మంచిదే. లక్ష్యం ఉన్నతంగా ఉంటే, మరింత వికాసంతో దాన్ని అందుకోగలుగుతారు.

వాటిని వర్తమానకాలంలో చెప్పండి

ధృవీకరణల మాదిరిగానే, మీరు కోరుకునేవాటిని వర్తమాన కాలంలోనే రాయండి. అవి ఇప్పటికే సాధించేసినట్టుగా ఉండాలి. ఉదాహరణకు మీరు 'నేను గొప్ప గణిత శాస్త్రవేత్తను' (మీరు అలా కాదలుచుకంటే) అన్నారనుకోండి. అప్పుడు మీ ఉపచేతన మనసు ప్రతిఘటనకు వీల్లేకుండా లేదా తక్కువ ప్రతిఘటనతో మీరు గమ్యానికి చేరే దారిని ఏర్పరస్తుంది.

సానుకూలతలు అద్దండి

మీరు సానుకూల దృక్పథంతో వాటిని రాయాలి. మీకు అవసరమైన వాటి మీదనే దృష్టి పెట్టండి. అనవసర వాటిపైన కాదు.

మీ సొంత గొంతుకతో రాయండి

వాటి గురించి మీరు ఎలా మాట్లాడతారో అలాగే రాసేయండి తప్ప, దానికి భాషపటాటోపంతో పనిలేదు. ఇవి మీకు అర్థమయితే చాలు. అందరికీ తెలియవలసిన పనిలేదు. మీరు వాటికి త్వరగా కనెక్టు అయ్యే రీతిలో రాయండి. అనువాదం చేయటానికో, అర్థం చేసుకోవటానికో మెదడుకు పనిపెట్టకండి.

నిర్దిష్టంగా ఉండాలి

మీరు రాయగలిగినన్ని వివరాలు రాయండి. లక్ష్యం ఎంత స్పష్టంగా ఉంటుందో, దాని ఫలితమూ అలాగే ఉంటుంది. ఉపచేతన మనసు

అనేక ఆదేశాల ఆధారంగా పనిచేస్తూంటుంది. ఆదేశం సరైన తీరులో అందించగలిగితే ఫలితమూ దానికేం తీసిపోదు.

వీలయితే, మీరు వీటి గురించి రాసేటప్పుడు కాలవ్యవధి (టైమ్ ఫ్రేమ్) గురించి ఎక్కడా పేర్కొనకండి. మీరు ఆశించిన విధంగా లక్ష్యం వ్యకీకరణకు నోచుకోనప్పుడు మీరు ఆవేదనకు లోనవుతారు, మిమ్మల్ని సందేహాలు వెంటాడతాయి. ఇది మీ కంపనాల స్థాయిని తగ్గిస్తుంది. దీనివల్ల మీ లక్ష్యం మరింత దూరమవుతుంది. ఒత్తిడిలో పనిచేయటం అన్న అలవాటు ఉన్నవారయితే, డెడ్ లైన్ విధించుకోవటం అన్నది మీరు వేగంగా చర్యలకు దిగటానికి ఆస్కారం ఇస్తుంది. ఇలా కాలవ్యవధిని పేర్కొనటం, మీ ఒక్కరి విషయంలో ప్రయోజనం కలిగిస్తుందని అనిపిస్తోంది. మీరు వెనకడుగు వేయవలసిన అవసరం లేదు, అదే పద్ధతి పాటించండి.

మీకు సాధించగలమన్న ఆత్మవిశ్వాసం ఉన్నప్పుడే ఆశయాలను నిర్దేశించుకోండి. ఇలా ఆత్మవిశ్వాసం పెంచుకోటానికి సులభమైన మార్గమేమిటంటే, ముందుగా చిన్న లక్ష్యం ఉండాలి. వాటికి ఒక్కసారి రూపకల్పన చేసుకొని సాధించగానే, మీకు పెద్ద లక్ష్యం కూడా పెద్ద కష్టమయిన విషయమేమీ కాదన్న నమ్మకం ఏర్పడుతుంది.

ఒకసారి గుర్తించి అన్ని ఆశయాలను రాసుకోవటం అయిందంటే అంతే. రోజూ వాటిని గట్టిగా చదవండి. అసవరమయితే చిన్న చిన్న సవరణలు చేసుకోండి. అంతే తప్ప తరచూ ఏదో ఒక మార్పు చేయటం అంతే ప్రతిసారీ కొత్త విత్తనం నాటటంలా ఉంటుంది. దాని వల్ల ప్రయోజనం లేదన్న విషయాన్ని మనసులో పెట్టుకోండి. మీకేం కావాలనేది మీకు తెలియాలి.

అవి నిజమయ్యేలా చూసుకోండి

మీ మనసులో ఏదయితే వాస్తవం అన్న భావన కలుగుతుందో,
వాస్తవంగా మీ జీవితంలో అదే దక్కుతుంది.

ఒక అనుభవాన్ని గానీ, ఒక ఉద్దేశ్యాన్ని గానీ అది జీవితంలో సంభవించటానికి ముందే మనసులోనే చిత్రీకరించుకుని మనోనేత్రాలతో చూసే ప్రక్రియను దృగ్గోచరత లేదా దర్శనం (విజువలైజేషన్) అంటారు.

ఎన్నో సందర్భాల్లో, తను నిజంగా విజయం సాధించటానికి ముందే మనసులో వాటిని దృశ్యమానం చేయటం తనకు అలవాటుగా ఉందని గ్లోబల్ సూపర్ స్టార్ ఆర్నాల్డ్ స్వార్జెనెగ్గర్ చెప్పుకొచ్చారు. తను ఎటువంటి ఆటగాడిని కావాలనుకుంటున్నానేది, తను అలా కావటానికి ముందే దాన్ని విజువలైజ్ చేసే వాడినని ప్రఖ్యాత బాస్కెట్ బాల్ క్రీడాకారుడు మైఖేల్ జోర్డాన్ చెప్పాడు. నిజానికి అత్యున్నత క్రీడాకారులందరూ ఈ విధానాన్ని పాటించేవారే. ఈభూమ్మీద పుట్టిన అత్యుత్తమ టెన్నిస్ క్రీడాకారులలో ఒకనిగా పేరుతెచ్చుకున్న రోగర్ ఫెదరర్, తాను శిక్షణ కార్యక్రమాల్లో ఇదే ప్రక్రియను అనుసరిస్తానని చెప్పుకొచ్చారు. ఈ క్రీడాకారులందరు తమ పనిలో అత్యున్నత స్థాయి నైపుణ్యాలు, పరిపూర్ణత సాధించేడుకు ఇలా మనసులోనే సాధన చేస్తారు.

మనస్తత్వ శాస్త్రవేత్త అలాన్ బుడ్లీ, షేన్ మర్ఫీ, రాబర్ట్‌ఉల్ ఫోక్లు తమ 1994 పుస్తకంలో, నిజమైన సాధనతో పోలిస్తే, మానసిక సాధన

అత్యుత్తమ ఫలితాలను సాధిస్తుందని చెప్పుకొచ్చారు.[14] మీరు నిజమైన సాధన చేసిన మాదిరిగానే మానసిక సాధనలోనూ మెదడు సృష్టించే నమూనాలు అదే తీరుగా ఉంటాయి. దృశ్యాలను చిత్రీకరించుకుని మనో నేత్రంతో చూడటం అనేది మెదడుకు ఆ సంఘటనలకు సంబంధించి అవసరమైన శిక్షణను అందిస్తుంది.

మనం కోరుకున్నది మనోనేత్రంతో చూడగలిగితే మనం, మనం చూసే దృశ్యం స్థాయికి మన కంపనాలను తీసికెళ్లగలుగుతాం, అదే సమయంలో ధ్రువీకరణల మాదిరిగా అంతశ్చేతనను ప్రభావితం చేయగలుగుతాం.

మన మెదడు నాడీవ్యవస్థ రెండూ కూడా ఏది కల్పన, మరేది వాస్తవం అన్న తేడాలను పసిగట్టలేం.

దీని ప్రయోజనాన్ని మనం పొందగలగాలి. మన మెదడు గనక మనం అందులోకి ప్రవేశపెడుతున్న ఆలోచనలన్నీ వాస్తవమేనని నమ్మిందనుకోండి, మన జీవితం దానిని ప్రతిబింబించటం మొదలుపెడుతుంది. మీరు ఇప్పుడు ఉన్నదానికంటే ఎక్కువ ఆత్మవిశ్వాసం ఉన్నవారిగా ఊహించుకున్నారంటే, మెదడు అది నిజమని నమ్ముతుంది. ఫలితంగా మీరు మరింత ఆత్మవిశ్వాసాన్ని పొందగలుగుతారు.

---

[14] బుడ్నీ, ఎ.మర్ఫీ, ఎస్, ఊల్ ఫోక్, ఆర్. 'ఇమేజరీ అండ్ మోటార్ పర్ ఫార్మెన్స్, 'వాట్ డూ ఉయ్ రియల్లీ నో?, షేక్,ఎ, కార్ను.ఇ. (ఇడీఎస్), ఇమేజరీ ఇన్ స్పోర్ట్స్ అండ్ ఫిజికల్ పర్ ఫార్మెన్స్ (బాలీవుడ్, 1994)

మీ ఇంద్రియాలను సమాయత్తం చేయండి

మనం మనోనేత్రంతో చూడటం అనేది ఒక ప్రక్రియ అని చెప్పుకుంటున్నప్పుడు, అది కేవలం ఒకే ఒక మానసికమైన చిత్రం మాత్రమే కాదని తెలుసుకోండి. కొన్ని సన్నివేశాల సమాహారం. మీరు చిత్రాన్ని రూపొందించుకోగానే సరిపోదు. దానికి మీ ఇంద్రియాలను జోడించాలి. రుచి, చూపు, స్పర్శ, వాసన, వినటం, వంటి వీలైనన్ని అంశాలను ప్రవేశపెట్టటానికి ప్రయత్నించండి. ఉదాహరణకు మీరు కారు కొనాలని ఆశించారనుకోండి. కేవలం కారు చిత్రాన్నిమనసులో నిలుపుకోగానే సరిపోదు. మీరు అందులో కూర్చుని ప్రయాణిస్తున్న దృశ్యాన్ని, దానితో పాటు కారు శబ్దం, రోడ్డు మీద వెలుతున్న ఇతర కార్లు, అప్పుడు బయట ఉన్న వాతావరణం..ఇలా అనుబంధ దృశ్యాలను ఎన్నింటినో జోడించాలి. కచ్చితమైన ఆ క్షణాల్లో, ఆ అనుభవం నిజం అన్న భావనతో జీవించండి. సన్నివేశాలలో సృజనాత్మకతకు చోటివ్వండి. వాటికి రంగు, రూపం, రుచి, మెరుపులద్ది వీలయినంత ప్రకాశవంతమైన జీవితాన్ని ఇవ్వండి. ఇందుకు మీరు చేయవలసిందల్లా, గట్టిగా కళ్లు మూసుకుని, సృష్టించుకుంటూ పోవటమే.

మిమ్మల్ని మంచి భావనలకు లోను చేసే సన్నివేశాలను సృష్టించగలగాలి. మీ ఊహలు సానుకూల భావోద్వేగాలను రగిలించాలి. ఇది సాధ్యం కావాలంటే మీ దృష్టి మరింత నిశితంగా మారాలి. అందుకే నిశ్శబ్దంగా, ఇతరుల నుంచి ఎటువంటి ఆటంకం ఉండని ప్రదేశంలో, విశ్రాంతిగా ఉండి, ఈ ప్రక్రియను కొనసాగించండి.

నేను ఈ విధానాన్ని అనుసరిస్తూ ఎప్పుడు నీరసపడినా దానిని నేను అద్భుతంగా చేస్తున్నట్టు నిర్ధారణ వచ్చేది. ఎలా అంటే,

మనసులో నేను ఊహించుకున్నది నిజంగా జరిగిపోతోందన్న భావన కలిగేది. దాంతో నాకు ఉత్తేజం కలిగేది. విపరీతమైన భావోద్రేకానికి లోనయ్యేవాడిని.

మీ బుర్రలో ఇలా దృశ్యాలను సృష్టించుకోవటం ఇబ్బందిగా ఉంటే, మీకు సహాయంగా నిలిచే వస్తువులు కొన్ని ఉన్నాయి. అందులో విజన్ బోర్డులు ఒకటి. మీరు ఏదయితే కోరుకుంటారో, జీవితంలో వేటికి రూపకల్పన చేయాలనుకుంటున్నారో వాటికి సంబంధించిన చిత్రాలు, దానికి సంబంధించిన నమూనాలను సేకరించి వాటిని బోర్డుకు అతికించండి. దీని వల్ల మీ లక్ష్యం విషయంలో స్పష్టత వస్తుంది. ఈ బోర్డును మీరు నిత్యం చూడగలిగేలా ఇంట్లో స్పష్టమైన ప్రదేశంలో ఉంచండి.

నేనిలా విజన్ బోర్డును, దృశ్యాలను మనోనేత్రంతో చూడటం వంటి రెండు విధానాలను అనుసరిస్తాను. వ్యక్తిగత వెబ్ సైటులో చిత్రాలను సేకరించుకుని వాటిని చూస్తూ కొద్ది సమయం గడిపేవాడిని. భవిష్యత్తుకు సంబంధించి నేను ఎలాంటి కలలను కంటున్నానో నా భార్యతో పంచుకుంటూ వాడిని. ప్రఖ్యాత విజన్ బోర్డు పిన్ టరెస్టులో చిత్రాలను సేకరించిపెట్టి నేనలా ఉండాలనుకుంటున్నాననే భార్యకు చెప్పేవాడిని.

బాగా చిన్నప్పుడు నాకు మ్యూజిక్ ఒక హాబీగా ఉండేది. 'సో సాలిడ్ క్రూ' అనే బృందాన్ని విపరీతంగా అభిమానించేవాడిని. స్కూలు పెన్సిల్ కేస్ లో వారి లోగోను ముద్రించాను. తరగతి గదిలో కూర్చుని వాళ్లతో కలిసి పనిచేస్తున్నట్టు పగటి కలలు కనేవాడిని.

ఆ తర్వాత సంవత్సరమో, రెండు సంవత్సరాలో గడిచి ఉంటాయి. 'సో సాలిడ్ క్రూ' బృందంలో ఒకరు, స్విస్ అనే వ్యక్తి, 'పెయిన్ అండ్ మ్యూజిక్' అనే ఆల్బమ్ ను రూపొందించాడు. నేను దానితో ప్రేమలో పడిపోయాను. దానినే రాత్రి, పగలు వినేవాడిని. అది నన్ను ట్రాన్స్‌లోకి తీసుకుపోయేది.

నేను స్విస్ తో కలిసి పనిచేస్తూ, గొప్ప మ్యూజిక్ సృష్టించినట్టు మనసులో దృశ్యాలను రూపొందించుకునేవాడిని.

విచిత్రంగా, స్విస్ తో నేను కలిసి పనిచేసే అవకాశం రావటానికి ఎన్నో రోజులు పట్టలేదు. మ్యూజికల్ ఆర్టిస్టు, నా మార్గదర్శకుడు క్లెవ్ వల్ల ఇదంతా సాధ్యమయ్యింది. చివరికి మేం ముగ్గరం కలిసి కొన్ని పాటలకు కలిసి పనిచేశాం. తర్వాత నేను స్విస్ తో కలిసి పనిచేయటం కొనసాగించాను.

విశ్వం నుంచి మీకు ప్రోత్సాహం అందుతుంది

అదెలా సాధ్యమవుతుందన్న ఆందోళనకు మీరు లోనుకాకండి.
అలా అయితే మీరు పరిమితులు విధించుకోవటం
మొదలుపెడతారు. ఏం కోరుకుంటారనేది మీరు
నిశ్చయించుకుంటే చాలు. విశ్వం దానికదే అన్నింటిని
మీకు అనువుగా సర్దిపెడుతుంది. మీరు అనుసరించేది
ఏ మార్గమయినా అది మీకు సహకరిస్తుంది. అది మీరు
కోరుకుంటున్నవాటిని పొందేందుకు అనువైన గుర్తులను మీకు
సరఫరా చేస్తుంది.

"విశ్వం అనేది మీ బయట లేదు. మీ అంతరంగంలోకి తొంగిచూడండి.
మీరు కోరుకునేది ఏదయినా, అది అక్కడే ఉంది" అంటారు 13వ శతాబ్దపు
ప్రఖ్యాత కవి రూమి. ఆయన ఇంకో మాట కూడా చెప్పారు. అది మీకు
అందుబాటులో లేకపోవటానికి ప్రధాన కారణం విశ్వంతో మనకు శ్రుతి
కలవకపోవటమేనట. అంటే విశ్వం మనలోనే దాగుంది. మనం దానికి
అనుగుణంగా కంపించకపోవటం వల్ల దానిని గ్రహించలేకపోతున్నాం.
మాటలు, చేతలు, భావోద్వేగాలు, నమ్మకాల ఆధారంగా దాన్నిమనం
వెలుగులోకి తెచ్చుకోవచ్చు.

వాస్తవంలో మనం కోరుకునేది సాధ్యం అయ్యేటట్టు చేయటం
కంటే, దాన్నిసృష్టించేందుకు విశ్వం సహకారం అందిస్తుంది. అది మీకు

ఎప్పటికప్పుడు గుర్తులను పంపుతూంటుంది. దాని మీద పనిచేయటానికి అవసరమైన ఆలోచనలనూ పంపుతూంటుంది. దానిపైన పనిచేయవలసిన బాధ్యత మీదే.

మీరు ఇష్టపడే ఇతర విషయాలపైన పనిచేయాలన్న ఉద్దేశ్యంలో ఉంటారు. ఒక రోజున అకస్మాత్తుగా ప్రత్యేకమైన ఆలోచన తడుతుంది. ఉదాహరణకు ఆన్ లైన్ లో ఫుడ్ అమ్మటం లాంటిదనుకోండి. దాని గురించి మీరు ఎక్కువగా ఆలోచించి ఉండరు కాబట్టి దాన్ని మీరంతగా పట్టించుకోరు. ఏదో పిచ్చి ఆలోచన అని కొట్టి పడేస్తారు.

కొద్ది రోజులయ్యాక మీ ప్రమేయం లేకుండానే బ్లాగర్ల నుంచి మీకు రెసిపీలకు సంబంధించిన సమాచారం వస్తుంది. అదేదో యాదృచ్చికం, అనుకోని సంఘటన అని దానిని పక్కకు నెట్టేస్తారు. మీ శక్తిసామర్థ్యాలను మరేదో అంశంపైకి మళ్లిస్తారు. కానీ ఇలా మీరు వాటిని విస్మరించటం వల్ల మీరు కోరుకున్న చాలా వాటి నుంచి మీరు దూరమవుతారు. మనం మన పద్ధతిలో లక్ష్యం సాధించాలనుకునే ధ్యాసతో ఉండటం వల్ల ఈ సంకేతాలను అంతగా పట్టించుకోం.

నేనయితే నా సృజనాత్మక నైపుణ్యాలను ఉపయోగించుకుని, ప్రపంచాన్ని సానుకూల మార్గంలో మలచాలని కోరుకుంటాను. ఇదంతా సుఖంగా జీవించటం కోసమే. ఇందుకు నేను ఎప్పుడూ సిద్ధమవుతూంటాను. నేను కొన్ని ఆలోచనలను పక్కను నెట్టేసి, ఇతర ఆలోచనల పైన పనిచేస్తూంటాను. అయితే మామూలు ఆలోచన వల్లనే ఇప్పుడున్న స్థితికి నేను చేరటం సాధ్యమైంది. అప నన్నెక్కడికో తీసికెళతాయని, నేనెక్కడకు చేరుకోవాలనుకుంటున్నానో దానికి దగ్గరగా తీసికెళతాయని పరిపూర్ణంగా నమ్ముతున్నాను.

ఈరోజుల్లో 'ఆకర్షణ సూత్రం' (లా ఆఫ్ అట్రాక్షన్) అనేది బాగా ప్రాచుర్యం పొందింది. ప్రజలు ఏమనుకుంటారంటే, మన వైపు నుంచి ప్రయత్నమనేదే లేకుండా మన కలలు వ్యక్తీకరణకు నోచుకుంటాయని. అయితే మీ మనసులోనుంచి పుట్టే ఆలోచనలపైన, చింతనలపైన మీరు పనిచేయవలసి ఉంటుంది. విశ్వం పంపే ప్రేరణలను స్వీకరించవలసి ఉంటుంది. "నువ్వు ఇలా వెళ్లు...దీన్నిప్రయత్నించు" అని అది ఎప్పుడూ మనకు చెబుతూనే ఉంటుంది.

మీకు ఎటువంటి ఉద్దేశ్యాలయినా ఉండొచ్చు. వాటిపైన మీరు చర్యలు తీసుకోకపోతే, అవి కేవలం కోరికలుగానే మిగిలిపోతాయి. కచ్చితంగా దాన్ని సాధించాలని మీరు అనుకొనంత వరకూ లక్ష్యం అనేది ఊపిరిపోసుకోదు. విశ్వం మీకు ఎప్పుడూ సహకరించాలనే చూస్తుంది. కానీ అది రూపకల్పనకు నోచుకోవాలంటే, మీరు మీ పాత్ర పోషించి తీరవలసిందే.

అరవ అధ్యాయం

మీ ఆశయాలకు రూపకల్పన— కార్యాచరణ

పరిచయం

మీరెక్కడ ఉన్నారనేది కాదు, మీరు ఉన్నచోట నుంచి
ఏం చేస్తున్నారనేది ప్రధానం.

ఏ పనినయినా మొదలుపెట్టి చేయటం,దానికి కదలిక తేవటాన్ని
నేను ఎక్కువగా నమ్ముతాను. అలాగని పెద్ద అడుగు వేయాలని నేను
చెప్పబోవటం లేదు. పసిపిల్లల మాదిరిగా మీరు చిన్న చిన్న అంగలు
వేయవచ్చు. అలా మీకు కలిగిన మంచి ఆలోచన విషయంలో మీరు
చేయగలిగినదంతా చేయటం మొదలుపెట్టాలి.

ఉదాహరణకు, నాకు ప్రపంచంలోనే అతిగొప్ప మ్యూజిక్ ఆర్టిస్టు
కావాలనిపించింది అనుకోండి. నేరుగా నేను నా దగ్గరున్న నైపుణ్యాన్ని
ప్రదర్శించి అమ్మకానికి పెట్టాలనుకోకూడదు. మొదట నేను పాటను
సృష్టించటంతో పని ప్రారంభించాలి. అది సరైన దిశలో చిన్న అడుగు
అవుతుంది.

అదే సమయంలో, నాలో పాటకోసం ప్రతి స్వల్ప భాగాన్ని నేను
వెచ్చించాలి. గీతరచన బావుందో లేదో చూసుకోవాలి. నా సామర్థ్యం
మేరకు గాత్రధారణ విషయంలో జాగ్రత్త తీసుకోవాలి. ఇందుకు నేను
ఆ పనికి ఎక్కువ సమయం వెచ్చించవలసి రావచ్చు, కొత్త నైపుణ్యాలు
నేర్చుకునే అవసరం పడొచ్చు, అదంతా భవిష్యత్తులో నా కలల సాఫల్యానికి
పెట్టుబడే అవుతుంది.

ఒక పని ఎందుకు చేయలేమో చెప్పటానికి మన దగ్గర ఎప్పుడూ లక్ష కారణాలుంటాయి. చాలా మంది తమకు తగినంత సమయంలేదని, నైపుణ్యం లేదని, వనరులు తక్కువగా ఉన్నాయని ఇలా ఏవేవో సాకులు చెబుతుంటారు. నిజంగా మనలో సాధించాలన్న తపన అనేది ఉంటే ఇవేమీ పెద్దగా లెక్కలోకి వచ్చే విషయాలేమీ కావు. అవసరాన్ని బట్టి ఇతర పనులను త్యాగం చేసయినా, మనం అనుకున్నవి పూర్తి అయ్యేలా చూసుకోవాలి. మనం అనుకున్నది సాధించటానికి పెద్ద సమయం కూడా అవసరమని నేను అనుకోవటం లేదు. అదే డబ్బుకి, ఇతర వనరులకు కూడా వర్తిస్తుంది. మీకు కావలసిందల్లా దూరదృష్టి, దాని మీద నమ్మకం, తీవ్రమైన అంకిత భావం. మీరు పనిచేయటం అంటూ మొదలుపెడితే, అది పూర్తికావటానికి అనేక దారులు వాటికవే తెరుచుకుంటాయి.

మనం అనుకున్న గమ్యం చేరేందుకు విలాసాలను త్యాగం చేయనవసరం లేదు. కష్టాలను, బాధలను అనుభవించవలసిన పనేం లేదు. మన సుఖవంతమైన పరిస్థితులు (కంఫర్ట్ జోన్) వదులుకోటానికి సిద్ధపడక్కరలేదు. మనం చేస్తున్న పని గురించి ఇతరులతో మాట్లాడేటప్పుడు అధమస్థితిలో ఉన్నామని చెప్పుకుంటాం. దాని వల్ల ఫలితాలు మనకు చేరువ కాకుండా పోతాయి. చాలాసార్లు 'నేను సిద్ధంగా లేను' అని మనం చెప్పుకుంటాం. అసలు మనం సిద్ధంగా ఉండేదెప్పుడు? సర్ రిచర్డ్ బ్రాన్సన్ స్కూలులో చదివే సమయంలో రాయటం, చదవటం, గుర్తుపట్టటం వంటి అధ్యయన సామర్థ్యాల లోపం (డైస్లెక్సిక్) వల్ల చికిత్స తీసుకోవలసి వచ్చింది. అలాంటి వ్యక్తి తన 16వ ఏట ఓ పత్రిక ప్రారంభించటానికి చదువును అర్థాంతరంగా వదిలేసి బయటకు వచ్చాడు. ఆ సమయంలో ఇతరుల దృష్టితో చూసినప్పుడు అతను సిద్ధం 'గా లేనట్టే. కానీ అతను గట్టి పట్టుదల, బాగా కష్టపడే స్వభావం ఉన్నవాడు.

అతనికి విమానయానరంగం గురించి ఏమీ తెలీదు. కానీ ఎలాగో అతను విర్జిన్ అట్లాంటిక్ ను ప్రారంభించాడు. అసాధారణమైన నికరవిలువతో రిచర్డ్ విర్జిన్ గ్రూప్ ఇప్పుడు 400 కంపెనీలతో వర్ధిల్లుతోంది. అతను తన 16వ ఏటలో ఉన్నట్టే ఇప్పటికీ తనను తాను ముందుకు నడుపుకుంటున్నాడు. అతను పెద్ద అదృష్టవంతుడని మనం చెప్పుకోటానికి కూడా లేదు. ఎందుకంటే, అతను వ్యాపారంలో చాలా సార్లు నష్టాలను ఎదుర్కొన్నసందర్భాలున్నాయి. అయితే అతనెప్పుడూ తన దూరదృష్టి మీద నమ్మకం ఉంచుకుని, దాని ప్రకారం పనిచేసుకుంటూ పోతాడు.

మీరు పనిచేస్తేనే మార్పు సాధ్యమవుతుంది

ఒకసారి నా అప్పు తీర్చటానికి డబ్బు అవసరం పడింది. నేను కంపనాల స్థాయిని ఉన్నత స్థితికి చేర్చి మంచిగా ఉన్న భావనకు లోనయ్యాను. అయితే నేను దాని మీద పని చేయలేదు. ఎలాగో డబ్బు వస్తుందని నమ్మేవాడిని.

ఈ సమయంలో, ఆన్ లైన్ పోటీలో నాకు ఉచితంగా వాచీ లభించింది. గతంలో నాకు ఎప్పుడు బహుమతులు వచ్చిన సందర్భంలేదు కాబట్టి, నేను పోటీల పట్ల పెద్దగా ఆసక్తి చూపేవాడిని కాదు. కానీ ఎందుకో తెలీదు. ఆశావహదృక్పథంతో ఈసారి పోటీలోకి ప్రవేశించాను. ఇందులో వాచీ గెల్చుకోవటం గొప్పగా అనిపించింది. కానీ నాకు కావలసింది డబ్బు. వాచీతో నాకేం పని లేదు.

కాలం గడిచింది. నాకు అవసరమైన డబ్బుమాత్రం చేతికందలేదు. నేను బాధపడటం మొదలుపెట్టాను. డబ్బు వచ్చి తీరాలి, మరెందుకు రావటం లేదని మధనపడటం మొదలుపెట్టాను. అయితే గమనించారా? పనిచేసి ఫలితం సాధించేందుకు విశ్వం నాకు అందించిన అవకాశాన్ని నేను విస్మరించాను. నేను బహుమతి సాధించాను, అది నాకు అవసరమైన మార్గంలో ఉపయోగపడుతుందన్న విషయం తట్టలేదు. అవును-నేను దాన్ని అమ్మేసి ఉండొచ్చు కదా.. నా తప్పు గ్రహించగానే, వెంటే దాన్ని నేను అమ్మేసి డబ్బుతెచ్చుకున్నాను. ఆ తర్వాత అప్పులు తీర్చేశాను.

మీ లక్ష్యం నెరవేర్చుకునే అవకాశాలు కొన్ని సార్లు ముసుగు ధరించి మారురూపంలో వస్తాయి. మిమ్మల్ని చర్య తీసుకోమని కోరతాయి, మీరు దాన్ని పట్టించుకోలేదనుకోండి, దాని ప్రతిఫలాన్ని మీరు కోల్పోతారు. మీరు మార్పుల కోసం ప్రయత్నించకుండా, ఏ పనీ చేయకుండా దానికదే అయిపోతుందనుకోవటం అవివేకం అవుతుంది. చాక్ లెట్ రాస్పెబెర్రీ కేకును ఉపయోగించి ప్రతిరోజూ అది స్ట్రాబెర్రీ కేకు కావాలని ఎదురుచూస్తుంటే ఎలా ఉంటుంది? స్ట్రా బెర్రీలను జత చేయకుండా కేకును మీరనుకున్నట్టు మార్పు చేయగలరా? ఇది కనిపించటానికి పిచ్చి ఉదాహరణ అనిపించవచ్చు. నేను దీన్ని ఎందుకు చెబుతున్నానంటే, చాలా మంది తాము చేస్తున్న పనినే ప్రతిరోజూ అలాగే చేస్తూ తమ జీవితాల్లో మార్పు రావాలని కోరుకుంటూంటారు. ఆలోచనలు, మాటలు, భావోద్వేగాలు.. ఇలా అన్ని రకాలుగా సానుకూల దృక్పథాన్ని చూపిస్తారు, కానీ ఎలాంటి పనులు చేపట్టరు. పనులు చేపట్టటం వల్లనే కంపనాలు సాధ్యమయ్యేది.

సులభమైన మార్గం

చాలా మంది తమకు ఏం చేయాలో తెలిసినా, ఆ పని చేయటానికి సిద్ధపడరు. వారు సమర్థనల కోసం, సులభమైన పరిష్కారాల కోసం వెతుకుతుంటారు. నిజమైన పరిష్కరం కోసం ఎక్కువ సమయం కష్టపడటాన్ని అంతగా ఇష్టపడరు. కొందరయితే తక్కువ శక్తిని వెచ్చించి తక్కువ ప్రయత్నంతో అంతా సాధించేయాలని చూస్తారు. మంచి ఫలితాలు రాబట్టటానికి చురుగ్గా వ్యవహరించటం అవసరమేగానీ, ఎంతో ప్రయత్నం చేస్తేనే గానీ ఆ సులువును మనం కనుక్కోలేం. కష్టమయిన పద్ధతిలో పనిచేస్తేగానీ, కొన్నింటి విషయంలో ఫలితాలు రావన్న అవగాహనకు మనం రావాలి.

ఉదాహరణకు, మీరు బరువు తగ్గాలనుకోండి. కేలరీలు తగ్గించుకునే మార్గాలను అన్వేషించాలి. అది శారీరక శ్రమ కావచ్చు, ఆహారనియమాలను పాటించటం కావచ్చు. ఒక్కోసారి రెండో కూడా అవసరం కావచ్చు. చాలా మందికి వీటి అవసరం గురించి తెలుసు గానీ, వాటిని పాటించాలన్న విషయానికి కట్టుబడి ఉండరు. తమ సమస్యల పరిష్కరానికి అడ్డదోవలు ఉంటాయని ఆశిస్తారు. ఏమైనా మంత్రమో, మందుబిళ్ళో దొరుకుతుందా అని ఎదురుచూస్తారు. అద్భుత శక్తులను సంపాదించటానికి ఎక్కువ శక్తి, డబ్బు, సమయం వెచ్చిస్తారు. ఇవేమీ అవసరం లేదు. కొద్దిగా ప్రయత్నం చేస్తే అంత కంటే ఎక్కువ సాధించగలిగే అవకాశం ఉంది. వాటిని అంతగా పట్టించుకోరు.

మీరు సౌకర్యవంతమైన స్థానం (కంఫర్ట్ జోన్) నుంచి బయటకు అడుగుపెట్టండి, మీ భయాలను ఎదుర్కోండి. సవాళ్లు ఎదురయినప్పుడే, మీరు ఎదుగగలుగుతారు తప్ప పూర్తిగా సంతోషంగా ఉన్నప్పుడు ఎంత మాత్రం కాదు.

కొంత మందయితే అసలేం చేయటానికి సిద్ధపడరు. వాళ్లు బరువు తగ్గాలనుకుంటారు, దాని గురించే నిరంతరం దిగులు చెందుతుంటారు. కానీ అందుకు అవసరమైనదేదీ చేయరు. మనం వాళ్లని సోమరిపోతులనవచ్చు. జనం రెండు కారణాల వల్ల ఇలా ప్రవర్తిస్తారని చెప్పుకోవచ్చు. ఫలితాలను సాధించగలమన్న నమ్మకం వారికి ఉండదు. దానితో దాని ముందు వారు ఓటమిపాలవుతారు. రెండో వారు, ఫలితాల కోసం పనిచేయటం బాధాకరమని భావిస్తారు. సాధారణంగా ఫలితాలు సాధించటం కష్టమన్న అభిప్రాయానికొస్తే, పని చేయాలన్న ఆసక్తి సహజంగానే తక్కువయిపోతుంది. జిమ్ కెళ్లటం, ఆరోగ్యంగా ఉండటం అనేది బాధాకరంగా, అది చేయకుండా ఉంటే బావుండునన్న భావన వారికి కలిగిస్తుంది. అందుకే వాళ్లు ఏ చర్య తీసుకోకుండా అలాగే ఉండిపోతారు. వాళ్లు సులువయిన, సౌకర్యవంతమైన పద్ధతులనే ఎంచుకుంటారు. నిజానికి అంతా సౌకర్యవంతంగా ఉన్న చోట ఎదుగుల రావటం కష్టం.

కొద్దిగా ప్రయత్నిస్తే, తాము ప్రస్తుతం ఉన్న బాధాకరమైన పరిస్థితి నుంచి బయటపడొచ్చని అర్థం అయినా, చాలా మంది మరో ప్రత్యామ్నాయంలేదు అని తెలిసే వరకూ ఏ పనీ చేయకుండా, మార్పుకోసం ఎదురుచూస్తుంటారు. ఎక్కువ బాధ, కష్టం ఘిమ్మల్ని గొప్పమార్పుల వైపు నడుపుతాయి. విషపూరిత సంబంధాల విషయంలో, చాలా మంది విడిపోయే దశ (బ్రేకింగ్ పాయింట్)కు చేరే వరకూ ఎదురుచూస్తారు. తనను నిందించే భాగస్వామితో జీవించి ఉండటం, ఒంటరిగా, సింగిల్ గా ఉండటం కన్నా నయమన్న భావనతో సర్దుకుంటారు.

మీరేదయినా కోరుకుంటే, దాని మీద పనిచేయండి. బాధ ప్రవేశించి తన ప్రతాపం చూపించే దాకా ఎదురుచూడకండి. దీని ఫలితాలను

రూపకల్పన చేసుకునేందుకు సమయం పడుతుంది. లక్ష్యం సాధించాలన్న తపన మీలో ఎంత ఉంది? అక్కడ చేరటానికి అనుసరించవలసిన ప్రక్రియ గురించి భయపడనంతగా ఉందా? అని ప్రశ్నించుకోండి.

స్థిరంగా మీ కృషి కొనసాగితే మంచి ఫలితాలు

మన లక్ష్యం సాధించే క్రమంలో
స్థిరంగా వ్యవహరించాలి.

మీ శరీరాకృతి నాజూగ్గా ఉండాలన్న ఉద్దేశ్యంతో మీ వ్యక్తిగత శిక్షకుడి నుంచి మూడు నెలలకు సరిపడా వర్కువుట్ ని ఆహారనియమాల పట్టికను కొనుగోలు చేశారు. 50 శాతం నిబంధనలను అనుసరించారు. నెలయ్యాక మీకు అనిపించింది. దీని వల్ల కోరుకున్న ఫలితాలు రావటం లేదు, ఆ ప్రణాళికలేవీ పనిచేయటం లేదు అని. ప్రత్యామ్నాయంగా మరొకటి అనుసరిస్తారు గానీ, రెండు మూడు వారాల తర్వాత ప్రయత్నించి ఇది పనిచేయటం లేదన్ననిర్ణయానికొస్తారు. ఈ రెండు పద్ధతుల్లోనూ మీరు దాన్నివదిలేసినట్టే.

మీరు 50 శాతం ప్రణాళికను అనుసరించారంటే, 50 శాతం మించి ఫలితాలను ఆశించకూడదు. మీ చర్యలు స్థిరత్వం కొరవడితే, మీరు ఆశించిన ఫలితాలు వస్తాయని ఎంత మాత్రం అనుకోకూడదు. నేను కూడా హోంవర్క్ సిరీస్ ను అనుసరించిన వాడినే. అది రెండు నెలల కార్యక్రమం. నెల తర్వాత నాకెలాంటి ఉత్తేజకరమైన ఫలితాలు కనిపించలేదు. అయినా కూడా నేను విడిచిపెట్టకుండా చివరికి నేను అనుకున్నది సాధించగలుగుతానని అనుకున్నాను. చివరకు నేను దాన్ని

సాధించగలగటం నాకు సంతృప్తి నిచ్చింది. రెండు నెలలు గడిచేసరికి నా నడుం రెండు అంగుళాలు తగ్గింది.

ధ్యానం,ధృవీకరణలు, మనోనేత్రంతో చూడటం, ఇలా ఏ సానుకూలమైన పనికయినా ఇది వర్తిస్తుంది. మీరు సత్ఫలితాలు సాధించాలంటే, దాని క్రమం తప్పకుండా, కఠినమైన అభ్యాసాన్ని కొనసాగించాలి. కచ్చితంగా దానికి కట్టుబడి ఉండండి. దేన్నయినా స్థిరంగా అనుసరించటం వల్ల మన జీవితాలను రూపుదిద్దే అలవాట్లను సృష్టించుకోగలుగుతాం.

సమయం లేదనటం సరైన కారణం కాదు. అది సాకు మాత్రమే. మీరు ఒక విషయానికి సమయం వెచ్చించలేకపోతున్నారు అంటే, అది మీకంత ప్రాధాన్యమైన విషయం అయ్యుండదు. నిజంగా మీకు ముఖ్యమైనదయితే, ఖచ్చితంగా సమయం వెచ్చించగలుగుతారుగా

మనం ఏ పనయితే తరచూ చేస్తుంటామో అదే మనం. అప్పుడు సమర్థత అనేది ఒక చర్య కాదు. అలవాటవుతుంది.

సాకర్ క్రీడాకారుడు డేవిడ్ బెక్ హోం ఒకప్పుడు అద్భుతమైన ఫ్రీ కిక్ లకు పేరుగాంచాడు. అది అడుగుపెట్టగానే బంతి దొర్లుకుంటూ నెట్ వెనక్కివెళుతుందన్నభావనతో ప్రేక్షకులు కేరింతలు కొట్టేవారు.

బెక్ హోం... ఫ్రీ కిక్ లో నిపుణుడు కావటం అనేది ఒక్క రాత్రి లో సంభవించిన పరిణామం కాదు. అతను మళ్లీ మళ్లీ ప్రయత్నించసాగాడు. ఫ్రీకిక్ సరిగ్గా వచ్చే వరకూ మాత్రమే అతను అభ్యాసం చేయలేదు. అవి దారి తప్పకుండా అభ్యాసం చేశాడు. ఎప్పుడూ స్కోర్ చేస్తున్నా కూడా, అభ్యాసాన్ని మాత్రం విడిచిపెట్టలేదు. నిరంతరాయంగా స్థిరంగా

కొనసాగిస్తూనే ఉన్నాడు. మళ్లీ మళ్లీ చేయటం అతనికి అలవాటుగా రూపుదిద్దుకుంటుంది.

అన్నీ పనిచేస్తాయని, మీకు తగినవని నేను చెప్పబోవటం లేదు. మీ విధానాలను ఎప్పటికప్పుడు విశ్లేషించుకుంటూ, మార్పులకు మిమ్మల్ని సమాయత్తం చేసుకోవటం చాలా ముఖ్యం. మీరేదయినా పనిని సాధ్యమయినంత బాగా చేస్తున్నా కూడా మంచి ఫలితాలు రావటం లేదంటే, మీరు కొత్త పద్ధతిని అనుసరించాలని అర్థం. మీ అంతర్దృష్టిని ఇందుకోసం వెచ్చించండి. చెడ్డగా ఏదయినా అనిపించిందంటే, అది అలాగే ఉన్నట్టు లెక్క.

సాధారణమైనవారు, అసాధారణమైన వారు

సాధారణ, అసాధారణ వ్యక్తుల మధ్య ఉన్నవ్యత్యాసం ఒకటే,
అసాధారణ వ్యక్తులు తమకు పనిచేయాలని ఉన్నా లేకపోయినా
చేస్తూనే ఉంటారు. తమ లక్ష్యం పట్ల నిబద్ధతతో ఉంటారు.

మీరు ఏదైనా లక్ష్యం పెట్టుకున్నారంటే, దాన్ని సాధించాలన్న ప్రేరణ మీకు కలుగుతుంది. మీకు ఈ ప్రక్రియ ఏ మాత్రం సంతోషకరంగా లేదనుకుంటే, మార్పులు అవసరమవుతాయోమోనని ఎప్పటికప్పుడు మీరు పరిశీలించుకోవచ్చు.

మీరెంత చిత్తశుద్ధితో పనిచేసినా, ఒక్కొసారి మీరు జావగారిపోయే పరిస్థితులుంటాయి. మీరు ఉన్నతమైన కంపనాల్లో ఉన్నా లేదా దాన్ని పెంచుకోవటానికి ప్రయత్నించినా, మీకు ప్రేరణ అనేది సులువుగా అందుతుంది. అయితే మీరు సరైన మానసికస్థితిలో లేనప్పుడు పనిచేయటం వల్ల మంచి ఫలితాలు సాధించగలమన్న నమ్మకం మీకు కలగదు.

విచారం కలిగిన రోజుల్లో ప్రేరణసు యథావిధిగా కొనసాగించటం అనేది అంత తేలికయిన విషయం కాదు. ప్రేరణ వస్తుంటుంది, పోతూంటుంది. తక్కువ కంపనం అనేది మీరు రీఛార్జి కావటానికి సమయం కావాలి అన్న అంశాన్ని సూచిస్తుంది. బాహ్యప్రపంచలో అడుగుపెట్టి ప్రేరణను వెతుక్కోమని చెబుతుంది.

మీలో ప్రేరణ సన్నగిల్లినా సరే, ముందు కెలుతూనే ఉండండి. పనిచేయటానికి సిద్ధపడండి. నేనిలా చెప్పటం మీకు నచ్చదన్న విషయం నాకు తెలుసు. అది మిమ్మల్ని ఆకట్టుకునే విషయం కూడా కాదు. నా అనుభవం చెప్పిన పాఠం ఏమిటంటే.. ఈ లక్షణం, దాన్నే పట్టుదల అంటారు. సాధారణ వ్యక్తులకు, అసాధారణ వ్యక్తులకు మధ్య తేడా చూపేది అదే. అది నిబద్ధతగా వ్యవహరించటానికి (కమిట్ మెంటు) సంబంధించిన విషయం. తెల్లవారుఝామున మంచం మీద నుంచి లేవటం ఇష్టంలేకపోయినా, ఊరవతల ఉన్న సమావేశానికి వెళ్లటం చికాకు పెట్టినా, వదులుకోం. ఎలాగయినా చేస్తాం. ఓ పని చేసేటప్పుడు శ్రమకలిగినా దాని తర్వాత ప్రతిఫలం అందుతుందని మీరు భావించటమే దీనికి కారణం.

రాయటం అనేది నాకు అభిరుచిని కలిగించే అంశమే అయినా, ఈ పుస్తకం సిద్ధం చేయటంలో కొన్ని సందర్భాల్లో నాకు చాలా విసుగు కలిగింది. కొన్ని పనులు చాలా భారంగా అనిపించాయి. తర్వాత వచ్చే ఫలితాలను దృష్టిలో ఉంచుకుని పనిని పక్కన పెట్టకుండా కొనసాగించాను.

పనిచేయగల మానసికస్థితిలో ఉన్నప్పుడు పనులన్నీ మీకు సులువుగా అనిపిస్తాయి. సగటు వ్యక్తులతో పోలిస్తే, గొప్ప జీవితాన్ని మీరు కోరుకుంటే గనక, మీ మానసిక స్థితితో సంబంధం లేకుండా అదే స్థాయి ప్రయత్నాన్ని మీరు వదలకుండా కొనసాగించాలి.

వాయిదా మనస్తత్వంతో కలల సాఫల్యంలో జాప్యం

వాయిదా వేయటం అనేది ఓ అలవాటు. మీ ముందు ఉన్న పని మోయలేనంత భారంగా మీకు అనిపించినప్పుడు, ఎక్కడ ప్రారంభించాలో తెలియనప్పుడు దాన్ని ఎప్పటికప్పుడు వాయిదా వేస్తుంటారు. దాని నుంచి దూరంగా జరగటం, అనుకూలమైన, సౌకర్యవంతమైన ప్రత్యామ్నాయంగా అనిపిస్తుంది. మీరు అనుకున్నది సాధించాలంటే, కలలకు రూపకల్పన చేయాలంటే ఈ అలవాటును మీరు త్వరగా అంతం చేయాలి. వాయిదా మనస్తత్వం మీ కలలను నిర్వీర్యం చేయకముందే మీరు ఆ పనికి సిద్ధపడండి.

దీర్ఘకాలం ఇలా వాయిదా వేస్తూ ఉండే వారి ప్రవర్తన ఇలా ఉంటుంది.

- చివరి నిముషం వరకూ లేదా తర్వాత వాయిదా వరకూ పనులు నిలిపివేయటం

- ముఖ్యమైన పనులు కాకుండా తక్కువ ప్రాధాన్యం ఉన్న పనులు తలకెత్తుకోవటం

- ఏదయినా చేస్తున్నప్పుడు గానీ, లేదా చేసే ముందు గానీ ధ్యాసను వేరే అంశంమీదకు మళ్లించటం

- తప్పనిసరి పరిస్థితి వచ్చేదాకా అంశాలను అలాగే వదిలెయ్యటం

- తగినంత సమయం లేదని సాకులు చెప్పటం

- సరైన సమయం కోసం, సరైన మానసికస్థితి కోసమని ఎదురు చూస్తామనటం

- చేపట్టిన పని అసలు పూర్తి చేయకపోవటం

ఇదంతా ఇంతకు ముందు విన్నట్టు ఉంది కదూ, వాయిదా మనస్తత్వంతో ఉన్నవారు పనిచేయటం అనే అంశానికి దూరంగా ఉంటారు. మనలో కొంత మందిని చూస్తే మీకు అర్థమైపోతుంది. లక్ష్యం సాధించేందుకు అవసరమైన పనులు మినహా అన్నీ చేస్తాం. ఉదాహరణకు, వ్యాసం పూర్తిచేసే గడువు సమీపించినా, వాయిదా మనస్తత్వం ఉన్న వారు ముందు ఇంటర్ నెట్ బ్రౌజ్ చేస్తూ సమయం వృథా చేసుకుంటారు.

చిన్న పనుల విషయంలోనే కాదు. పెద్దవాటిల్లోనూ ఇలాగే వ్యవహరించేవాళ్లుంటారు. నా స్నేహితుడు టోనీ దగ్గర ఉండే క్లయింట్ మాల్కమ్ ను పెద్ద ఉదాహరణగా చెప్పవచ్చు. కలలను సాధించటానికి పని చేయకుండా ఉండే వారికి అతనో పెద్ద ఉదాహరణ. మాల్కమ్ భయస్తుడు, తన సౌకర్యవంతమైన స్థలం నుంచి వదిలి బయటకు రావటానికి ఇష్టపడేవాడు కాదు. ప్రతి విషయాన్నీ అతిగా విశ్లేషించే అలవాటుందతనికి. ఇవన్నీ పనులను దీర్ఘకాలం వాయిదా వేసే వాళ్ల ఉన్న లక్షణాలే. ఈ లక్షణమే మాల్కమ్ ను తన లక్ష్యం చేరుకోకుండా ఆటంకపరిచింది.

తన సొంత వ్యాపారం ప్రారంభించాలని కలలు గంటున్న మాల్కమ్, టోనీని కలవటంతో ఈ కథ ప్రారంభమైంది. దీనికి అతను పూర్తిగా కట్టుబడి పనిచేయాలంటే, ముందు అతను చేస్తున్న ఉద్యోగం నుంచి బయటకు రావలసి ఉంటుంది.

మాల్కమ్ ఏదో తెలియని భయాలను ఎదుర్కొన్నాడు. తన దగ్గరున్న బిజినెస్ ఐడియాతో అనుకూలమైన ఆదాయం సంపాదించటమెలాగో

అతనికి అర్థం కాలేదు. స్వీయసామర్థ్యంపైన అతనికి నమ్మకం సన్నగిల్లింది. ప్రస్తుతం ఉన్న జీవన విధానాన్నిమార్చుకుని అసౌకర్యం బారిన పడటం ఎందుకని అనిపించింది. తను అవాస్తవవాదిని అన్న అభిప్రాయానికొచ్చేసి అభిరుచిని నెరవేర్చుకోవాలనే తపనను పక్కన పెట్టాడు.

ఎలాగయితేనేం మాల్కంను సరైన దారిలో పెట్టి అతని చేత వ్యాపారం ప్రారంభింపచేశాడు టోనీ. అప్పుడు మాల్కంలో మరో ఆలోచన ప్రవేశించింది. తను ముందుకెళ్లటానికి అవసరమైన సమాచారం తన దగ్గర లేదని అనిపించింది. ఇంకా పరిశోధన చేయాలి, అందుకు చాలా సమయం పడుతుంది అనుకున్నాడు. నిజానికి అతను ఈ అభిప్రాయానికి రావటానికి కారణం భయం.. ఓడిపోతానేమో నన్న భయం.

మీరు విజయవంతమైన వ్యాపారం ప్రారంభించాలంటే, అందుకు పరిశోధన అనేది చాలా ముఖ్యమైన అంశమే. దీన్ని బట్టి మాల్కమ్ ఉద్దేశం సరైనదని మీకు అనిపించవచ్చు. కానీ అతని దగ్గర అవసరమైనంత సమాచారం మొత్తం ఉంది. తను చేయవలసిన పనిని వాయిదా వేయటం కోసం పరిశోధన చేయాలి అనేది ఒక సాకుగా చూపెడుతున్నాడు. అసలు మాల్కంలో వ్యాపారం ప్రారంభించాలన్న బలమైన ఆసక్తి ఉంది. అది ప్రపంచానికి అదనపు విలువను జోడిస్తుందని కూడా నమ్ముతున్నాడు. అడుగు ముందుకు వేసి పని ప్రారంభించటానికి అవసరమైన ఆత్మవిశ్వాసం అతనిలో సన్నగిల్లటమే అసలైన సమస్య.

కొన్ని నెలల పాటు పరిశోధన చేయటం పూర్తయ్యాక మాల్కం తన ఆలోచనలో విషయం లేదన్న సిర్ధరాణికొచ్చాడు. దాన్ని పూర్తిగా పక్కకు నెట్టేశాడు. ఇది టోనీని నివ్వెరపరిచింది. మాల్కం వ్యాపార ఆలోచనలో సామర్థ్యం ఉందని, అతను చేయగలడని కూడా గుర్తించాడు.

ఈ కథ అక్కడితో ముగిసిపోలేదు. కాలం గడిచింది. కొన్నాళ్లకు మాల్కం ఉద్యోగం భారంగా తయారయ్యింది. ఇంకో ఉద్యోగం కోసం

ప్రయత్నించటం ఎందుకని, మాల్కం తన దగ్గరున్న వ్యాపార ఆలోచనను అమలు చేయాలన్న స్థిరనిశ్చయానికొచ్చాడు. ఈ సారి అతనికి ప్రత్యామ్నాయం లేదు. కచ్చితంగా అది పనిచేసేలా చూసుకోవాలి. ఎందుకంటే ఇప్పుడతనికి జీవనాధారం అదే. దానిపైనే అతను బతకాలి.

కాస్తంత పెట్టుబడి, మరే ప్రత్యామ్నాయం లేని పరిస్థితిలో మాల్కం పని చేయటం మొదలుపెట్టాడు. అతని వ్యాపారం చివరకు విజయవంతం అయ్యింది. అతను ఉద్యోగానికి పనికిరాకుండా పోవటం, జీతంలేని పరిస్థితి ఏర్పడకపోతే, ఎప్పటికీ అతను వ్యాపారాన్ని ప్రారంభించేవాడు కాడేమో.. భయాన్ని తను వెనక్కి లాగిందని, తను ముందే వ్యాపారం ప్రారంభించి ఉంటే బావుండేదన్న మాల్కం ఇప్పుడు అప్పుడప్పుడూ అనుకుంటూ ఉంటాడు.

ఏ పనయినా ప్రారంభించటానికి ముందు ఎంత ఎక్కువ ఆలోచిస్తే, అంతగా ఆ పని వాయిదా పడుతూంటుంది. భయం ముందుకు తన్నుకొస్తుంది. మొత్తం ఎలా చేయాలనేది మీకు అర్థం కాకపోయినా ఫరవాలేదు. చిన్నగా అయినా ఫరవాలేదు. ధైర్యం చేసి వెంటనే మొదలుపెట్టండి. వీలయినంత సాధించటానికి ప్రయత్నించండి.

మీరు వాయిదా మనస్తత్వం ఉన్నవారు అని మీరు గుర్తిస్తే, దాన్ని అధిగమించటానికి మీరు వ్యూహాలు రూపొందించుకోవటం అవసరం. వ్యాసం రాయటం వంటి చిన్న చిన్న పనులను చేయటం పెద్ద కష్టమేమీ కాదు. కానీ పెద్ద లక్ష్యం అయితే అది సవాలుగా నిలుస్తుంది. విజయవంతమైన ఆన్ లైన్ వ్యాపార వ్యవస్థను నిర్మించటం లాంటి వాటిని ఉదాహరణగా చెప్పవచ్చు.

మీరేదయితే సాధించాలనుకున్నారో దానిని చిన్నచిన్న విభాలుగా చేయండి. ముక్కలుగా చేయండి. పెద్ద లక్ష్యం అయితే దాన్ని చివరి వరకూ అందుకోవటం అనేది నిజంగా చాలా కష్టం. వాటిని చిన్న చిన్న భాగాలుగా చేసి, దాని ప్రాధాన్యత మేరకు పూర్తి చేయండి.

మీరు చిన్నముక్కలు చేసిన తర్వాత కూడా అవి పెద్దవిగా కనిపిస్తున్నాయనుకుంటే, వాటిని మరింత చిన్నవిగా విభజించండి.

చిన్న లక్ష్యం చేరుకున్నప్పుడు మనకు పెద్దవాటిని సాధించగలమన్న ఆత్మవిశ్వాసం ఏర్పడుతుంది. ఉదాహరణకు, మీరు జీవితంలో డబ్బు సాధించాలన్న ఆశయానికి రూపకల్పన చేయదలుచుకున్నారనుకోండి. మీరు కోరుకున్న మొత్తంలో స్వల్పభాగాన్ని ముందుగా గమ్యంగా పెట్టుకోండి. అంటే వెయ్యి పౌండ్లు సాధించటం అనేది మీ లక్ష్యం అయితే, మొట్టమొదట 100 పౌండ్లు సాధించటంతో ప్రారంభించండి. మీరు 100 పౌండ్లు సాధించిన మరు క్షణంలో తర్వాత 100 పౌండ్లకోసం ప్రయత్నించాలి. ఇలా మీరు టార్గెట్ గా పెట్టుకున్న మొత్తం వైపు అడుగులు వేసుకుంటూ మీరు చేరిపోగలుగుతారు.

మన శరీరంలో మంచి భావనలు కలిగించే (ఫీల్ గుడ్) హార్మోన్లు ఉన్నాయి. అవి డోపమైన్, సెరాటోనిన్, ఆక్సిటోసిన్, ఎండార్ఫిన్ లు. ఇందులో డోపమైన్ మనం పనిచేయటానికి అవసరమైన ప్రేరణను ఇస్తుంది. అది మనం ఏదైనా సాధించినప్పుడు సంతోషకర భావనలను తెచ్చిపెడుతుంది. పనిచేయటానికి మనలో ఉత్సాహం సన్నగిల్లితే దానికి కారణం డోపమైన్ స్థాయి తక్కువగా ఉన్నట్టు లెక్క.

లక్ష్యం పెద్దగా ఉన్నప్పుడు దాన్ని చిన్నదానిగా విభజించుకుంటే దీన్ని సులువుగా అధిగమించగలుగుతారు. మీరు ఒక లక్ష్యం సాధించగానే మెదడు సంబరపడటం మొదలెడుతుంది. అది డోపమైన్ ను విడుదల చేస్తుంది. మీకు మరింత ప్రోత్సాహం కలిగి, మీరు మిగిలిన వాటిని పూర్తి చేయటానికి సిద్ధం కాగలుగుతారు.

ఉదాహరణకు, మీరు పెట్టుకున్న లక్ష్యం, సమయంతో కూడిన దయితే, చివరి భాగం పని పూర్తి చేసే గడువు ఈ పరిధిలోకి వచ్చేటట్టుగా చూడండి. మీ పెద్ద లక్ష్యం గడువు లోపు పూర్తికావాలంటే, మీరు చిన్న చిన్న భాగాలుగా విడగొట్టుకున్న పనులన్నీ సమయం లోపు అయిపోవాలి.

మీరు ఇంకా వాయిదా పద్ధతిలోనే మునిగి దానితో సతమత మవుతున్నారంటే, ఈ పద్ధతులను పాటించి చూడండి.

1. **వీలయినంతగా మీ పని దారి తప్పకుండా చాసుకోండి:** ఇందుకోసం మీ పరిసరాలను మార్చుకోండి. మీరెప్పుడయినా ఆకలితో ఉండి, తప్పనిసరై అనారోగ్యకరమైన స్నాక్ తిన్నారా? అది అక్కడ అందుబాటులో ఉంది కనుకే తిన్నారు. ఒకవేళ అది లేకపోతే మీకు ఆ వ్యామోహం ఉండేది కాదుగా. పని పూర్తిచేసే విషయంలోనూ అంతే. దాన్ని చెడగొట్టే పరిస్థితులు లేకుండా చాసుకోండి.

2. **పని పూర్తిచేయటానికి మీరు ప్రోత్సాహకాలు ఇచ్చుకోండి:** ఉదాహరణకు, మీకు మీరే చెప్పుకోండి. ఏదయితే చేయలో అది పూర్తయ్యేవరకూ స్నేహితులను కలవకూడదని నిశ్చయించుకోండి. ఇది ముందుకు వెళ్లటానికి, మీరు అవసరమైన పని పూర్తిచేయటానికి తగినంత ప్రేరణను ఇస్తుంది.

3. **ఉత్సాహం తెచ్చుకోవటానికి సంతోషం కలిగించే పనులు చేపట్టండి:** పనిచేసేటప్పుడు ఇతరమైన వాటికి తక్కువ సమయం ఉంటుంది.

మీరు సాధ్యమయినంత తక్కువ విరామం తీసుకోండి. టీవీలో ఇష్టమైన కార్యక్రమం ఉంటే, అంత వరకే మీరు పరిమితం అవ్వండి.

4. **సృజనాత్మకంగా వ్యవహరించండి:** మీరు చేసే పనులు ఆకట్టుకునేటట్టు, ఆసక్తికరంగా ఉండేటట్టు చూసుకోండి. పనిచేస్తూ ఉత్సాహం తెచ్చుకోటానికి మ్యూజిక్ వినండి. అది మీ కంపనాలను పెంచుతుంది. పాటపాడుతూ చేయటం కూడా మీరు చేసే పనిలో ఉత్సాహాన్ని, ఉత్తేజాన్ని పెంచుతుంది.

5. **అవసరమైతే కొంత సాయం అందుకోండి:** సాయం అడగటానికి భయపడకండి. మీరు ఎంచుకున్న రంగంలో విజయం సాధించిన వ్యక్తుల అనుభవాలు మీకు ఉపయోగపడతాయి. వారు మీకు అవసరమైన ప్రేరణను అందించగలుగుతారు. మీకు మార్గదర్శకంగా నిలబడతారు.

6. **మీకు మీరే ఆంక్షలు విధించుకోండి:** ఫలానా పని పూర్తిచేయకపోతే, ఏం అవుతుందో మీకు మీరే చెప్పుకోవాలి. ఉదాహరణకు ఈ రోజు జిమ్ కు వెళ్లకపోతే, వారం మొత్తం టీవీ చూడకూడదు. దాన్నినిర్ధరించటానికి మీరు అనుకున్న మాట నుంచి వెనక్కి మళ్లకండి. ఇతరులకు కూడా ఆ విషయం చెప్పండి. ఇక చిట్టచివరి అంశంలోకి వెళదాం.

7. **మీ ఉద్దేశ్యాలను ముందుగానే నమ్మకమైన మీ స్నేహితులకు చెప్పేయండి:** ఇది మీలో జవాబుదారీతనాన్ని కొంత వరకూ పెంచుతుంది. వాళ్లకంతా ముందే తెలిసి ఉంటుంది కనుక మీరెప్పుడయినా మీ ప్రణాళికకు విరుద్ధంగా పనిచేస్తుంటే మిమ్మల్ని హెచ్చరించి ముందుకు నడుపుతారు.

త్వరితగతిన పరిష్కారాలు కోరుకునే సమాజం

మీ లక్ష్యం పూర్తి చేయటానికి ఓరిమి అనేది చాలా అవసరం. మీ కోరికలు రూపకల్పన కావటానికి కొద్ది సమయం పడుతుంది. కొన్ని సార్లు మీకు అన్నింటికంటే ముఖ్యంగా ఓర్పు అవసరం అవుతుంది. ఈ రోజు ఎలా ఉంటుందో దానిని అలాగే ఒప్పుకోండి. జాప్యాలు ఎదురయినా, సవాళ్లు ఎదురయినా, ఎదురుదెబ్బలు తగిలినా ఆత్మవిశ్వాసాన్ని వదులుకోకండి.

మనకు ఉన్నవాటిల్లో అన్నింటికంటే విలువైన వనరు సమయం. అది ఖర్చుయిపోయిందంటే మళ్లీ తిరిగిరాదు. అందుకు వ్యాపారసంస్థలు తమ వినియోగదారులను నిలుపుకోటానికి ఎప్పుడూ ప్రయత్నిస్తుంటాయి. వాటి వల్ల మన జీవితాలు మెరుగుపడినా, అవి తక్షణ పరిష్కారాలను ఆశించే సమాజం (క్విక్ ఫిక్స్ సొసైటీ) ఏర్పాటుకు కారణమయ్యాయి.

ఈ సమాజం దేనికయినా అప్పటికప్పుడే పరిష్కరం కావాలని కోరుకుంటుంది. నేరుగా పనులు పూర్తి కావాలని ఆశిస్తుంది. మనం తక్కువ సమయంలో, వీలయినంత తక్కువ ప్రయత్నంతో ఫలితాన్ని సాధించాలని కోరుకుంటాం. ఆన్ లైన్ క్లాతింగ్ రిటైలర్లు మరుసటిరోజుకల్లా బట్టలు పొందుతారు. అమెజాన్ ప్రైమ్ లాంటివి ఏ వస్తువునయినా ఒక్క రోజులో తెచ్చి మనకు అందిస్తాయి. మీరు టీవీలో ఒక కార్యక్రమాన్ని లేదా సినిమాను చూడదలుచుకుంటే, మీరు నెట్ ఫ్లిక్స్

మీరు కోరుకున్న ఉద్యోగం, నచ్చిన జీవిత భాగస్వామి, అందమైన ఇల్లు, ఆకర్షణీయమైన కారు ఇలా ఏదయినా పొందుతారు. మీరు దీన్ని సాధించాలని మరీ అంత ఆత్రుత పడవలసిన పనేం లేదు. నమ్మకం పెట్టుకోండి. దాన్ని మీ కలల్లో వృద్ధి చేసుకుంటూ రండి.

నొక్కితే చాలు. డేటింగ్ యాప్ ను ఆశ్రయిస్తే, నచ్చిన వారితో డేటింగ్ కు వెళ్లటం కుదురుతుంది. కోరుకున్న భోజనాన్ని తక్షణం పొందే సౌకర్యం ఉంది. మైక్రో వోవెన్ లో క్షణాల్లో వేడి చేసి వడ్డించేయవచ్చు. ఎక్కడా ఓర్పు పట్టవలసిన పనిలేదు. ఏది కోరుకున్నా ఏ మాత్రం ఆలస్యం లేకుండా అది మన చేతిలో పడుతుంది.

అప్పుడప్పుడు మనం ఇలాంటి వాటిని ఉపయోగించుకుంటే తప్పేంలేదు. ఇవన్నీ మనకు ఓర్పును దూరం చేసి, అసహనం కలిగేలా మనల్ని తయారు చేశాయి. మనం దేని కోసం ఎదురుచూడవలసిన పని లేదు. అలాంటి పరిస్థితి వస్తే, మన ఉద్దేశ్యాలపైన నమ్మకం కోల్పోతాం. తక్కువ ప్రయత్నంతో అన్నీ పొందాలన్నట్టుగా సమాజం తయారయ్యింది. నన్నేం తప్పుపట్టకండి. మీరేదయినా కాంతి వేగంతో గొప్పది ఏదయినా సాధించారనుకుంటే అది గొప్ప విషయమే. కానీ జీవితంలో చాలా అంశాలకు ప్రయత్నం, ఓర్పు అవసరమవుతాయన్న విషయాన్ని మరిచిపోకండి.

ఇలా తక్షణ పరిష్కారం కోరుకునే జీవితానికి అలవాటుపడిన మనకు, మనం కోరుకున్నంత వేగంగా లక్ష్యం రూపుదిద్దుకోనప్పుడు దాన్ని విడిచిపెట్టటం, మరో విషయం మీదకు మళ్లించటం అనే పరిస్థితి ఏర్పడుతోంది. అలా అయితే ఎప్పటికీ అది నెరవేరదు. ఎక్కువ సందర్భాల్లో, లక్ష్యం మిమ్మల్ని తప్పించుకోవటం లేదని గుర్తించండి. మీరు దానికి అవసరమైనంత ప్రయత్నం చేయకపోవటం, తక్షణం పనులు పూర్తయి ఫలితాలు రావాలని ఆశించటం వంటివే అది అందకపోవటానికి కారణం. కాస్తంత ఓర్పును అభ్యాసం చేయండి.

దీర్ఘకాల ప్రయోజనాల కోసం తాత్కాలికమైన ఆనందాలు పక్కన పెట్టండి

జీవితంలో మీ సమయాన్ని గొప్ప పనులకు వెచ్చిస్తున్నారు అంటే మీరు ఏదీ కోల్పోతున్నట్టు కాదు.

ఏదయినా ఉత్సాహంగా సంబరాలు చేసుకునే అంశాలుంటే తప్ప ఈ మధ్య నేను పార్టీల వైపు తొంగి చూడటం లేదు. ఇరవై ఏళ్ల ప్రాయంలో, అనేక చోట్ల క్లబ్బుల వెంట పరుగులు తీసేవాడిని. అమెరికన్ స్ప్రింగ్ బ్రేక్ ను ఆస్వాదించటానికి ఆ మూల యూకె నుంచి, ఈ మూల ఉన్న మెక్సికోలోని కెంకన్ వరకూ వచ్చేవాడిని. ఆ క్షణాల్లో జీవించటం అనేది నా స్వభావంగా ఉండేది. ఇది ముఖ్యమైన విషయమే. మనం ప్రస్తుత క్షణంలో మాత్రమే జీవించాలని, అదొక్కటే మనకు అందుబాటులో ఉంటుందని మనం అంతా నేర్చుకున్న పాఠమే. కానీ ప్రస్తుత క్షణంలో జీవించటానికి, భవిష్యత్తులో పెట్టుబడి పెట్టటానికి మధ్య ఆరోగ్యకరమైన బ్యాలెన్స్ ఉండాలి. అప్పుడే మీరు ఉన్నత ఆశయాలను సాధించగలుగుతారు.

నేను ఆఫీసులో ఉద్యోగం చేస్తున్నప్పుడు, ప్రతి శుక్రవారం ఉత్తేజానికి గురవుతూండేవాడిని. పని నుంచి దూరంగా జరిగి వారాంతాన్ని ఆస్వాదించేది అప్పుడే. అంత కంటే ముఖ్యమైన విషయాలు ఉన్నాయని తెలిసినా, ఆ వారాంతం కోసం ఆశగా ఎదురుచూసేవాడిని. నాకు నేను సంతోషంగా ప్రతిఫలం పొందేది అప్పుడే. నాకు కష్టం పడి సంపాదించిన

సొమ్మును నైట్ క్లబ్బుల్లో పోసి మత్తులో తూగేవాడిని. మందు తాగిన ఆ క్షణాల్లో నన్ను నేను చాలా గొప్పగా భావించుకునేవాడిని. నా మనసులో భావాలు ఇలా ఉండేవి.

నా వంక చూడండి. నన్ను ఏ మాత్రం గౌరవించని వాళ్ళ కోసం, నాకిష్టం లేని పనిని గంటలకొద్దీ మోస్తూ వస్తున్నాను. నాకు ఈ వీకెండ్ అంటే ఇష్టం. నేను కష్టపడి సంపాదించిన సొమ్మును ఈ రంగుల బాటిల్లలో ఉన్న పదార్థం కోసం వెచ్చించి సరదా తీర్చుకుంటున్నాను. నా స్వేచ్చను పొందుతున్నాను. నా లాంటి స్థితిలోనే ఉన్న మరికొందరిని ఆకట్టుకోటానికి ఆపసోపాలు పడుతూ, వారం రోజుల పాటు ఉద్యోగంలో అనుభవించే నరకాన్ని తప్పించుకుని ఈ క్షణాలను పూర్తిగా ఆస్వాదిస్తున్నాను. జీవితం ఇప్పుడు గొప్పగా అనిపిస్తోంది.

అంతరంగంలో మాత్రం, ఎప్పుడు సొంత వ్యాపారం ప్రారంభిస్తానో? ఇష్టమయిన పనులను ఎప్పుడు చేస్తానో? అని ఆలోచించుకుంటూ ఉండేవాడిని. యాదృచ్చికంగా నా జీవితంలో మార్పులు వచ్చేయాలని అనుకునేవాడిని.

నా కలలను నెరవేర్చుకోటానికి డబ్బు లేదని తరచూ ఫిర్యాదు చేసేవాడిని. అది హాస్యాస్పదమైన విషయమే, ఆ విషయం నాకు తెలుసు. ఇలా చేయటం నా ఒక్కడికే పరిమితమైన విషయం కాదు. చాలా మంది తమ సొంత వ్యాపారం ప్రారంభించటానికి తగినంత సమయం గానీ డబ్బు గానీ లేవని అనుకునే మాటే. ఈ రెండింటికి సంబంధంలేని అనేక అనవసరమైన ఇతర విషయాలకోసం జనం సమయం వెచ్చిస్తుంటారు. కొన్ని చోట్ల గ్లాసుడు మద్యం పుస్తకం ఖరీదు కంటే ఎక్కువ ఉంటుంది. మన జీవితాన్ని సంపూర్ణంగా మార్చివేయగల శక్తివంతమైన సాధనం పుస్తకం

అని మీకు తెలిసినా జనం సరైన చోట తమ ధనాన్ని వెచ్చించరు. ఇతరుల జీవితాలను వారు జీవిస్తారు తప్ప తమ సొంత కలలను నెరవేర్చుకోవటం గురించి ఆలోచించరు. అవతల వ్యక్తులు మనల్ని ఉపయోగించుకుంటూ తాము అనుకున్నది పూర్తి చేసుకుంటారు.

నాలా జీవించే వాళ్లు చాలా మందే ఉన్నారు. అది పార్టీలకు హాజరు కావటం కాకపోతే మరొకటి. మనం జీవితంలో సంతోషాన్ని పొందాలి. ప్రస్తుత క్షణాలను సంపూర్ణంగా ఆస్వాదించాలి. మీకు ఏది ముఖ్యంగా కావాలో దాన్నిపక్కన పెట్టటం వల్ల నిజమైన సంపదను మీరు కోల్పోతున్నారు.

ప్రతి ఒక్కరికీ గొప్పజీవితం గడపాలనే ఉంటుంది. కానీ చాలా మంది దీర్ఘకాల ప్రతిఫలాన్ని దృష్టిలో ఉంచుకుని కొద్దిపాటి సంతృప్తిని వదలుకోటానికి కూడా సిద్ధపడటం లేదు. తాత్కాలికమైన ఆనందాలను మీరు వదులుకోకపోతే, అది మీ భవిష్యత్తుపైన తీవ్రమైన ప్రభావాన్ని చూపుతుంది.

చాలా మంది, 'నేను అది ఉంటే సంతోషంగా ఉంటాను, ఇది ఉంటే సంతోషంగా ఉంటాను' అన్న తరహాలో జీవిస్తారు. ఇదంతా భ్రాంతి మాత్రమే. మీ దృక్పథాన్ని మార్చుకుని, జాగ్రుదావస్థ (మైండ్ ఫుల్ నెస్) లో మెలగటం వల్ల మీరు నిత్యం సంతోషంగానే ఉండగలుగుతారు.

ఎలా ఉండాలో నిర్ణయించుకునే స్వేచ్ఛ మీకు ఉంది. కానీ వాటి ఫలితాల నుంచి తప్పించుకోవటం మాత్రం మీకు అసాధ్యం. కొన్నిసార్లు మనం చిన్నచిన్న త్యాగాలకు సిద్ధపడవలసి ఉంటుంది. జీవితం అందించే పెద్దపెద్ద ఆశీర్వచనాలను మీ సొంతం కావాలంటే ఇది తప్పదు.

నేనేమీ మీ కోరికలన్నింటిని వదులుకోమని, హుషారు తగ్గించుకోమని చెప్పటం లేదు. కానీ మీరు పూర్తిగా మీ శక్తి సామర్థ్యాలను, సమయాన్ని వెచ్చించే చోట పనికి, విశ్రాంతికి మధ్య ఆరోగ్యకరమైన సంతులనాన్ని ఏర్పాటు చేసుకోవటం అవసరం అని చెబుతున్నాను.

నమ్మకానికి భయానికి మధ్య తేడా

మీరెంత విచారపడినా, మీ సమస్య కొంతయినా
మెరుగుపడదు. మీరు శక్తిని వెచ్చించే విషయంలో గానీ, పనిలో
శ్రద్ధ చూపే విషయంలోగానీ తెలివిగా వ్యవహరించండి. మీ
ఆందోళనలను, భయాలను, చింతలను మీ పాదాల కింద
అణిచిపెట్టినప్పుడే ఈ ప్రపంచంలోకి
మీరు అడుగుపెట్టగలుగుతారు.

నమ్మకం అనేది మనం ఆత్మవిశ్వాసంతో కొనసాగటానికి తప్పనిసరిగా అనుసరించవలసిన ఆయుధం. కొన్ని సందర్భాల్లో మనం విశ్వాసంతో ఉండవలసిన అవసరం చాలా ఎక్కువగా కనపడుతుంది. భయం మీ మీదకు ఎగబాకి మిమ్మల్ని మోసపుచ్చుతుంది. మీకు లభించే ఆశీర్వాదాలను. దాని ద్వారా లభించే గొప్పతనాన్ని అది గుంజుకుంటుంది.

నిజానికి భౌతికమైన హాని నుంచి గానీ మరణం నుంచి గానీ తప్పించుకోటానికి భయం అనేది ఓ సాధనం. సవాళ్లు ఎదురయినప్పుడు ఆ వంక చెప్పి మనం సుఖంగా ఉండటానికి ప్రయత్నిస్తాం. దాన్ని చెడు మార్గంలో మనం వాడుకుంటాం. దానివల్ల అది అభివృద్ధిని నిరోధించి పూర్తిసామర్ధ్యం మన సొంతం కాకుండా అది ఆటంకం కలిగిస్తుంది.

భయం అనేది మనల్ని సాధారణస్థితిలో ఉంచేస్తుంది. నిజంగా హానికరమైన వాటి నుంచి తప్పించటం మానేసి, అసలు మన సామర్థ్యం పూర్తిగా వినియోగించుకోకుండా అడ్డపడుతుంది. మనం రోజువారీ

జీవితాన్నిదెబ్బతీసి, మన ఎంపికల్ని నియంత్రిస్తుంది. దీని వల్ల మనకు అంతా మంచే జరుగుతుందన్న విశ్వాసాన్ని వదలుకుని, మన శక్తిని మొత్తాన్ని ఎక్కడ తప్పు జరుగుతుందో అనే దాన్ని గురించి ఆలోచించటానికి వెచ్చిస్తాం. మన చర్యలు కూడా దీన్నిప్రతిబింబిస్తాయి.

నమ్మకం అయినా భయమయినా కనిపించని దానినే నమ్మమని చెబుతాయి. చలిలో బయటకు వెళితే అనారోగ్యం కలుగుతుందని మీరు నమ్ముతారు. ప్రస్తుతం మీరు అనారోగ్యంగా లేకపోయినా, చలిగాలిలోకి వెళ్లటం వల్ల కచ్చితంగా ఆ పరిస్థితి ఎదురువ్యకపోయినా, మీరు దానినే నమ్ముతారు. ఇదంతా మీరు కల్పించుకున్నదే తప్ప వాస్తవంలో మీకెప్పుడూ అది వ్యక్తీకరణ కాలేదు.

**మనం ఎప్పుడూ భయం ఆధారిత ఊహల్లోనే ఉంటాం.
దురదృష్టవశాత్తు మన ఊహలన్నీ వాటితో నిండితే మన
అనుభవాలు కూడా ఆ తీరులోనే సాగుతాయి.**

భయం అనేది తక్కువ కంపనాలను అందించే స్థితి. జీవితంలో మనకు ఏది అవసరం కాదో ఎక్కువ భాగం దానినే అది అందిస్తుంది. నమ్మకానికి భిన్నంగా అది మనలను సాధికారత లేకుండా చేస్తుంది. మీ అనుభవాలలో కూడా అది ప్రతిఫలిస్తుంది. మీరు భయాన్ని తొలగించుకుంటే, మీ అనుభవాలు మెరుగుపడతాయి. శస్త్రచికిత్స నిపుణుడు భయాన్ని వదులుకోగలిగితే, ఏ మాత్రం వెనకాడకుండా పనిమీద పూర్తిగా దృష్టిపెట్టగలుగుతాడు. నిర్ణయాత్మక శక్తి కూడా మెరుగుపడుతుంది. పనితీరులో మంచి ఫలితాలు సాధించగలుగుతాడు.

మనం భయం స్థానంలో నమ్మకాన్ని ప్రవేశపెడితే మనం ఊహించని పనులు చేపట్టటానికి ప్రోత్సాహం లభిస్తుంది. మనం మరిన్ని అవకాశాల

సామ్రాజ్యాలను సొంతం చేసుకోగలుగుతాం. నమ్మకం అనేది మనం కోరుకున్నవాటిని తేలిగ్గా దొరికేటట్టు చేయదు. కానీ అది దాన్ని మనం సాధించుకోనేటట్టు చేస్తుంది. మీరు లక్ష్యం వెంట సాగుతున్నప్పుడు, సహజంగా ఎదురయ్యే విషపూరితమైన అభిప్రాయాలు, దురదృష్టకరమైన పరిణామాలను ధైర్యంగా ఎదుర్కొని దృఢంగా ఉండటానికి మీరు అచంచలమైన నమ్మకాన్ని కలిగి ఉండండి.

మీరు ఎదురుగా ఓటమి కనిపిస్తున్నాసరే, 'నేను గెలుస్తాను'అన్న పరిపూర్ణ విశ్వాసంతో ఉండండి.

కొన్ని సందర్భాల్లో మనకు నమ్మకమే అంతా. అన్నీ మంచిగా జరుగుతాయనేదే మన నమ్మకం. దాన్నే పట్టుకుని అదే విశ్వాసంతో ముందుకెళ్లండి. ఆ పనిని మీరు ఒక్కరే చేయగలరనేది దాని అర్థం.

విశ్వం లోపల ఉండే ప్రవాహంతో పాటు ప్రయాణం చేయండి

మంచి కంపనాలను గుండెలను హత్తుకోండి, ఆ తర్వాత పరిస్థితులను వాటికవే సాగనివ్వండి. ఫలితాల కోసం ఒత్తిడి చేయటం మంచిది కాదు. మీరు విశ్వంతో సామరస్యంతో సాగుతున్నారు అంటే మీ కోసం ఏదయితే ఉద్దేశించబడిందో అది ఖచ్చితంగా మీకు అంది తీరుతుంది.

ఈ ప్రపంచంలో ఎవరూ తమ కోరుకున్నవిధంగా అనుకున్న సమయానికి లక్ష్యం చేరేలా రూపకల్పన నైపుణ్యాలను నేర్చుకుని ఉండరు. లక్ష్యంతో ఉన్న అనుబంధాన్ని అలాగే కొనసాగనివ్వండి. దానిపైన ఒత్తిడి తెచ్చినా, నియంత్రించటానికి ప్రయత్నించినా, భయాలు, సందేహాలతో దాని ప్రతిఘటించిన వారవుతారు. ఏదైనా మంచి విషయాలపైన మనసు పెడితే, మనకు మంచే జరుగుతుంది.

ఈ రోజుల్లో అన్నీ అలా కనిపించటం లేదు. అయితే తిరస్కరణలనేవి మరింత మెరుగైన వాటి వైపు మనం మళ్లిస్తాయని గుర్తుంచుకోండి. ఎగురుదెబ్బలనేవి మీకు ఆలోచించుకునే అవకాశాన్ని ఇస్తాయి. మీ ప్రణాళికలను మెరుగైన దారిలోకి మార్చుకునే అవకాశాన్ని ఇస్తాయి. ఒక సమయంలో ఎంత పెద్ద వైఫల్యం ఎదురయినా సరే, అది మనకు పాఠాలు నేర్చుకోటానికి ఉపయోగపడుతుంది. కేవలం నమ్మకంతో మన పతనం

విలువను మనం గ్రహించగలుగుతాం. మనం కోరుకున్నది తరచూ వేరే రకం ప్యాకింగులో మనకు అందుతుంది.

వాటిని అలా ప్రహహంలా సాగిపోనివ్వండి. వాటి నుంచి పాఠం నేర్చుకోండి. ఈ పుస్తకం ఆరంభంలో చెప్పుకున్నట్టు, చర్య, ప్రతిచర్య అనేవి సంతులనంతో సాగాలి. సాధ్యమయినంత వరకూ దాన్ని సాధించే వరకూ మీవంతుగా పనిచేయటమే మీ బాధ్యత.

ఏడవ అధ్యాయం

మీ బాధకు ఒక ప్రయోజనం ఉంటుంది

పరిచయం

జీవితం నువ్వు పిరికివాడివి కాబట్టి నీతో యుద్ధం చేయదు
నువ్వు శక్తివంతుడవని మాత్రమే పోరాటానికి దిగుతుంది.
నీకు బాధ కలిగిస్తే, నీ శక్తిని నువ్వు గ్రహించగలుగుతావన్న
విషయం దానికి తెలుసు.

ప్రముఖ గ్రీకుతత్త్వవేత్త అరిస్టాటిల్ ఏది సంభవించినా దాని వెనుక
ఓ కారణం ఉందని చెప్పేవారు. జీవితంలో మీకు ఎదురయ్యే ఏ
సందర్భానికయినా దీనిని అన్వయించుకోవచ్చు. మిమ్మల్ని కొత్తగా
శక్తివంతమైన, అత్యున్నతమైన వ్యక్తిగా ప్రపంచం ముందు నిలబెట్టటానికే
ఇదంతా జరుగుతోందని అనుకోవాలి. ప్రతికూలమైన అనుభవాలు
ఎదురయినా దానిని ఎదుగుదలకు అవకాశంగా కూడా చూడొచ్చు. బాధ
అనుభవించవలసిన గడ్డు కాలం అని చింతించకుండా ముందుకెళ్లాలి.
(దీనర్థం బాధపడే సందర్భాలు ఎదురయినప్పుడు వాటి గురించి మనం
వేదన చెందకూడదని, దిగజారిపోతున్న భావనకు లోనుకాకూడదని కాదు.
వాటి నుంచి బయటపడి కోలుకోటానికి మీకై మీరు కొంత సమయం
ఇచ్చుకోవాలి). ఏదైనా అనుకోని పరిణామం లేదా చెడు సంభవిస్తే మీరు
బాధితుని పాత్ర పోషిస్తారు. జీవితం కూడా మిమ్మల్ని అలాగే చూస్తుంది.
అందుకే పరిస్థితులు ఎప్పుడూ మీ భవిష్యత్తును నిర్దేశించకుండా
చూసుకోండి.

అరిస్టాటిల్ నమ్మకం ప్రజలను ఆలోచింపచేస్తుంది. "అవును. నేను అదే భావనకు గురవుతున్నాను" అనుకుంటారు. కొంచెం నమ్మకం ఇవ్వండి లేదా స్వల్పంగా రెచ్చగొట్టండి. కొందరికి పై సూక్తి చికాకుతెప్పిస్తుందని నాకు తెలుసు. ఎవరైనా భయానక అనుభవాలను ఎదుర్కొంటున్నప్పుడు, దానికి కారణాలను వెతకటం చాలా కష్టం. వాళ్లకు కలిగే భావన మొత్తం వేదనే. ఎలాంటి బాధలో వాళ్లుంటారంటే మా పరిస్థితి మీకు అర్థం కాక, మీరు అమాయకత్వాన్నిచాటుకుంటున్నారు అని వ్యాఖ్యానిస్తారు.

మనలో చాలా మంది జీవితంలో ఒక్క సందర్భంలోనయినా విషమపరిస్థితులను ఎదుర్కొంటాం. ఇతరులను మనం పూర్తిగా అర్థం చేసుకోలేకపోయినా, వారు కుంగిపోయినప్పటి పరిస్థితులతో మనం పోల్చుకుంటాం. ఆ సమయంలో మనం అదే పరిస్థితుల్లో ఉండటం వల్ల ఈ పరిస్థితి ఏర్పడుతుంది.

కొన్నిసార్లు ఇబ్బందికర పరిస్థితుల వెనక మంచి కారణం ఉండే ఉంటుంది అని మనం నమ్మవలసి ఉంటుంది. అదేంటనేది మనం గుర్తించటానికి ప్రయత్నిస్తే దానికదే బయటపడుతుంది.

స్కూలులో చదువుతున్నప్పుడు మా ఉపాధ్యాయుడొకరు తన సోదరుడు సెలవలకు ఇంటికి వెళ్లటానికి చివరి రైలు తప్పిపోయిన సందర్భాన్ని ఒకసారి వివరించారు. రైలు తప్పిపోగానే విసిగెత్తిపోయి తనమీద తనే ఆగ్రహం చెందాడు.

అయితే అదే రోజు సాయంత్రం అతనికి ఓ విషయం తెలిసింది. తను వెళ్లవలసిన రైలు మార్గమధ్యంలో ప్రమాదానికి గురై చాలామంది చనిపోయారని. ఇది వినగానే అతను దేవుడికి ధన్యవాదాలు చెప్పుకున్నాడు. తన గనక రైలు ఎక్కంటే అది తనకు ఆఖరి శ్వాస అయ్యుండేది, భగవంతుడు తనను కాపాడాడు అని మనస్ఫూర్తిగా అనుకున్నాడు.

సవాళ్లు ఎదురయినప్పుడు,
మీకు దాని వెనక కారణాలు పైకి స్పష్టంగా
కనిపించనంత మాత్రాన,
అలాంటివేవీ లేవని గట్టిగా చెప్పలేం.

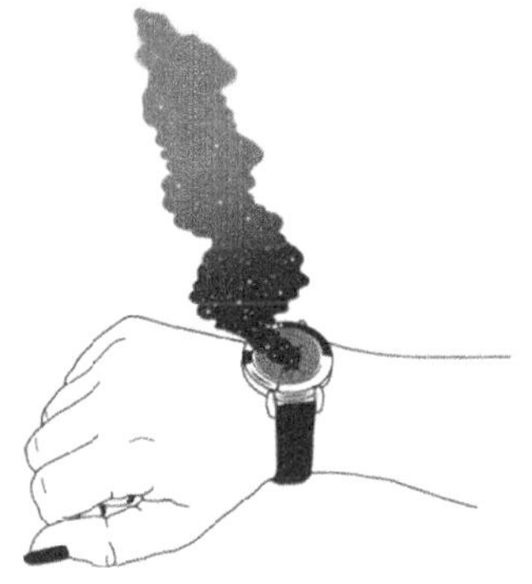

అదే సమయంలో ప్రతి దానికి ఒక కారణం ఉంటుంది అని అతను అనుకున్నాడు.

చనిపోయిన ప్రయాణికుల బంధువులు, స్నేహితులు ఇలా అనుకుని ఉండకపోవచ్చు గానీ, వాళ్ల సోదరుని దృక్పథం నుంచి చూస్తే మటుకు అది సత్యమే అనిపిస్తుంది.

మా నాన్న నా చిన్నప్పుడే చనిపోయి పోక పోయుంటే, నేనిలా ప్రజలకు ప్రేరణ కలిగించే పనిలో ఉండకపోయేవాడిని. నా కప్పుడు ఇతరులకు చెప్పటానికి భిన్నమైన కథనాలుండేవి. నా అనుభవాలు వేరేలా ఉండేవి. అంటే నా ఉద్దేశ్యం ఆయన బావుండి ఉంటే, ఈ రకమైన కష్టాలన్నీ నాకు ఉండేవి కావు అని. అందుకే ముందు చెప్పిన సూక్తి మీకు సానుకూల దృక్పథాన్ని అందించి మీరు ముందుకు సాగేలా చేస్తుంది.

గతం ఎప్పటికీ మారదు. దాని పట్ల మనకు ఉన్న దృక్పథాన్ని మనం మార్చుకోవచ్చు. మన మానసిక స్థితిని మార్చుకోవటం ద్వారా మనం మనకు జరిగినవన్నీ మంచికని నమ్మటం మొదలుపెట్టాలి. మన దృక్పథాన్ని సానుకూలతల వైపు మళ్లించుకోవటం ద్వారా, మన జీవితం మెరుగుపడుతుంది. మనం దానిని మార్చుకోలేకపోతే, మనం సంతోషాన్ని కోల్పోతాం. మనం తక్కువ కంపనాల స్థాయికి పరిమితమయిపోతాం.

బాధల వల్ల మనుషుల్లో మార్పు వస్తుంది

జీవితం ముందు పరీక్ష పెడుతుంది
ఆ తర్వాత ఆశీర్వచనాన్నిస్తుంది

జీవితంలో బాధాకరమైన అనుభవాల వల్ల కొన్ని మార్పులు సంభవిస్తాయి. అందుకే మన జీవితంలో తక్కువ సంతోషకర సందర్భాలను మనం అనుభవించాలి. అప్పుడే తెలివితేటల్ని, సామర్థ్యాన్ని, మేధస్సును పెంచుకొని అత్యంత సంతోషకర అనుభవాన్ని మిగుల్చుకుంటాం.

జీవితంలో మార్పు కోసం సాగే ప్రయాణంలో మన తక్కువ సంతోషంగా ఉండవలసి రావటం అనుభవంలోకొస్తోంది. అంతా గందరగోళంగా, సవాళ్లమయంగా ఉంటుంది. అత్యంత క్లిష్టమైన ఈ సందర్భంలో త్వరలో మంచి జరుగుతుందని అనుకోగలగటం అంత సులువైన విషయమేమీ కాదు. అయితే మనం ఈ ప్రయాణంలో నేర్చుకున్న పాఠాలు జీవితంలో మనం మంచి ఎంపికలు చేసుకోటానికి ఉపయోగపడతాయి. ఉదాహరణకు మీరు ఎవరైనా మహిళ చేతిలో భంగపడ్డారనుకోండి, ఆ తర్వాత జీవిత భాగస్వామిని ఎంపిక చేసుకునే విషయంలో చాలా జాగ్రత్తలు తీసుకుంటారు. మీ మనసుకు దగ్గరయిన వ్యక్తిని ఎంచుకునే దారిని కనుగొనటానికి, అంతకు ముందు కంటే బాగా మిమ్మల్నిచూసుకోగలిగిన వారిని ఎంచుకోటానికి ఇది ఉపయోగపడుతుంది.

మీ ప్రతి ఎంపికా మరికొన్ని కొత్త ఎంపికలకు కారణమవుతాయి. మీ రోజువారీ ప్రయాణంలో, మీరు భిన్నమైన ఒక ఎంపిక చేసుకుంటే చాలు, మీరు పూర్తిగా భిన్నమైన రోజు అనుభవంలో కొస్తుంది. ఉదాహరణకు ఫస్ట్ డేట్ కోసం ఒక అబ్బాయి సినిమా హాలు దగ్గరున్న అమ్మాయిని కలవటానికి బయలుదేరాడు. వెళ్లే ముందు ఏదయినా తిని వెలితే బావుంటుందనిపించింది. ఆ తర్వాత కడపులో కొంచెం ఇబ్బందై వాష్ రూంకు వెళ్లవలసి వచ్చింది. ఇదంతా పూర్తయి అక్కడికి వెళ్లేసరికి, అప్పటి వరకూ ఎదురుచూసి విసుగెత్తిన అమ్మాయి అతను రావటానికి కొద్ది నిముషాల ముందే అక్కడ నుంచి వెళ్లిపోయింది.

దీనితో విసుగ్గా వెనక్కి వస్తున్న అబ్బాయి హఠాత్తుగా ఒక అమ్మాయిని ఢీకొనటం, తొలి చూపులోనే ఆమెతో ప్రేమలో పడిపోవటం జరిగిపోయాయి. ఇప్పుడు వాళ్లిద్దరూ మాట్లాడుకున్నారని, ప్రేమలో పడి, ఆ తర్వాత పెళ్లి చేసుకుని పిల్లల్ని కన్నారని ఊహించుకోండి. ఇదంతా ఒక డేట్ ను తప్పించుకోవటం వల్ల వరుసగా సంభవించిన పరిణామాలు.

అన్నింటికి ఒకదానికొకటి సంబంధాలు ఉంటాయి. గతంలో మీకు ఏమైనా విషాదకర సంఘటన సంభవించి ఉంటే, ఇటీవల చోటుచేసుకున్న సంతోషకర సంఘటన గురించి ఆలోచించండి. ఈ రెండింటికి సంబంధం ఉంటుంది. మొదటి సంఘటన మీరు కొన్ని ఎంపికలు చేసుకోవటానికి దోహదం చేసుంటుంది. దాని ద్వారా మంచి అనుభవాలు మీ సొంతమవుతాయి.

ఒక్కొక్కప్పుడు మనం వెనక్కి తిరిగి చూసుకుని జీవితంలో సంభవించిన సంఘటనలన్నింటిని వరుసగా కలుపుకుంటూ పోవాలి. జరిగిన ప్రతి సంఘటనకు ఏదో ఒక కారణం ఉండి తీరుతుంది.

మనం నిశితంగా పరిశీలించటం మొదలుపెడితే, అవన్నీ అర్థవంతంగా అనిపిస్తాయి. అలాగయితే భవిష్యత్తులో చోటుచేసుకునే ఏ సంఘటన అయినా, అది మనకు సంతోషాన్ని కలిగించవచ్చు, విషాదాన్ని పంచవచ్చు, దానికంటూ ఓ కారణం ఉంటుంది.

పాఠాలు వాటికవే పునరావృతం అవుతాయి

జీవితం మిమ్మల్ని కట్టిపడేస్తుంది. మిమ్మల్నికుదిపేస్తుంది. మీరు తగ్గినప్పుడు అది మీ మీద స్వారీ చేస్తుంది. కానీ మీరు తట్టుకుని నిలబడతారు. మెరుగయిన కొత్త రూపాన్నిసంతరించుకుని బయట కొస్తారు. కొంత మందికి ఏ మాత్రం సాధ్యం కాని సవాళ్లను మీరు ఎదుర్కొనగలరని నిరూపిస్తారు.

ఈ సారి పరిస్థితులను మార్చమని భగవంతుడిని వేడుకునేటప్పుడు ఒక విషయం గుర్తుంచుకోండి. మీరు ఆ పరిస్థితిలో ఉన్నారు కాబట్టే మీరు మారగలుగుతారు. జీవితం మనం నిర్వహించుకోగల పాఠాలను మనకు అందిస్తుంది. మనలో ఉన్న అత్యుత్తమ వ్యక్తిని వెలికితీస్తుంది. మనం సరైన పాఠాలు నేర్చుకున్నామా లేదా అని పరీక్షలు కూడా పెడుతుంది. అందులో కొన్ని పరీక్షలు మరీ క్రూరంగా ఉంటే, మరికొన్ని మృదువుగా ఉంటాయి.

మనం నేర్చుకోవలసింది ఇంకా మిగిలి ఉంది కాబట్టే, తరచూ అవే ఆటంకాలను మనం మళ్లీ మళ్లీ ఎదుర్కొంటూనే ఉంటాం. ఇంకా చెప్పాలంటే, మనం సరిగా నేర్చుకోలేదని అర్థం. ఓ వ్యక్తి సరిగా నేర్చుకున్నాడా లేదా అనేది తేలాలంటే, ఒకటి కంటే ఎక్కువ సార్లు అతన్ని దిగువ వరకూ పరీక్షలకు గురిచేయాలి. ఇప్పుడు మీకు పాఠం చెబుతాను,

అది మనసులో తాజాగా ఉంటుంది కాబట్టి, మీరు పరీక్ష నుంచి గట్టెక్కటం సులువుగా సంభవిస్తుంది.

అదే పరీక్షను కొన్ని నెలల తర్వాత నిర్వహించానేనుకోండి, అప్పుడది నిజంగా సవాలుగా ఉంటుంది. మీకు చెప్పింది మీరు అర్థం చేసుకున్నారా లేదా అనేది తెలుసుకోటానికి అది నిజమైన పరీక్ష అనిపించుకుంటుంది. మీకు అంతగా పరిచయంలేని వ్యక్తితో 'రిలేషన్ షిప్'లోకి ప్రవేశించి మీరు బాధపడితే, మీరు నేర్చుకోవలసిన పాఠం ఏమిటంటే, మీరు రిలేషన్ షిప్ లోకి దిగేముందు వారి గురించి పూర్తిగా తెలుసుకోవాలని.

మీ పాఠం నాకు అర్థమైందని మీరు చెబితే సరిపోదు, ఆ విషయాన్నిమీరు రూఢి పరచవలసి ఉంటుంది

అప్పుడు విశ్వం ఏం చేస్తుందంటే, మీరు భరించలేనంత సౌందర్యం ఉన్న వ్యక్తిని మీ ముందునిలిపి మీకు పరిచయం చేస్తుంది. మీరు పాఠం నేర్చుకున్నవాళ్లయితే ఆ విషయాన్ని మీరు నిరూపించాలి. తక్షణం మీరు రిలేషన్‌షిప్ లోకి దూకారంటే, మరో మారు మీరు బాధపడక తప్పనిపరిస్థితి వస్తుంది. మీరు ఈ ఉదాహరణను చాలా తేలిగ్గా తీసుకునేవారయితే ఇక్కడ ఓ విషయం మీకు చెప్పదలుచుకున్నాను. ఒకే పరీక్ష ఒకటి కంటే ఎక్కువ సార్లు మీరు ఎదుర్కోవలసి ఉంటుంది. అందులో మొదటి దాని కంటే, రెండు, మూడు, ఇలా అన్నీ ఒకదాని మించి మరొకటి కఠినంగా ఉంటాయి.

ముందస్తు హెచ్చరికలను పట్టించుకోండి

మీరు కారు ఎక్కుతూ, ఏమైనా ప్రమాదం సంభవిస్తుందని భయపడ్డారనుకోండి. ఇది భయంకరంగా జీవించటం కిందకు వస్తుంది. అది మిమ్మల్ని పిచ్చివాడిగా చేస్తుంది. ఏమైనా మీరు ప్రమాదం జరిగినప్పుడు ఎలాంటి ఇబ్బందులు తలెత్తకుండా కొన్ని జాగ్రత్తలయితే తీసుకోవచ్చు. బలమైన గాయాలు తగలకుండా ఉండేందుకు సీటుబెల్టు పెట్టుకోవటం లాంటి జాగ్రత్తలు తీసుకోవచ్చు. ఇది కూడా భయం నుంచి పుట్టిందే అయినా...భయం అన్నది ఉన్నదే మనల్ని ప్రమాదం నుంచి తగినంత రక్షణ కలిగించేందుకు అని మనం అర్థం చేసుకోవాలి.

మీరు విపరీతంగా మద్యం తాగి కారునడుపుతూ యాక్సిడెంట్ చేశారు. కానీ మీరు బతికి బట్టకట్టారు. మళ్లా అటువంటి తప్పుచేయటం అనేది బాధ్యతారహిత్యం. అలాంటి పని మళ్లీ చేస్తే మీరు ప్రమాదాన్ని కానితెచ్చుకున్నట్టే. మృత్యువును చేతులారా ఆహ్వానించినట్టే. ఇంకో రకంగా చెప్పాలంటే, మీరు పాఠాన్ని విస్మరించారు. మరోసారి ఆ పాఠాన్నినేర్చుకోవటానికి సిద్ధంగా ఉన్నానని విశ్వానికి సలహా ఇస్తున్నారు.

హెచ్చరికల పట్ల తగినంత ధ్యాస పెట్టండి. విశ్వం మీకు నిరంతరం మార్గదర్శకత్వం చేస్తూనే ఉంటుంది. ఉద్దేశ్యపూర్వకంగా, నిశ్చయంగా జీవించటమెలాగో చెబుతుంది. గొప్ప సంఘటనలు అనుభవంలోకి

మీకు హాని కలిగించిన కేకును కొద్ది కొద్దిగా తింటున్నారు
అంటే, మీరు దానికి బానిసయినట్టు కాదు,
డబ్బులు చెల్లించనవసరం లేకుండా, ఆకలిగొన్న సేవకునిలా
తయారవుతారు

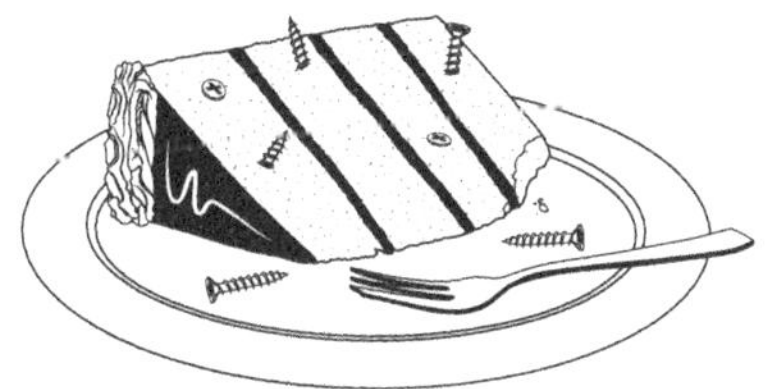

తెచ్చుకోటానికి ఉపయోగపడుతుంది. మీరు కోరుకున్నవిధంగా, పరిస్థితులు నడవకపోతే, దానిని నుంచి ఏం నేర్చుకోవచ్చని మిమ్మల్ని మీరు ప్రశ్నించుకోండి. ప్రతి చెడ్డ అనుభవం..అప్పటికప్పుడు నేర్చుకోదగిన పాఠాన్ని మీ ముందుంచుతుంది. ఏ మార్పులు చేయాలనేది మిమ్మల్ని మీరు ప్రశ్నించుకోండి. అవి సరైన పద్ధతులు కావని తెలిసినప్పుడు, అనారోగ్యకరమైన ఎంపికలకు ముసుగువేసి ఆశావహదృక్పథంతో మొండిగా ముందుకు వెళ్లకండి. తాత్కాలికమైన సుఖాలు, భావోద్వేగాలకు అర్రులుచాచటం వంటి పరిణామాలు మీకు మరింత వేదనను మిగులుస్తాయి.

ఉన్నతమైన మీ ఆశయం

మీకే పరిమితమైన శక్తి, సామర్థ్యం, బహుమతులు, తెలివితేటలు, ప్రేమ, పాండిత్యం అన్నీ ప్రపంచంతో పంచుకోటానికి ఇక్కడకు వచ్చారు. ప్రపంచాన్ని సుందరంగా మలచటానికి ఇక్కడ ఉన్నారు. మీకంటూ ఒక ప్రయోజనం ఉంది. అది సిద్ధించేలా మీరు జీవించనప్పుడు మీ మనసును శూన్యత ఆవరిస్తుంది. ఆ భావన ఎలా ఉంటుందనేది మీరు వివరించి చెప్పలేరు. కానీ మీరు సాధించలసింది ఎంతో ఉంది.

ప్రతి వారికీ జీవితంలో కొన్ని ఉద్దేశ్యాలుంటాయి. ప్రపంచానికి సేవ చేయాలన్న లక్ష్యం ఉంటుంది. ఈ లక్ష్యంతోపాటు, షరతులు లేని ప్రేమ, సంతోషం కల అనుభవాలను సొంతం చేసుకోవాలనుకోవటం మన ఉనికికి ప్రధాన కారణం. లక్ష్యం అనేది జీవితానికో అర్థాన్ని ఇస్తుంది.

మనలో చాలా మందికి మన జీవిత లక్ష్యం ఏమిటనేది స్పష్టంగా తెలియదు. కొందరు అదేంటో తమకు తెలుసునన్న భావనలో ఉంటారు. సమాజం నిర్దేశించిన సూత్రాలకు లోబడి బలవంతంగా ఏదో అనుకుంటారు గానీ, వాస్తవాలను మాత్రం అర్థం చేసుకోలేరు. ఆచగణాత్మకత పేరుతో అసలైన ఉద్దేశ్యాలను తిరస్కరిస్తారు.

సాకర్ బాల్ ను ఒకసారి ఊహించుకోండి. దాన్ని ప్రధాన ఉద్దేశ్యం క్రీడాకారుల తన్నులను భరించటం. అది ఏ పనీ చేయకుండా గదిలో ఓ మూల దాన్ని దాచేశారనుకోండి. దాని ప్రధాన ఉద్దేశ్యాన్ని విస్మరించినట్టే

లెక్క. దానికి ఆత్మ అనేదే లేదు కాబట్టి అది పెద్దగా పట్టించుకోదు. అదే ఆ బంతికి ఆత్మ ఉండి దానికి స్వీయ అవగాహన తోడయిందనుకోండి. అలా తనను గదిలో ఒక మూల తనను బంధిస్తే, ఏదో కోల్పోయానని ఆవేదనకు లోనవుతుంది. తన నిజమైన సామర్థ్యాన్ని ప్రపంచానికి వెల్లడించాలనదే బాధతో దానికి సంతృప్తి అనేదే కలగదు.

చివరకు ఎవరో బాల్ ను తీసుకుని దాన్ని అటూ ఇటూ దొర్లించారనుకుందాం. అప్పుడు దాని మనసు గాల్లో తేలుతుంది. దాని ఆనందం హద్దులు దాటి ఎంతో పారవశ్యానికి లోనవుతుంది. కొద్ది క్షణాలు గడిచిన తర్వాత, మళ్ళీ దాని మనసులో శూన్యత ఆవరిస్తుంది. ఎందుకంటే తన సంతోషం తాత్కాలికమైనదే కదా అని.

బాల్ ను తర్వాత ఎన్నో విధాలుగా ఉపయోగించుకోవచ్చు. ఎన్నో రకాల పనులు దానితో చేయించి వినోదించవచ్చు అప్పటికి దానికి సంతృప్తికర భావన అనేది రాదు. బాల్ తన జీవితంలో ఎన్నో ఈవెంట్లలో భాగస్వామ్యం వహించాలనుకుంటుంది. సంతృప్తి అనేది దక్కే వరకూ అలా కొనసాగాలనుకుంటుంది. కానీ అనుభవంలో వాటి సంఖ్య పెరిగిన కొద్దీ దాని ఆలోచనలు నిరాకరింపబడతాయి.

ఓ రోజు బాల్ ను ఎవరో తన్నగానే, ఆ క్షణాలు దానికి అర్థవంతంగా అనిపిస్తాయి. దాన్ని ఎందుకు తయారు చేశారనే విషయం తెలుసుకోగలుగుతుంది. కాలితో తన్నించుకోటానికి తను ఉన్నదనే విషయం గ్రహిస్తుంది. అప్పుడు అంతకు ముందు వరుసగా చోటుచేసుకున్న సంఘటనలన్నింటిని కలిపి చూస్తుంది. గాలిలో కదులుతున్నప్పుడు, అలాగే తనమీద ఎవరో ఒత్తిడి పెడుతున్నారని తెలియగానే, దానిలో తెలియని ఉత్తేజం అనుభవంలోకి వస్తుంది. తనను ఎందుకు తయారుచేశారో, ఆ ఉద్దేశ్యం నెరవేరిందన్న భావన దానికి కలుగుతుంది.

మనం మన గాఢమైన లక్ష్యం ఏదో దానికి సంబంధించని వేర్వేరు పాత్రల్లో నిమగ్నమయినప్పుడు స్వల్పస్థాయిలో సంతృప్తిని పొందగలుగుతాం. ఎప్పుడోగానీ, శాశ్వతమైన సంతోషమనేది కలగదు. ఆ పనిలో విజయం సాధించాక, మీకు సంతోషం కలగదు అని నేనిక్కడ చెప్పబోవటం లేదు. సంతోషం కలుగుతుంది. కంపనాలను కూడా పెంచుకోగలుగుతాం. కానీ పని మనదైన లక్ష్యం తాలూకుది అయినప్పుడు అది కలిగించే ఆనందానికి హద్దనేదే ఉండదు. మనం ఎందుకోసమయితే సృష్టించబడ్డామో, ఆ ఉద్దేశ్యం నెరవేరిన క్షణాలవి.

ఉన్నత లక్ష్యం మనకు అందనంత దూరంలో ఉంటుందనుకుంటాం. ఉదాహరణకు మీకు ఖాళీ స్థలంలో ఒక స్మార్ట్ ఫోన్ కనిపించిందనుకోండి. మీరేమనుకుంటారంటే,దానిని అక్కడ ఎవరో జారివిడిచారని. సృష్టిలో అనేక క్లిష్టమైన అంశాలు వాటికవే సహజంగా సంభవించాయన్న ఆలోచన మీకు కలగదు. మిలియన్లకొద్దీ సంవత్సరాలుగా, తయారీదారు అనేవాడు లేకుండా ఎన్నో పరిణామాలు సంభవిస్తూనే ఉన్నాయి. కానీ స్మార్ట్‌ఫోన్ కంటే క్లిష్టమైన మానవాళి రూపకల్పన వరుసగా అనేక మార్లు ఒకదానికొకటి మార్పులు చేయటం (మ్యుటేషన్) వల్ల, ఎవరయితే సమర్ధులో వారే రాణించేలా చేయటం వల్ల సంభవిస్తోంది.

మనలో చాలా మంది జీవితంలో మన వల్ల ఏ ప్రయోజనమూ లేదని భావిస్తాం. ఈ విశ్వంలో కోటానుకోట్ల జనాభాలో మనమూ ఒకరం అని సరిపుచ్చుకుంటాం. కానీ ఒక స్మార్ట్ ఫోన్ మాదిరిగానే మీ ఉనికికి కూడా ఒక ప్రయోజనం ఉండి తీరుతుంది.

ఉన్నతఆశయం అనేది ఏదీ పెట్టుకోకుండా జీవితాన్ని గడిపేస్తే, మనం ఏదీ పొందలేం. మన జీవితాన్ని పూర్తిగా జీవించలేం. జీవితంలో నుంచి ఎక్కువ రాబట్టుకోలేం. కొందరు తమ జీవితంలో రెండు పూట్ల నాలుగు వేళ్లు పోతే సరిపోతుందన్న ఆలోచనతో గడుపుతారు. తమ

మనుగడకు జీవనపోరాటం చేస్తారు. రోజువారీ ఖర్చులకు చెల్లించటానికి సరిపడా డబ్బు కూడా వారికి ఉండదు. ఇవన్నీ ముఖ్యమైనవే. కాదనను. మీరు తిండికి, నీటికి, గూడుకి, దుస్తులకు, ఇతర అవసరాలకు డబ్బు చెల్లించవలసిందే. కానీ మీరు నిజాయితీగా చెప్పండి. ఈ భూమ్మీదకు వచ్చింది కేవలం ఇందుకేనా? ఆ రకంగా గడిపేసి మరణించటానికేనా? జీవితం అంటే అవసరానికి సరిపడా డబ్బుసంపాదించుకోవటమేనా?

ఓ గొప్ప ఆశయంతో జీవిస్తే, జీవితం గొప్పగా ఉంటుంది.
మీరు చేస్తున్న పనులకు అర్థవంతమైన కారణాన్ని
కనుగొనగలుగుతారు. మీరు సంపూర్ణమవుతారు.

నా మాదిరిగానే, చాలా మంది తమ రోజుల్ని తమ మనసుకు నచ్చని ఉద్యోగంలో గడుపుతూ, వారంలో రెండు రోజులు స్వేచ్ఛను అనుభవిస్తాంటారు. ఆ రోజుల్లోనూ, వాళ్లు ఏ పని చేయకుండా, స్వేచ్ఛను అనుభవిస్తూ అటూ ఇటూ తిరుగుతాంటారు. నేను క్లబ్బులను ఆశ్రయించినట్టు, వాళ్లు కూడా తమకు నచ్చినదాన్ని ఎంచుకుంటారు. ఆ రెండురోజుల కోసం, పనికి దూరంగా స్వేచ్ఛగా ఉండటం కోసం, విలువైన సమయాన్ని హాయిగా గడపటం కోసం వారం రోజుల పాటు ఎదురుచూస్తూ గడుపుతారు. ఎప్పుడెప్పుడు అవి వస్తాయా అని ఎదురుచూస్తారు. చివరకు ఏమవుతుంటే, మొత్తం జీవితం ఫ్లాష్ లా వచ్చి కదిలిపోతుంది.

జీవితం తరచూ పోరాటమయంగానే ఉంటుంది. డబ్బు అవసరమైన స్వేచ్ఛను ప్రసాదిస్తూనే ఉంటుంది. ఏమైనా మీరు ఆర్థిక అవసరాలను తీర్చుకోటానికి ప్రయత్నిస్తూనే మానవాళి ప్రయోజనం కలిగించటం కోసం పాటుపడాలి. ప్రయోజనం అంటే అదేదో పెద్ద విషయం కానవసరం లేదు. మీరు తర్వాత దలైలామానో, మార్కుజూకెన్ బెర్గ్ లా మారవలసిన అవసరం

లేదు. మీరు ఇతరుల జీవితాలకు విలువను జత కూర్చటానికి చూడాలి. ఇది చేయటానికున్న ఒకే ఒక మార్గం మీరు బాగా నచ్చిన పనిని, పూర్తిగా మనసు పెట్టి చేయటం. అందుకే గొప్పజీవితం గడపటానికి అభిరుచి కలిగి ఉండటం అనేది చాలా ముఖ్యం అవుతుంది.

ప్రతి వాళ్లకి తమకు ఎందులో అభిరుచి ఉందనే విషయం స్పష్టంగా తెలియదు. ఆధ్యాత్మిక మాధ్యమం డెరిల్ అంకాలో బషర్ పేరుతో ఒక ఛానల్ ప్రసారమవుతాంటుంది. దాని ద్వారా ఒక ఆసక్తికరమైన విషయం తెలిసింది. మీకు ఏం కావాలో తెలియాలంటే, 'ఉత్తేజం' అనేది దగ్గర దారి. మీరు ఏ పనిచేస్తే ఉత్తేజం కలుగుతుందో దాన్ని ఎంచుకోవాలి. అది సరైనదని ఇతరులకు మీరు చూపించుకోవలసిన పనిలేదు. ఆ పనిని చేసుకుంటూపోవటమే.[15]

నిజంగా ఏదయితే మిమ్మల్ని ఉత్తేజపరుస్తుందో, భావోద్రేకానికి లోను చేస్తుందో దానిని మాత్రమే ఎంచుకోండి. ఇంకేం చేయాలనే ఆలోచన తట్టలేకపోవటం వల్లనే, ఉత్సాహం కలిగించకపోతుందా అన్న ఆలోచనతోనో, లేదా ఇతరులంతా దాన్ని ఉత్సాహంగా చేస్తున్నారనో ఏ పనినీ తలకెత్తుకోకండి.

మీరు సహజంగా ఆకర్షితులయ్యే అంశాలు యాదృచ్చికంగా
మీ కంట పడినవి కావు. అవి మిమ్మల్ని ఎంపిక చేసుకున్నాయి.
ఎలాగయితే మీరు వాటికోసం అన్వేషిస్తున్నారో,
అదే మాదిరిగా అవి మిమ్మల్ని వెతికిపట్టుకున్నాయి.
దాని వెనక ఉన్న వాస్తవం అది.

---

[15]బషర్: హయ్యర్ ఎక్స్‌పరిమెంటు (న్యూరియాటిలు, యూట్యూబ్, 26 సెప్టెంబరు 2006)

దాని గురించి ఆలోచిస్తూ అంతే తేలిగ్గా అర్థం కావాలని, సులువుగా పరిష్కారం కావాలని అనుకుంటూ పరిస్థితిని కఠినంగా మార్చుకోకండి. నిజాయితీ లేకుండా మీతో మీరు కపటంగా వ్యవహరించకండి. అసాధ్యమైన వాటి మీద దృష్టిపెట్టకండి.

మీరు డ్రాయింగ్ ను ఇష్టపడతారనుకోండి. నేరుగా మీ డ్రాయింగును వందల పౌండ్లకు అమ్మకానికి పెట్టకండి. అలా ప్రయత్నించటం కొంత వరకూ మంచిదే కానీ ప్రారంభ దశలో విజయం సాధించే అవకాశాలు తక్కువ. అలాగాకుండా వెబ్ సైటు లేదా సోషల్ మీడియా ఏర్పాటుచేసుకుని మీ వర్కును ప్రపంచంతో పంచుకోవటం ప్రారంభించండి. మీరు దానిని ఏదీ ఆశించకుండా ఉచితంగా ప్రజల దగ్గరకు చేర్చాలనుకుంటున్నారు. అభిరుచితో మీరు చేస్తున్న పని అది. ఇలా చేయటం ద్వారా మీకు ఉత్తేజం కలగలేదనుకోండి. అది మీకు ఏ మాత్రం తగినది కాదు అని అర్థం.

మీరు ఇప్పటికిప్పుడు ఉన్న ఒప్పందాలు (కమిట్ మెంట్స్) నుంచి వైదొలిగిపోయి, ఆర్థికపరమైన అంశాల్లో ముప్పు తెచ్చుకోవలసిన పనిలేదు. దీనర్థం ఏమిటంటే, మీరు ఆత్రుతను కొనసాగించాలి. అదే సమయంలో సానుకూలమైన మార్పుల కోసం ఆవురావురుమంటూ ఎదురుచూడాలి. మీ మనసును, శరీరాన్ని, ఆత్మను ఉత్తేజపరిచే పనులవైపు మళ్లించి అడుగులు వేసుకుంటూ ముందుకు వెళ్లాలి.

ఆ తర్వాత ఏం చేయాలి? ఎటు వైపు వెళ్లాలి అనేది ఏమీ ఆలోచించకండి. తర్వాత ఏది ఎలా మారుతుందనేది మీకు తెలీదు. మీ ఉత్తేజాన్ని విశ్వంతో పంచుకుంటే, మీకు మరింత ఉత్తేజం కలిగించే మార్గాలను అది చూపిస్తుంది. ఆ బాటను అనుసరిస్తూ గనక మీరు ముందుకు వెళితే, అద్భుతమైన అవకాశాలు మీ దరికి చేరతాయి. జీవితంలో సవ్య మార్గాన్నిచూపుతాయి.

చిన్నఅడుగులు మంచివే. అవి మిమ్మల్ని పెద్ద స్థాయికి చేరుస్తాయి. చివరకు మీ అభిరుచి ద్వారా డబ్బులు సంపాదించే దారి దొరుకుతుంది. అది ప్రస్తుతం మీరు చేస్తున్న పనికి కొనసాగింపే. అప్పుడు మీకు అంతగా నచ్చని వృత్తిలో గనక మీరు ఉంటే దాని నుంచి బయటపడి, పూర్తి కాలాన్ని మీ లక్ష్యం నెరవేర్చుకునేందుకు ఉపయోగించుకోవచ్చు.

మీరొక ఉద్దేశ్యంతో సృష్టించబడ్డారు. మీరిక్కడ ఉన్నది సాయం చేయటానికి, ప్రేమించటానికి, సహకరించటానికి, రక్షణకి, ఇతరుల ఉల్లాసపరచటానికి. ఇతరులకు ప్రేరణ కలిగించి వారి పెదాలపై చిరునవ్వు మొలిపించటానికి. మీరిక్కడ ఉన్నది ప్రపంచంలో తేడాను చూపటానికి. మీరే సమర్పించుకోవలసింది ఏమీ లేనప్పుడు ఈ గడ్డపై మీరుండేవారు కాదు.

మీ ఉనికి వెనక ఓ ఉద్దేశ్యం ఉంది. అదేమిటనేది మీరు తెలుసుకోగలిగినప్పుడు, మీరు మారటమే కాదు, ఈ ప్రపంచం నడకను కూడా మీరు మార్చగలుగుతారు. జీవితంలో అన్ని విభాగాల నుంచి సమృద్ధిని సొంతం చేసుకోగలుగుతారు.

డబ్బుకి, ఆశకి ఉన్న తేడా

ధనం అనేది కేవలం శక్తి. అది మంచిది కాదు, చెడ్డదీ కాదు.
అనంతం, సమృద్ధితో కూడిన విశ్వంలో అది పరిమితుల్లేనిది.
మీకు సాయపడేందుకు డబ్బును ఉపయోగించుకోండి, అంతే
తప్ప మిమ్మల్ని సంపూర్ణంగా మార్చుకోటానికి కాదు.

తమ ఆశయాలను నెరవేర్చుకోటానికి డబ్బు సంపాదించటం తప్పని
కొందరు అనుకుంటారు. అందుకే కాసేపు డబ్బును ఎలా నిర్వచించవచ్చో
తెలుసుకుందాం. వస్తువులకు గానీ సేవలకు గానీ ఒక వ్యవహారం పూర్తి
చేసేందుకు మనం చెల్లించే టోకెన్ అనో, లేదా అలాంటి మాటలు మరేదో
చెప్పబోతున్నారు. నేను మిమ్మల్ని అక్కడే ఆపేయాలనుకుంటున్నాను.
డబ్బు అంటే కేవలం శక్తి.

డబ్బు అనేది మంచిదీ కాదు చెడ్డదీ కాదు. డబ్బుకు సంబంధించి
మనకు ఎదురయ్యే మంచి సందర్భాలు, చెడు సందర్భాలను బట్టి దాని
అర్థం, మనం దాన్నిచూసే విధానంబట్టి మారిపోతుంది.

కొంత మంది తమ దగ్గరున్న డబ్బుతో గొప్ప పనులు చేస్తారు.
మరి కొంత మంది దానిని ఉపయోగించుకునే విధానం వారి మనసులో
దాగున్న దురాశను బయటపెడుతుంది. నిజానికి డబ్బు ఒక ఆంప్లి
ఫైయర్ లాంటిది. (సాధారణంగా మ్యూజికల్ పరికరాల్లోనూ, టెలివిజన్,
రేడియో రిసీవర్లు వంటి ఎలక్ట్రానిక్ ఉపకరణాల్లోనూ, ఆడియో పరికరాలు,

కంప్యూటర్లలోనూ సిగ్నల్ పెంచటానికివాడతారు). మీకు డబ్బు తక్కువగా ఉన్నప్పుడే దానికి విలువను పెంచి మీరు సాటి మనుషులకు, దయను, ప్రేమను పంచలేకపోతే, మీరు ఎక్కువగా ధనం సంపాదించినప్పుడు దానిని సరిగా వినియోగిస్తారని ఎలా ఆలోచించటం?

డబ్బు సంపాదించటానికి అర్హులం అన్న వారి దగ్గరకే అది చేరుతుంది. వాళ్లు దానిని పొందగలుగుతారు. ఇప్పుడు చదవటం ఆపి డబ్బు గురించి మీ అభిప్రాయం ఏమిటో చెప్పండి. మీరు డబ్బు సంపాదించటానికి అర్హులు అని భావిస్తున్నారా లేదా? ఉపచేతనలో మీ మనసులో ఉన్న ఆలోచనలు, భావనలు మీ తాలూకు వాస్తవాలను ప్రతిబింబిస్తాయి. మీ అవగాహనలో ఏ మార్పు లేకపోతే, మీకు అదే తరహా అనుభవాలు మీ సొంతమవుతాయి.

కొంత మంది డబ్బు చెడ్డదని, దానిని సంపాదించటం అరిష్టమని అనుకుంటారు. కానీ దాన్నిపొందాలని భగవంతుడిని ప్రార్థిస్తారు. అదెలా ఉంటుందంటే బర్గర్ కింగ్ రెస్టారెంట్ కు వెళ్లి ఆర్డర్ ఇచ్చి, మీ ముందుకు భోజనం రాకుండానే అక్కడ నుంచి బయటకొచ్చేయటం లాంటిది. మీరు వద్దనుకుని విన్నపాన్ని రద్దు చేసుకుంటే విశ్వం దాన్ని మీకెలా అందించగలదు?

మరికొంత మంది ఎక్కువ డబ్బును కోరుకోవటం తప్పు అనుకుంటారు. దానికి దురాశ అని పేరుపెడతారు. నిజం చెప్పాలంటే, మనలో చాలా మంది డబ్బును కోరుకునేది ఆర్థిక స్వేచ్చను పొందటం కోసం. ఎటువంటి ఆంక్షలు లేకుండా మనం కోరుకున్న జీవన విధానాన్ని అనుసరించటం కోసం. మనల్ని ప్రేమించిన వాళ్లతో కలిసి మనం కోరుకున్న 'హాలిడే స్పాట్' కు వెళ్లి గడపటం, పని మానేసి దూరంగా వెళ్లి ఎంత ఖర్చుపెట్టినా ఆందోళన చెందకుండా ఉండటం లాంటివి కూడా ఇందులో ఉంటాయి. ఇలాంటి జీవనవిధానం

అనుసరించని వారిని చూసి దానికి దురాశ అని పేరుపెట్టొచ్చు. 1. డబ్బు అనేది పరిమితంగా సరఫరా అవుతుంది. 2. ఇతరులు ఎవరూ కూడా తమ ప్రస్తుత జీవనవిధానాన్ని వదులుకుని ఆ తరహా ఆర్థిక స్వాతంత్ర్యాన్ని పొందటానికి సిద్ధపడరు అనే అభిప్రాయాలతో మీరు ఈ రకమైన నిర్ణయానికి రావచ్చు.

ఒక వస్తువు తక్కువ అందుబాటులో ఉండి, అందులో ఎక్కువ భాగం మీరే కోరుకుంటే, అది ఇతరుల శ్రేయస్సుకు భంగం కలిగించేదయితే తప్పనిసరిగా అది దురాశ కిందకు వస్తుంది.

మనం కోరుకునేది పరిమితంగా సరఫరా అవుతోందని నమ్మకంతో మనం నడుస్తాం. వాస్తవం ఏమిటంటే, అనంతంగా అన్నీ సమృద్ధిగా అందుబాటులో ఉన్నాయి. విశ్వం వాటిని సమకూర్చి మన ముందుంచుతోంది.

పరిమితులనేవి కేవలం మీ మనసుకు సంబంధించినవి మాత్రమే. మీ మనసుని మీకు ఏది అందుబాటులో లేదో దానిమీద కేంద్రీకరిస్తే, మీరు భయం ఆధారిత కంపనాన్ని విశ్వంలోకి పంపుతారు. దాని వల్ల మీరు భయపడే అనేక అంశాలు ఎదురవుతాయి. మీరు డబ్బు పోతుందేమో భయపడుతుంటారు. దాన్ని జాగ్రత్తగా కాపాడుకోవాలని చూస్తుంటారు. ఖర్చుపెట్టాలంటే ఆందోళన కలుగుతుంది. మళ్లీ అంత డబ్బు సంపాదించగలమో లేదో అనుకుంటూంటారు. వీటన్నింటి ఫలితంగా డబ్బును నిలబెట్టుకోవాలని మీరెంతగా ప్రయత్నించినా కూడా మీ కంపనాల కారణంగా ఆర్థిక సమస్యలు ఎదుర్కోవలసిన పరిస్థితి మీకు ఎదురయి తీరుతుంది.

పేదరికానికి మన శక్తిని కట్టబెడితే, పేదరికాన్నే మనం రూపకల్పన చేయగలుగుతాం. మీరు డబ్బును పొదుపు చేయవద్దని, విసిరి అవతల పారేయమని చెప్పటం లేదు. దానికి బదులు మీరు మీ మనసును విజయం, ఆర్థికపరమైన శ్రేయస్సుపైన లగ్నం చేయండి. డబ్బు మీ దగ్గరకు ప్రవహిస్తుందని నమ్మటంలోనూ, విశ్వసించటంలోనూ శక్తి ఉంటుంది.

వాస్తవానికి పరిస్థితుల్ని నియంత్రించగల సృజనాత్మక శక్తి మనకి ఉన్నా కూడా, తరచూ మనకు ఏదీ లేకపోవటం, పరిమితంగా ఉండటం అనే దానిపైన ఎక్కువ ఆలోచిస్తున్నాం. వ్యక్తులు జనంలోకి భయాందోళనలను పంపుతుంటే, అందరి కంపనాల సామూహిక స్పృహ మరింత భయానికి, పేదరికానికి దానితోపాటు వినాశనానికి దారితీస్తుంది. మానవాళిని నియంత్రించటానికి అది ప్రభావవంతమైన మార్గం.

డబ్బనేది అందరికీ అందుబాటులో ఉంటుంది. మీకూ దానికి మధ్య దూరం మీ స్వభావాన్ని బట్టి ఆధారపడి ఉంటుంది. ఒకటి గుర్తుంచుకోండి. డబ్బు మీకు సహకరిస్తుంది అంతేగానీ, మిమ్మల్ని సంపూర్ణం చేయదు. డబ్బుతోనే అన్నీ సాధించటం వీలు కాదు. అది మీ జీవిత లక్ష్యం నెరవేర్చే సాధనం కాదు. మీరు బాగా డబ్బు కూడబెట్టినంతమాత్రాన ప్రపంచానికి విలువను పెంచలేరు. ఇతరులను సేవించలేరు. మీకు మార్పుచూపాలన్న కోరిక కూడా తోడు కావాలి.

నిజమైన సంతోషం
మీ సొంతం కావటం ఎలా?

సంతోషం అనేది ఇతర వ్యక్తుల నుంచి గానీ, స్థలాల నుంచి
గానీ, వస్తువుల నుంచి గానీ రాదు.
మీ అంతరంగంలో నుంచి వస్తుంది.

ఈ పుస్తకం మొత్తంలో 'సంతోషం' అన్న మాట వాడటాన్ని
ఉద్దేశ్యపూర్వకంగానే నేను విస్మరించాను. దాని గురించి చివర్లో
మాట్లాడాలని ముందుగానే నిర్ణయించుకున్నా. మీ కంపనాలను పెంచుకుని
ఉల్లాస భావనలను తెచ్చుకుంటే, సంతోషం మీకు అనుభవంలోకి వస్తుంది.

మన సంతోషం, వ్యక్తులు, ప్రదేశాలు, వస్తువుల లాంటి
బాహ్యమైన ప్రభావాలపైన ఆధారపడి ఉంటుందని నమ్మటానికి మనం
అలవాటుపడ్డాం. మనకు అనేక రకాల ఆశయాలు, కోరికలుంటాయి.
అవి తీరగానే మనం ఎప్పటికీ సంతోషంగా ఉండగలుగుతామని
అనుకుంటాం. గాఢంగా ప్రేమించే వ్యక్తి మనకు తటస్థపడితే మనం
సంతోషంగా ఉంటాం. సొంత ఇల్లు కట్టుకుంటే సంతోషంగా ఉంటాం.
మనం 20 పౌండ్ల బరువు తగ్గితే సంతోషంగా ఉంటాం. నిజానికి ఇవన్నీ
మీకు తాత్కాలికమైన ఆనందాన్ని ఇచ్చేవే గానీ, ఆ భావన నిలకడగా
మీతోనే ఉండిపోదు. ఒకసారి మీరు వాటిని సాధించెయ్యగానే, మరికొన్ని

బాహ్యమైన అంశాల నుంచి చిరకాలం మిమ్మల్ని సంతోషంగా ఉంచగల అంశాల కోసం చూస్తారు.

ఉదాహరణకు డబ్బును తరచూ సంతోషానికి, అలాగే విజయానికి ముడిపెడతారు. కానీ మీరు గనక ప్రపంచంలోని ధనవంతుల జీవితాలను గమనిస్తే, విపరీతమైన డబ్బు మీ చెంత ఉన్నా విచారమనేది మీ అనుభవంలోకి రాకుండా ఉండదని మీరు గ్రహిస్తారు. డబ్బును సంతోషానికి కొలమానంగా తీసుకుంటే, ఆ స్కేలు ఎక్కడ ప్రారంభం అవుతుంది? మరెక్కడ పూర్తవుతుంది? ఈ అంకెలు అంతం అనేదే లేకుండా అనంతంగా సాగుతూనే ఉంటాయి. మీరొకసారి లక్ష్యం అనేది పెట్టుకున్నా, మీరక్కడ ఆగిపోరు, ఇంకా ఇంకా కోరుకుంటూనే ఉంటారు. అందుకే దాన్ని కొలతకు సాధనంగా తీసుకోకూడదు.

ఈ పుస్తకం ఆరంభంలో, మనం చెప్పుకున్నాం. మనం ఆయా అంశాల వెంట పడి వాటిని సాధించుకోవాలనుకునేది, వాటిని పొందితే సంతోషంగా ఉంటామని మనం నమ్మటం వల్ల. మనకు డబ్బు దానికదే అవసరం లేదు. డబ్బు వల్ల లభించే భద్రత, స్వేచ్ఛ అనుభవించటం వల్ల సంతోషం కలుగుతుందని మనం నమ్మటం వల్ల దాన్ని కోరుకుంటున్నాం.

కానీ ఈ భూమ్మీద మీరొక్కరే ఉన్నప్పుడు అనంతమైన డబ్బు మీ చెంత ఉన్నా అది ఏ మాత్రం మీకు ఉపయోగపడదు. వినోదయాత్రకు, సాహసయాత్రకు గానీ ఖర్చుపెట్టగల స్తోమత ఉన్నా, మీ ఆరోగ్యం అందుకు సహకరించకపోతే అప్పుడు పరిస్థితి ఏమిటి? మీరు కోరుకున్నది ఏదైనా కానగలిగినంత డబ్బు సంపాదించినా, మిగతా ప్రపంచం అంతా మిమ్మల్ని విస్తరిస్తే, అప్పుడు పరిస్థితి ఏమిటి? రోజుకు 20 గంటల పాటు చెత్త ఉద్యోగంలో గడపవలసి వస్తున్నప్పుడు కోరినంత డబ్బు ఇస్తామని చెబితే మాత్రం ఏం ఉంది?

ఆదర్శవంతమైన మీ జీవిత భాగస్వామికి కూడా మీకు శాశ్వతమైన సంతోషాన్ని ఇవ్వగల పరిస్థితి ఉండదు. వాళ్లు సాపేక్ష ఆనందాన్ని కలిగిస్తారు. బాహ్యమైన పరిస్థితుల్లో మార్పు వస్తే, అది క్షణాల్లో మాయమయిపోతుంది.

ఉదాహరణకు మీ భాగస్వామికి కూడా నిరంతరం మిమ్మల్ని సంతోషపెట్టగల అంశంలో పట్టు ఉండదు. బాహ్యమైన పరిస్థితుల్లో మార్పు వచ్చి మీ మనసును గాయపరిచేలా ఆమె ఒక్క మాట మాట్లాడితే చాలు మీ సంతోషం ఉఫ్ అని కరిగిపోతుంది.

ప్రకటనల ప్రపంచం మన సంతోషంతో ఆడుకుంటుంది. సాధారణంగా అందరూ సంతోషం కోసం అర్రులు చాస్తుంటారన్న సంగతి గ్రహించి, మన బలహీనతలతో జూదం ఆడుతుంది. "ఫలానా వస్తువు కొనండి, మీరు సంతోషంగా ఉంటారు" అంటుంది. మీరు కొంటారు. ఆరునెలలు కూడా గడుస్తాయో లేదో, మళ్లా అదే వస్తువును కొత్త రూపంలో ప్రవేశపెడతారు. పాత వస్తువు మీకు శాశ్వతమైన ఆనందాన్ని కలిగించటంలో విఫలమైందన్న గ్రహింపు అప్పుడు మీకు కలిగితీరుతుంది. కొత్త వస్తువులో ఆనందాన్ని వెతుక్కోవాలని చూస్తారు. మళ్లీ మామూలే. ఇది ఇలాగే కొనసాగుతూనే ఉంటుంది.

మనం అన్ని వేళలా సంతోషంగా ఉండగలిగితే...? అదే కదా మనందరికి ఉన్న అంతిమ లక్ష్యం. మిగిలిన మీ జీవితంలో, ఏ క్షణంలోనయినా మీ దగ్గర ఉన్నదానితో మీరు సంతోషంగా గడపగలగాలి. ఇలా చిరకాలం సంతోషంగా ఉండటమే నిజమైన విజయమని మీరు చెప్పగలుగుతారు.

ఇదే నిజమైన సంతోషం. చాలా కాలం ఉండిపోయేది, శాశ్వతమైంది కూడా. మీరు అప్పుడు అత్యధిక కంపన స్థాయిలో ఉంటారు. జీవితం ఉపరితలంలో చోటుచేసుకునే ఏ పరిణామమూ ప్రభావం చూపదు. ఇదే

దశలో మనం అందరం ఉండాలని నేను ఆశిస్తాను. వ్యక్తులు, స్థలాలు మన భావోద్వేగాలపైన ఏ మాత్రం ప్రభావం చూపించలేని,మన సంతోషాన్ని, ప్రేమల సహజ స్థితిని దెబ్బతీయని ప్రదేశం అది.

సంతోషాన్ని స్థిరంగా ఉంచాలంటే దాన్ని సాధించటంలో మనకు పట్టు (సెల్ఫ్ మాస్టరీ) చాలా అవసరం. ఇందుకు మీ సహజమైన ఆలోచనా ధోరణిలో మార్పు చేసుకోవాలి. మిమ్మల్ని కుదించేవి, నియంత్రించేవి కాకుండా మీకు సాధికారత నిచ్చే ఆలోచనలు మాత్రమే చేయాలి. గతాన్ని పక్కన పెట్టాలి. భవిష్యత్తులో జీవించటం మానాలి. ఏ అంశానికి సంబంధించయినా మెరుగయిన విషయాలను చూడటం అలవాటుగా మార్చుకోవాలి. ఇతరులతో పోల్చుకోవటం మాని మీరెక్కడ ఉన్నారో, మీరేం చేస్తున్నారా దానిని మెచ్చుకోవటం ప్రారంభించండి. షరతులు పెట్టుకోకుండా ఈ ప్రపంచంలో ఉన్నదాన్ని అంతటినీ ప్రేమించండి. దేన్నయినా ఆత్మీయంగా హత్తుకోండి. సంతోషంగా ఉండండి. శుభం.

తుదిపలుకులు

గొప్పజీవితం వెంట నడవటం అంత సులభమయిన విషయమేమీ కాదు. అందుకే చాలా మంది తక్కువతో సర్దుకుపోతుంటారు. ఈ పుస్తకంలో నేర్చుకున్న విషయాలను మనసులో ఇంకింప చేసుకుని వాటిని ఆచరించటానికి మీరు పట్టుదలగా, సానుకూలతతో, దృఢంగా ప్రయత్నించగలిగితే వారిలో మీరు ఒకరు కాకుండా ఉంటారు. ఒక్కోసారి ఒక్కో అడుగు ముందుకు వేసుకుంటూ వెలితే, జీవితంలో మీ కదలిక ఆపలేనంత వేగంగా, మీరు కోరుకుంటున్న జీవితానికి అతి సన్నిహితంగా మిమ్మల్ని తీసుకెళుతుంది.

మీరొక విషయం గుర్తుపెట్టుకోండి. ప్రతి సవాలులోనూ ఒక పాఠం ఉంటుంది. ప్రతి వైఫల్యంలోనూ ఒక పాఠం ఉంటుంది. అసలు ఏ వైఫల్యం నిజానికి వైఫల్యమే కాదు. మీరు గొప్పతనాన్ని సాధించే క్రమంలో ఎదురయిన మలుపు అది. ఓ పని సాధించేందుకు మీరు పూర్తిగా మనసు పెట్టి పనిచేసినా, అది ఫలితం ఇవ్వలేదు, వర్కవుట్ కాలేదని అనిపిస్తే, విశ్వం నుంచి మీకు అందిన వాగ్దానంగా దానిని మీరు తీసుకోవాలి. మీరు అనుసరిస్తున్న మార్గం సరైనది కాదని చెబుతోంది. అంతకంటే ఉత్తమమైనది, మెరుగైనది మీ కోసం ఎదురుచూస్తోంది. మీ ప్రయత్నాన్ని ఆపకుండా కొనసాగించండి.

ఇంకో విషయం...మీ ప్రవృత్తులను పూర్తిగా విశ్వసించండి. విషపూరితమైన సంబంధాల విషయంలో మీ కడుపులో కలిగే వికారభావనలను పట్టించుకోండి. మీరు సమయం వృథా చేస్తున్నప్పుడు మీ అంతరంగస్వరం చేసే హెచ్చరికలను వినండి. ఎప్పుడూ మీ వ్యక్తిగతమైన హద్దులను గౌరవించుకోండి, ఇతరులు కూడా దాన్ని గౌరవించేలా చూసుకోండి. ఏదయినా మంచిగా మీకు అనిపించకపోతే, కచ్చితంగా అది మంచిది అయ్యుండదు. మరేదయినా అద్భుతంగా, శక్తివంతంగా, గాఢంగా అనిపిస్తే కూడా అంతే, దాన్ని అనుసరించండి. ప్రవాహంతో ముందుకెళ్లండి (గో విత్ ది ఫ్లో).

బలమైన విశ్వాసంతో మెలగండి. భయాన్ని పారదోలగలిగారంటే, మీరు సాధారణ స్థితి నుంచి అసాధారణ స్థాయికి చేరగలుగుతారు. మీరు కోరుకునే ఉన్నతమైన ఆశయానికి చేరువవుతారు. మీ శరీరంలోని ప్రతి కణం మీ వ్యక్తిగత అభివృద్ధిని ఆశిస్తూ జీవిత ప్రయాణం చేస్తుంటే అది అసాధ్యమేకాదు.

మీరు కోరుకునే ఉత్తేజకరమైన, సుందరమైన జీవితాన్ని మీరు సృష్టించుకోవటం వీలవుతుంది. అందుకు ముందుగా మిమ్మల్ని మీరు ప్రేమించుకోవాలి. మీరు అధిక కంపనాలను మీరు సృష్టించుకుని దాన్ని సరిగా నిర్వహించుకోగలిగితే, మీ కలలను మీరు సాఫల్యం చేసుకోగలుగుతారు. ఒకవేళ అందుకు చాలా సమయం పట్టినా, అంత కాలం మిమ్మల్ని మీ కంపనాలు హాయిగా ఉంచుతాయి. హాయిగా మంచిగా జీవించటం కంటే మనం కోరుకునేది ఇంకేం ఉంటుంది?

నేను మీకు హామీ ఇస్తున్నాను. మిమ్మల్ని మీరు గాఢంగా ప్రేమిస్తే, నమ్మశక్యం కానిది మీరు సాధిస్తారు. దానికి కొద్ది సమయం పడుతుంది. సులువుగా అందేయటానికి అదేం పార్కులో షికారు కొట్టటం లాంటిదేమీ

కాదు. మీ ప్రయాణంలో ముందుకు వెళ్లాలంటే మీరు కొన్ని త్యాగాలు చేయవలసి ఉంటుంది. కానీ దానికి విలువ ఉంటుంది.

ఇక అంతా మీకు అప్పగిస్తున్నాను.

(వెక్స్ కింగ్)

రచయిత ఆశయం

మీకు వింటుంటే అతిశయోక్తిలా అనిపించవచ్చుగానీ, నా జీవితంలో చాలా సందర్భాల్లో అపరిచితులు నాకు తారసపడి, ఈ పుస్తకంలో నేను అందించిన సమాచారం లాంటిదే నాకు అందించారు. నా 20 ఏళ్ల వయసులో, నేను పుస్తకాల షాపులో ఉన్నప్పుడు మధ్యవయసు మహిళ ఒకామె నాకు కనిపించింది. "నీకు భగవంతుని ఆశీర్వాదం ఉంది. ప్రపంచానికి నువ్వు సందేశాన్ని అందించాలి. నువ్వు ఎంతో మందికో సాయం చేయగలవు" అంది.

మరోసారి, నేను పనయిన తర్వాత, రైలు కోసం ఎదురుచూస్తూ, ప్లాట్ ఫారమ్ చివర వరకూ నడుచుకుంటూ వెళ్లాను. అప్పటి వరకూ అక్కడ ఉన్న వారంతా గబగబా అక్కడ నుంచి కదిలిపోయారు (నా దగ్గర చెడ్డవాసన వస్తోందేమోనని నేను కాసేపు కలవరపడ్డాను అది వేరే విషయం). కొద్ది క్షణాల తర్వాత, తలకు గుడ్డ కట్టుకుని ఓ ముదుసలి మహిళ అక్కడకు వచ్చింది. 'బతకాటానికి ఏం చేస్తావు'? అనడిగింది. నేను సమాధానం చెప్పటం పూర్తికాక ముందే మధ్యలో అడ్డపడింది. "నువ్వు చాలా ప్రత్యేకం" అంది. నేను అయోమయానికి లోనయ్యాను. అంతకు మించి భయానికి లోనై అక్కడ నుంచి కదిలిపోయాను. "గత జన్మ తాలూకు ఆశీర్వచనాలు నీకున్నాయి. నువ్వు చేస్తున్న తప్పేమిటో నీకు అర్థమవుతుంది" అని చెప్పింది.

ఈ మాటతో నాలో కుతూహలం మొదలైంది. ఆమె చెప్పేది చాలా ఆసక్తిగా వినటం మొదలుపెట్టాను. నా గత జన్మ తాలూకు విశేషాలు చెప్పటం ఆమె ఆరంభించింది. నేను ప్రత్యేక మిలటరీ బృందంలో సభ్యుడినట. నేను నా దేశం గర్వంగా భావించే ఒక సైనికుడినని, నేను ఎంతో మంది శత్రువులను హతమార్చానని, నా విజయాలతో నా దేశం చాలా ప్రయోజనం పొందిందని చెప్పుకొచ్చింది. గత జన్మలో నా ప్రవర్తన తాలూకు ప్రభావాలు ఎలా ఉన్నాయో ఆమె వివరించింది.

అది వినటానికి వింత గొలిపేదిగా ఉన్నా, కథనం అంతా సృజనాత్మకంగా, ఆకట్టుకునేదిగా అనిపించింది. ఈ జన్మలో నా 'మిషన్' ను పూర్తిచేయాలని ఆమె చెప్పింది. ఒక విషయం ఆమె నాకు స్పష్టం చేసింది. కోపాన్నిన్ను మింగేయకుండా చూసుకోమని. కోపం వైఫల్యానికి దారిచూపిస్తుందట. ఇతరులతో మంచిగా సంభాషించమని, నాకు వాళ్లను స్వస్థత చేసే శక్తి ఉందని చెప్పింది.

ఇదంతా నాకు అసహజంగా అనిపించి, బలవంతంగా నవ్వు ఆపుకోటానికి ప్రయత్నించాను. ఆమె చెప్పిన మాటలు నాకు నమ్మశక్యంగా అనిపించలేదు. ఆ విషయం నా ముఖం చూశాక ఆమెకు అర్థమయినట్టుంది. "సరే, నువ్వేమీ నా మాటలు నమ్మక్కర్లా. అయినా మంచి మాటలు ఎప్పుడూ వజ్రం తునకలు కదా'' అంది. ఆ మాటలు ఆమె నోటి నుంచి వస్తూండగానే, ప్లాట్ ఫారమ్ మీదకు రైలు దూసుకొచ్చింది. నేను ఆమె దగ్గర సెలవు తీసుకుని రైలు తలుపు వైపుకు నడిచాను. ఆమె నాకు వీడ్కోలు పలుకుతూ, నా పేరు ఉచ్చరించింది. నేను ఆమెకు నా పేరు చెప్పనేలేదు. రైలు ఎక్కిన తర్వాత కిటికీలో బయటకు చూశాను. ఆమె జాడ ఎక్కడా నాకు కనిపించలేదు.

ఈ తరహా పరిస్థితులు నాకు ఎదురయినప్పుడల్లా, ఇది కేవలం యాదృచ్ఛికం, అనుకోని సంఘటనగా నేను సరిపెట్టుకుంటాను. లెక్క లేనన్ని సందర్భాల్లో ఇలాంటివి సంభవించినా, అప్పట్లో వాటి గురించి నేను అంతగా ఆలోచించలేదు. ఇప్పుడు అవన్నీ అర్థవంతంగా తోస్తున్నాయి. నా బాధ నా అభిరుచిని గుర్తించగలిగేలా చేసింది. దాని ద్వారా నా ఆశయం ఏమిటనేది నాకు తేటతెల్లమయింది. అంతరాంతరాల్లో నాకు ఆనందం కలిగించే సంగతేమిటంటే, నేను ప్రజల జీవితాలను మెరుగుపరిచేందుకు సాయపడుతున్నాను. వాళ్లు గెలిచేలా చూడగలుగుతున్నాను.

2015 నాటికి నేను ఇన్ స్టాగ్రామ్ ఖాతాను ప్రారంభించి, నా వ్యక్తిగత సూక్తుల్ని, జీవితం, ప్రేమ, లక్ష్యం తదితర అంశాలపైన నా ఆలోచనలను పంచుకోవటం మొదలుపెట్టాను. నా లక్ష్యం ఆన్ లైన్ లో సానుకూల దృక్పథాన్ని వ్యాప్తి చేయటం. ఇది ఉచితంగా లభించే ప్లాట్ ఫారమ్ అని, దీని ద్వారా ప్రజలను చేరుకోగలను అని నాకు తెలుసు. ఏ మాత్రం ఫీజు చెల్లించకుండానే వారి వ్యక్తిగత జీవితాలకు విలువను పెంచగలుగుతానని నాకు అర్థమైంది.

నా మాటలు ఎక్కువెక్కువ మందిని ప్రభావితం చేస్తూండటంతో కొద్ది నెలల్లోనే నాకు అనుచరులు పెరిగారు. నాకు ప్రాచుర్యం పెరిగేసరికి, వందలాది మంది నా సలహాల కోసం ఎగబడటం మొదలుపెట్టారు. జీవితం పట్ల నా దృక్పథం వారిని ఆకర్షించేది. ఇలా నాకు ప్రజలను తీర్చిదిద్ది వారిలో సానుకూలమైన మార్పులు తేవటానికి మార్గదర్శనం చేయటం అనే అవకాశం దక్కింది. ఇప్పుడు నన్ను నేను.. ప్రజలకు కొత్త పద్ధతుల్లో ఆలోచించటం నేర్పి, వారిలో కొత్త, సానుకూలమైన జీవనవిధానాన్ని అలవరుస్తున్న వ్యక్తి...'మైండ్ కోచ్'గా నన్ను నేను

అభివర్ణించుకుంటున్నాను. మీకు నన్ను సంప్రదించాలన్న ఆసక్తి ఉంటే, నా వెబ్ సైటు Vexking.com ను సంప్రదించండి.

ఈ పుస్తకంలో పేర్కొన్న అంశాలకు సంబంధించి
మీ కిష్టమైన చిత్రాలు, పేజీలు, సూక్తులు,
అనుభవాలు ఏమైనా ఉంటే, వాటిని సామాజిక
మాధ్యమాల్లో #vexkingbook అన్న పదాన్ని
ఉపయోగించి పోస్టు చేయండి. నేను వాటిని
లైక్ చేయటమే కాదు. నా పేజీలోనూ వాటిని ఫీచర్ చేస్తాను.

ధన్యవాదాలు

నా భార్య, నా ఆత్మసహచరురాలు, నా అత్యుత్తమ స్నేహితురాలు కౌశల్ ఈ పుస్తకం తేవటంలో నాకు సహరించటమే కాదు, నా మాటలు ప్రపంచంతో పంచుకోటానికి ప్రేరణనిచ్చింది. నువ్వెప్పుడూ నన్ను నమ్ముతావు, నేనలాగయితే ఉన్నానో పూర్తిగా నన్నులాగే చూస్తావు తప్ప నేను కాని దానికి కాదు. నువ్వ లేకుండా నా ప్రయాణం ఇంత వరకూ ఇలా సాగేది కాదు. నేనింత కంటే మంచి జీవితభాగస్వామిని కోరుకోవటం లేదు.

నా ప్రియమైన అక్కలూ.. మీకు ధన్యవాదాలు, చిన్నప్పటి నుంచి నా అల్లరిని భరించి ప్రేమగా సాకినందుకు. అదేమంత తేలికయిన విషయం కాదు గానీ, మీరు చాలా ఓర్పుతో నేను ఎదిగేలా చేశారు. మొదటి నుంచి మీరు నా కోసమే ఉన్నారు. జీవితంలో అత్యంత దురదృష్టకరమైన రోజుల్ని కలిసి పంచుకున్నాం. మీరేగనక లేకపోతే, ఇప్పటి మాదిరిగా నాకు తెలిసిన విషయాలను అందరికీ పంచుతూ ఇలా ఉండగలిగేవాడిని కానేమో...

నా ఏజెంట్ జేన్ కి, హే హౌస్ పబ్లిషర్స్‌లో ఉన్న బృంద సభ్యులకి, ఈ పుస్తకాన్ని, నా మాటల ద్వారా ప్రపంచాన్ని మార్చాలనుకున్న నా దూరదృష్టిని నమ్మినందుకు. మీ శ్రమ, సహకారమే అన్నీ నాకు. మీరు ఈ ప్రపంచాన్ని మార్చటానికి నాకు అపూర్వమైన అవకాశాన్నిఅందించారు.

చివరగా, సామాజిక మాధ్యమంలో నా అద్భుతమైన అనుచరులకు నిజంగా ధన్యవాదాలు చెప్పుకుంటున్నాను. నా దృక్పథాన్ని పంచుకోటానికి నాకు సహకరిస్తారు, ప్రేరణ అందిస్తారు. మీ వల్లనే, కేవలం మీ కోసమే ఈ పుస్తకం రాశాను

About the Author

 **వెక్స్ కింగ్** సోషల్ మీడియా ద్వారా ప్రభావం చూపే వ్యక్తి, రచయిత, మనోనిపుణుడు, జీవనశైలి వ్యాపారవేత్త. తన సహజసిద్ధమైన వ్యాపార నైపుణ్యాన్ని, సృజనాత్మకతను జోడించి తాత్విక చింతన, ఆధ్యాత్మికత, సానుకూల దృక్ప థంతో కూడిన విశ్వాసంతో విజయం సాధించటమెలాగో చెబుతారు.

ఆశావాదం, దూరదృష్టి, సేవాగుణం వంటి విశిష్ట లక్షణాలు గలవాడు. జీవనశైలి ప్లాట్ ఫారమ్ బ్రాండు బోన్ విటా– సాధికారత, ఆధ్యాత్మిక దృష్టి, ఆచరణ సాధ్యమైన పరిష్కారాలు, స్ఫూర్తి కలిగించే కథనాలు, జీవననైపుణ్యాలను అందించే సంస్థ– వ్యవస్థాపకుడు.

తన సానుకూల ప్రభావంతో మంచి కంపనాలను వ్యాప్తి చేస్తూ, ప్రజలు తమ జీవితంలోని అన్ని రంగాల్లో పూర్తి సామర్థ్యంతో గొప్పగా వ్యవహరించేలా చేస్తున్నాడు.

Instagram@vexking

Twitter@vexking

Facebook@vexking

vexking.com